NGÔN NGỮ
TẠP CHÍ VĂN HỌC NGHỆ THUẬT
SỐ 29: 1/1/2024

NHÓM CHỦ TRƯƠNG:

Luân Hoán - Song Thao - Nguyễn Vy Khanh - Hồ Đình Nghiêm - Lê Hân

CỘNG TÁC TRONG SỐ NÀY:

BẢO GIANG, BEN OH, BÌNH ĐỊA MỘC, CAO NGUYÊN, CHU NGUYÊN THẢO, CHU VƯƠNG MIỆN, DAN HOÀNG, DUNG THỊ VÂN, ĐẶNG HIỀN, ĐẶNG KIM CÔN, ĐẶNG XUÂN XUYẾN, ĐOÀN PHƯƠNG, HÀ NGỌC HOÀNG, HOÀNG CHÍNH, HOÀNG HOA THƯƠNG, HOÀNG NGỌC HÒA, HOÀNG XUÂN SƠN, HỒ CHÍ BỬU, HUỲNH LIỄU NGẠN, HUỲNH MINH LỆ, HUỲNH THỊ QUỲNH NGA, HỨA HIẾU, KIỀU GIANG, KIỀU HUỆ, LÂM BĂNG PHƯƠNG, LETAMANH, LÊ CHIỀU GIANG, LÊ HÂN, LÊ HỨA HUYỀN TRÂN, LÊ HỮU MINH TOÁN, LÊ MINH HIỀN, LÊ VĂN HIẾU, LUÂN HOÁN, LỮ QUỲNH, LƯƠNG THIẾU VĂN, M.H. HOÀI LINH PHƯƠNG, MINH NGỌC, NGÀN THƯƠNG, NGÔ SỸ HÂN, NGUYỄN AN BÌNH, NGUYỄN CẨM THY, NGUYỄN ĐÌNH PHƯỢNG UYỂN, NGUYỄN ĐỨC NAM, NGUYỄN HÀN CHUNG, NGUYỄN-HÒA-TRƯỚC, NGUYỄN KIẾN THIẾT, NGUYỄN LÊ HỒNG HƯNG, NGUYỄN NGUYÊN PHƯỢNG, NGUYỄN SÔNG TRẸM, NGUYỄN THANH SƠN, NGUYỄN THỊ BÍCH NGA, NGUYỄN THỊ HẢI HÀ, NGUYỄN THỊ THANH BÌNH, NGUYỄN THỴ, NGUYỄN VĂN ĐIỀU, NGUYỄN VĂN GIA, NGUYỄN VY KHANH, NP PHAN, PHẠM HIỀN MÂY, PHƯƠNG TẤN, QUAN DƯƠNG, SAN PHI, SONG THAO, THÁI TÚ HẠP, THANH TRẮC NGUYỄN VĂN, THIÊN DI, THỤC UYÊN, THY AN, TIỂU LỤC THẦN PHONG, TIỂU NGUYỆT, TỊNH THỦY, TÔN NỮ MỸ HẠNH, TRANG THÙY, TRẦN C. TRÍ, TRẦN DẠ LỮ, TRẦN HUY SAO, TRẦN THANH QUANG, TRẦN THỊ NGUYỆT MAI, TRẦN VẠN GIÃ, TRẦN VẤN LỆ, TRIỀU HOA ĐẠI, TRƯƠNG XUÂN MẪN, VINH HỒ, VÕ DƯƠNG HỒNG LÂM, VÕ PHÚ, VÕ QUÊ, VÕ THẠNH VĂN, VŨ KHẮC TĨNH, VŨ TRỌNG QUANG, VƯƠNG HOÀI UYÊN, XUYÊN TRÀ

BÌA: Uyên Nguyên Trần Triết

DÀN TRANG: Lê Hân

PHỤ BẢN: tranh thơ Luân Hoán

ĐỌC BẢN THẢO: Nguyễn Thị Bích Nga

LIÊN LẠC:

Thư và bài vở mời gởi về:
- Luân Hoán: lebao_hoang@yahoo.com
- Song Thao: tatrungson@hotmail.com

TÒA SOẠN & TRỊ SỰ:

Lê Hân: (408) 722-5626 han.le3359@gmail.com

MỤC LỤC
NGÔN NGỮ 29

Luân Hoán	6	Thư Tòa Soạn
Nguyễn Thị Hải Hà	7	Chất thơ của mùa Xuân
Song Thao	12	Bên lề tổ tôm
Nguyễn Thị Bích Nga	21	Đi chợ Tết
Lê Chiều Giang	27	Xuân mới
Nguyễn Kiến Thiết	33	Con rồng qua ngôn ngữ dân gian
Vương Hoài Uyên	43	Chạm tay vào mùa Xuân
Trần C. Trí	53	Những cánh thiệp mùa Đông
Đặng Kim Côn	62	Ánh mắt chiều Giáng Sinh
Minh Ngọc	68	Đêm ba mươi
Thái Tú Hạp	73	Mùa Xuân yêu em
M.H. Hoài Linh Phương	74	Chiều ba mươi không anh
Chu Vương Miện	75	Xuân
Trần Thị Nguyệt Mai	76	Khi về thăm mẹ
Trần Văn Lệ	78	Sáng mùa Đông hong nắng Tết
Phương Tấn	80	Trời vào Xuân mà như cuối Thu
Trần Thanh Quang	81	Một thoáng hương xưa
Hoàng Hoa Thương	82	Cuối chạp
Dan Hoàng	83	Xuân
Đặng Hiền	84	Chiều cuối năm
Cao Nguyên	85	Xuân đến
Nguyễn An Bình	86	Trên luống cày mùa Xuân
Xuyên Trà	87	Về núi
Lê Hân	88	Lạc quan Xuân ảnh
NP Phan	90	Tình khúc mùa Xuân
Hoàng Chính	91	Trước khi cả một trời sao tan biến
Nguyễn Vy Khanh	109	Lê Hoằng Mưu, nhà tiểu thuyết tiên phong
Phạm Hiền Mây	121	Luân Hoán, một người thơ, một đời thơ
Nguyễn Đình Phượng Uyển	131	Hoàng hôn rực rỡ
Tiểu Lục Thần Phong	134	Con nhỏ khờ dễ sợ
Hoàng Ngọc Hòa	141	Đi ăn cưới
Nguyễn Thị Thanh Bình	146	Dấu ấn
Lê Minh Hiền	157	Nụ môi non
Lê Hữu Minh Toán	158	Vô âm
Huỳnh Liễu Ngạn	159	Bâng khuâng
Trần Vạn Giã	160	Lạc giữa mùa Xuân
Trần Dzạ Lữ	161	Thơ
Trần Huy Sao	162	Mùi hương Tết
Nguyễn Sông Trẹm	163	Theo mùa Xuân về
Lâm Băng Phương	164	Lục bát giêng hai
Dung Thị Vân	165	Còn mãi một mùa Xuân
Tôn Nữ Mỹ Hạnh	166	Khúc Xuân ca 2024
Thanh Trắc Nguyễn Văn	168	Thị thành cuối năm

Võ Dương Hồng Lâm	169	Mùa Xuân ơi tha thiết đến vô cùng
Vũ Trọng Quang	170	Cam Ranh Xuân năm ấy
San Phi	171	Sắc hoa
Thiên Di	172	Khúc ca Xuân
Nguyễn Nguyên Phượng	173	Tình Xuân tạ đời
Hoàng Xuân Sơn	174	Xuân
Tiểu Nguyệt	175	Những người bạn chân tình và tôi
Võ Phú	181	Carlos, chàng trai đến từ Brazil
Letamanh	186	Vụ án thơ
Nguyễn Lê Hồng Hưng	194	Về trại lu xi măng
Ngô Sỹ Hân	201	Vườn chim
Nguyễn Văn Gia	213	Cùng vui buồn với đất mẹ quê cha
Trương Xuân Mẫn	214	Bài ca tự do
Ben OH	215	Bóng chiều
Lữ Quỳnh	216	Những giấc mơ tôi
Nguyễn Văn Điều	218	Cám ơn em cám ơn đời
Nguyễn Đức Nam	219	Sáng sớm trên đường phố Hoa-Thịnh-Đốn
Nguyễn Cẩm-Thy	220	Em mặc áo chàng
Võ Thạnh Văn	222	Hồng nhan tri kỷ một thuở anh hùng
Vinh Hồ	225	Màu áo hoa sim
Quan Dương	226	Gã thời gian
Thục Uyên	227	Em về
Võ Quê	228	Lời biết ơn ngọn lửa
Vũ Khắc Tĩnh	229	Chiều muộn
Đoàn Phương	237	Đọc lại Trường Sa Hành của Tô Thùy Yên
Lương Thiếu Văn	242	Số phận các nhân vật nữ ...
Lê Hứa Huyền Trân	248	Thương em thương cả gia đình
Nguyễn Thy	253	Cuông trại
Trang Thùy	275	Yêu thương tìm về
Kiều Giang	280	Bên kia đường chân trời
Triều Hoa Đại	285	Chim và phố lạ
Hà Ngọc Hoàng	286	Ánh trăng vàng
Hồ Chí Bửu	287	Mật ngữ
Hứa Hiếu	288	Tà khúc 134 mất tích
Huỳnh Minh Lệ	289	Thơ ngắn
Bảo Giang	290	Ngày về
Bình Địa Mộc	292	Đặc sệt giọng nhà quê
Đặng Xuân Xuyến	294	Tình mộng điếm trọ trần gian
Nguyễn Thanh Sơn	295	Vô đề
Chu Nguyên Thảo	296	Ta trở lại chốn này như sáng nọ
Kiều Huệ	297	Học thư pháp hay làm thơ
Tịnh Thủy	298	Ba bài thơ ...
Nguyễn Hàn Chung	300	Coi như giọt ấy đã rơi xuống giường
Ngàn Thương	301	Tháng 11 và tôi
Lê Văn Hiếu	302	Chim trời và quán trọ
Thy An	303	Tiếng run của linh thiêng
Nguyễn-Hòa-Trước	304	Về, qua đỉnh đèo mây
Huỳnh Thị Quỳnh Nga	306	Một hôm nghe tóc hát
Nguyễn Văn Gia | Lê Hân	307	Điểm sách

THƯ TÒA SOẠN

Kính chào quý văn hữu, bạn đọc.

Trong tháng 11-2023 vừa qua, chúng ta mất hai tác giả danh tiếng trong gia đình Văn Học Nghệ Thuật của Việt Nam Cộng Hòa. Ngày 24, học giả, thi sĩ, Hòa Thượng Thích Tuệ Sỹ ra đi ở tuổi 81. Ngày 28, nhạc sĩ, nhà thơ, nhà văn Nguyễn Đình Toàn vĩnh biệt ở tuổi 87. Ngôn Ngữ tạp chí cùng bạn viết, bạn đọc xin cung kính tiễn biệt và thành tâm chia buồn cùng quý gia đình người quá cố.

Trong số 28, chúng tôi đã rao trước, kỳ báo này nội dung sẽ được chia hai phần. Nhưng khi gom bài và sắp xếp nửa chừng, chúng tôi phải quyết định thực hiện thành hai số, in cùng một lúc. Số mang tên 29 này là tuyển tập thơ, truyện, biên khảo… như bình thường. Số chủ đề về nhà văn Ngô Thế Vinh, dồi dào tư liệu, thành số đặc biệt thứ 3 của Ngôn Ngữ. Số 30 tiếp theo, chúng ta sẽ trở lại in chung hai phần: giới thiệu nhà thơ Lê Hân và phần sáng tác với chủ đề tự do quen thuộc của bạn văn khắp nơi.

Số 29 các bạn đang đọc, đề tài về mùa Xuân khá đậm đà, bởi chúng ta đang ở vào thời tiết đang ấm dần lên, và lần lượt chào đón hai cái tết Dương Lịch và Âm Lịch. Chúng tôi xin được gởi lời chúc mừng sức khỏe, thịnh đạt đến tất cả quý bạn và gia đình.

Kính quý,

Luân Hoán

NGUYỄN THỊ HẢI HÀ
Chất Thơ Của Mùa Xuân

Mùa xuân là mùa của thi ca. Biết bao nhiêu thơ văn và âm nhạc đã viết về mùa xuân. Mùa xuân đẹp. Thi nhân dùng mùa xuân để diễn tả nét đẹp và dùng màu lá làm biểu tượng nét trẻ trung của người thiếu nữ. *Bỗng mùa xuân về trên năm ngón. Ôi bàn tay lộc biếc lá non (Diệu Kỳ - Nguyên Sa).* Từ những ngón tay thuôn, nhà thơ nhìn thấy cảnh non lộc biếc.

Ở Việt Nam và Nhật Bản, Tết rơi vào mùa xuân.

The New Year's Day
The beginning of the harmony
of Heaven and Earth. (Shiki)
Ngày đầu tiên trong năm
Bắt đầu sự kết hợp hài hòa
Của Trời và Đất.

Ngày đầu năm, không chỉ là sự giao hòa giữa âm dương mà còn là sự tiếp nối giữa quá khứ và tương lai. Nhà thơ Onitsura nói rằng buổi sáng ngày đầu năm, ngọn gió từ thiên cổ, thổi trên đầu ngọn thông.

Mùa xuân ở Hoa Kỳ chính thức bắt đầu thường vào gần cuối tháng Ba, tùy theo ngày spring equinox. Trên thực tế mùa xuân có khi sớm hơn hay chậm hơn một vài tuần. Nếu không có lịch, làm sao người ta biết xuân về?

Người ta nhìn thấy mùa xuân trong màu hồng hoa đào (*Nhân diện đào hoa tương ánh hồng - Thôi Hiệu*), màu trắng hoa lê (*Cành lê trắng điểm một vài bông hoa – Kiều*) và màu xanh của cỏ (*Xuân du phương thảo địa – Uông Thù*).

Với tôi, chất thơ của mùa xuân nằm ở tiếng xuân.

Dọc đường trail Delaware & Raritan, gần Colonial Park (New Jersey) có một đầm lầy. Mùa đông tuyết rơi nhiều đọng lại, đóng thành băng. Khi trời chớm xuân, chỉ cần vài ngày lên đến 40 độ F. (4 độ C.) mặt băng vỡ răng rắc, sau đó biến thành hồ nước. Và bản nhạc mùa xuân bắt đầu. Lần đầu tiên, nghe âm thanh này tôi rất ngạc nhiên. Nó không phải tiếng chim, tiếng côn trùng. Âm thanh như một dàn đồng ca, rất đều nhau, từ dưới nước, trong những bụi cỏ nâu sẫm. Tôi nhìn không thấy con vật nào, chỉ nghe tiếng "om om", hay "âm âm", như tiếng kèn râm ran đều đều, rất to. Đi khỏi đầm lầy thì âm thanh nhỏ lại, đến gần âm thanh to lên. Chừng hơn một tuần sau, thì âm thanh ấy biến mất. Đó là tiếng kêu của loài tree frogs, những con nhái màu xanh rất nhỏ. Đến mùa băng tan, trời ấm, cộng đồng nhái xanh bắt đầu bản nhạc mùa xuân được đồng ca bằng giọng của hằng ngàn con nhái và ếch.

In spring, frogs sing;
In summer,
They bark. (Onitsura)
Mùa xuân, ếch nhái hát
Mùa hè
Chúng sủa.

Bên cạnh tiếng gọi tình của loại nhái xanh trong đầm lầy có rất nhiều tiếng chim.

Từ giữa tháng Hai, những con ó bạc đầu đã bắt đầu ấp trứng. Cuối tháng Hai, loài ngỗng Canada, những con đi trốn tuyết miền xa bây giờ trở về; trên không trung đã nghe quang quác của đàn ngỗng bay theo đội hình chữ V. Những con ngỗng ở lại New Jersey suốt mùa đông, giờ bay dọc theo dòng sông rượt đuổi nhau để tỏ tình, hay bay lên mái nhà những khu chung cư, đánh nhau chí chóe để tranh giành bạn đời.

Mùa xuân, hàng ngàn chim starlings bay về chốn cũ. Tiếng vỗ cánh của loài chim lông đen óng ánh ngũ sắc này nghe như tiếng bão, tiếng rào rạt của cơn mưa không ướt đất. Hàng loạt chim đáp xuống ruộng bắp khô màu nâu vàng, lấm tấm như hạt mè đen rắc trên xôi. Chúng tràn ngập bờ sông, bờ suối để uống nước. Starlings, cất cánh bay và đáp xuống hàng loạt, uốn lượn như một tấm lưới đen được trải ra bởi một bàn tay vô hình nào đó.

Nhắc đến starlings tôi không khỏi nghĩ đến chim quạ vì cả hai loại này đều có lông màu đen ánh ngũ sắc tùy theo hướng ánh sáng. Người Việt không thích chim quạ. Loại chim này thường bị gắn liền với điềm xấu vì chữ quạ đồng âm với chữ họa trong tai họa theo cách phát âm của người miền Nam. Basho có bài haiku nổi tiếng về quạ mùa thu đậu trên cành cây khô khiến làm người ta liên tưởng đến sự cô đơn buồn bã. Tiếng quạ mùa xuân làm tôi nghĩ đến lời thì thầm của mùa xuân. Quạ có hai loại chính, raven to hơn, sống một mình, crow nhỏ hơn thường đi từng đàn. Đầu xuân, cây chưa ra lá. Quạ đậu thành đàn trên những ngọn cây khô, gọi tình. Không inh ỏi chát chúa như loại blue jays, tiếng quạ nghe rủ rỉ rù rì, như những lời thì thầm tự tình của những người đang yêu. Nhớ người Việt mình có câu ca dao:

Quạ kêu nam đáo nữ phòng.
Người dưng khác họ đem lòng nhớ thương.

Có lẽ người con trai trong bài ca dao cũng có những lời dịu dàng như tiếng quạ thì thầm.

Trong chất thơ của mùa xuân có tiếng mưa xuân. Người Mỹ có câu April shower, May flowers. Mưa tháng Tư để tháng Năm có nhiều hoa đẹp.

> Spring rain:
> Everything just grows
> More beautiful (Chiyo-ni)
> *Mưa xuân*
> *Hoa cỏ nở rộ*
> *Đẹp bội phần*

Mưa hạ ào ạt bão giông. Mưa xuân lắc rắc hiền hòa. Mưa xuân được đón chào vì nó không rét buốt cắt da như mưa tuyết. Hạt mưa lất phất như bụi, mềm mại chạm vào da, vỗ về trên má. Mưa xuân có mùi tinh khiết, mang theo mùi cỏ ướt, mùi hoa tím tử đằng và diên vỹ. Ta có thể nghe tiếng mưa xuân nhỏ tí tách ở hiên nhà, thì thầm trên những đồng cỏ vàng nâu. Mở lòng bàn tay để hứng những giọt mưa mềm, nếm từng giọt mưa để thấy vị ngọt mát ngấm trên môi. Mưa xuân mang cảm giác lãng mạn trữ tình thường biểu hiện trong phim Nam Hàn. Đôi trai gái đang đi phố, trời bỗng đổ cơn mưa. Chàng chạy vội băng qua bên kia đường vào tiệm tạp hóa mua cây dù. Chàng chọn hai cây dù màu đẹp, nhưng đổi ý chỉ mua một cây dù thôi. Rồi chàng che dù cho cả hai, hai mái đầu chụm vào nhau, tay anh quàng vai em, bước nhẹ nhàng cây dù xoay tròn theo điệu luân vũ mùa mưa. Hai người bước vào trong một quán sách. Cây dù xếp lại để ngoài cửa.

> Spring rain;
> Holding up their umbrellas, and looking
> At the picture-books in the shop. (Shiki)
> *Mưa xuân*
> *Đôi tình nhân che dù và đọc*
> *Truyện tranh trong quán sách.*

Mưa xuân đủ để đôi tình nhân nép vào nhau tìm hơi ấm. Mưa xuân đẹp, tình tứ và lãng mạn nhưng không gợi dục như mưa mùa hạ. Người ta không ao ước "em đi về cầu mưa ướt áo" để nhìn thấy màu da thịt và đường cong nét lượn phơi bày theo mưa.

In the spring rain,
Miss Tsuna holding her sleeve
Over the small lantern (Buson)
Trong cơn mưa xuân
Cô Tsuna dùng tay áo
Che cái đèn lồng.

Bài haiku của Buson cũng làm tôi nhớ lại một đoạn phim Hàn. Hai cô cậu ở độ tuổi hoa tuổi ngốc đang đi với nhau trời bỗng đổ cơn mưa. Cậu bé không có gì để che nên dùng hai bàn tay che lên trán của cô bé. Dù gì thì cũng ướt, nhưng mưa xuân sẽ không làm ướt mắt em.

Mưa xuân đầy chất thơ. Basho, người nổi danh hàng đầu trong giới haiku Nhật Bản đã viết

Spring rain;
How pitiful,
One who cannot write (Buson)
Mưa xuân
Đáng thương thay
Những kẻ không biết làm thơ.

Ông Basho tự chế nhạo hay là chế nhạo những kẻ hậu bối suốt đời không viết được một bài thơ, dầu được nhìn thấy cái đẹp của mùa xuân?

Những bài haiku tiếng Anh trích từ quyển Haiku II: Spring do R. H. Blyth biên soạn. Nguyễn Thị Hải Hà dịch ra tiếng Việt.

Nguyễn Thị Hải Hà

SONG THAO
BÊN LỀ TỔ TÔM

Một phần bộ bài tổ tôm

Tổ tôm là một thú chơi phổ biến trong dịp Tết. Nhưng tới thế hệ tôi, tổ tôm đã đi vào suy tàn. Bạn bè tôi có ai biết tổ tôm là cái chi chi đâu. Vậy nên chúng tôi không còn dịp "làm trai" như ca dao đã đánh giá. *Làm trai biết đánh tổ tôm/ Uống trà Mạn Hảo, xem Nôm Thúy Kiều.*

Nếu ra đời sớm hơn, chúng tôi đã có thể đánh bạn với cụ Tú Xương, ngồi chiếu tổ tôm với nhau. "Bực chẳng nhẽ anh hùng khi vị ngộ/ Như lúc đen chơi cuộc tổ tôm".

Bài chi cũng vậy, có ăn có thua. Lúc thiếu thời Nguyễn Công Trứ ham mê tổ tôm thuộc loại có cỡ. Có một lần ông thua đậm phải mang nợ. Chủ nợ là một cụ già tới đòi năm lần bảy lượt mà họ Nguyễn vẫn không có tiền trả. Cậu học trò đam mê cờ bạc lục tìm khắp mọi thứ trong nhà coi có chi đáng giá đem bán để trả nợ. Nhưng nhà anh học trò nghèo có chi đáng giá, túng thế Nguyễn Công Trứ làm một bài thơ khất nợ.

Thân "bát văn" tôi đã xác vờ.
Trong nhà còn biết "bán chi" giờ?
Của trời cũng muốn "không thang" bắc,
Lộc thánh còn mong "lục sách" chờ.
Thiên tử "nhất văn" rồi chẳng thiếu.
Nhân sinh "tam vạn" hãy còn thừa
Đã không "nhất sách" kêu chi nữa?
"Ông lão" tha cho cũng được nhờ!

Mỗi câu trong bài thơ đều có tên một quân bài trong bộ bài tổ tôm. Nội dung lại nói lên được cái nghèo kiết xác của một anh học trò không có tiền trả nợ. Ông lão chủ nợ cảm phục và bằng lòng cho khất nợ.

Bộ bài tổ tôm có 120 lá bài tất cả, cụ Nguyễn Công Trứ chỉ mới nêu ra được tên tám lá. Còn thiếu nhiều. Bài tổ tôm gồm ba hàng: Vạn, Văn và Sách. Mỗi hàng có 9 lá đánh số từ nhất tới cửu. Vạn, văn, sách được viết bằng chữ Nho. Để ai cũng có thể nhận ra nên ba chữ Nho này được ghi nhớ một cách chân phương: *Vạn vuông, Văn chéo, Sách loẳng ngoẳng.* Nhìn chữ Nho có hình vuông, chéo hay loẳng ngoẳng là biết quân bài thuộc hàng nào. Ngoài ba hàng trên, bài tổ tôm còn có hàng "Yêu" gồm ba loại: ông cụ, thang thang và chi chi.

Bài tổ tôm là thứ chỉ có người Việt chơi, vậy ghi lằng nhằng chữ Hán vào chi cho rắc rối. Dân Trung Hoa không biết tới tổ tôm. Dân Nhật cũng không biết tổ tôm là gì nhưng hình vẽ trên mỗi quân bài đều mang phong cách tranh mộc bản *mokuhan* của Nhật. Nói mà mắc cỡ, dân ta hình như có máu vay mượn. Vì sao nên nỗi đáng mắc cỡ như vậy? Vì... lười. Bộ bài tổ tôm được công ty A.Camoin & Cie của Pháp in ra dưới thời Pháp thuộc. Có lẽ vì lười nên họ bê nguyên bộ tranh mộc bản của Nhật vào để khỏi phải thuê họa sĩ vẽ. Tất cả tranh trên bài tổ tôm đều có trang phục của người Nhật thời Edo, khoảng trước cuộc cải cách của Nhật Hoàng Minh Trị vào năm 1868. Trong 120 lá bài có tới 18 lá vẽ hình người đàn ông trong đó có 8 người chân quấn xà-cạp *kyahan*. Bốn hình phụ nữ và 4 hình trẻ em. Các hình khác đều là những hình thông dụng trong hội họa Nhật như: cá chép, trái đào, vọng lâu, tàu thuyền.

Cụ Tú Xương, cụ Nguyễn Công Trứ đã có thơ tổ tôm thì cụ Nguyễn Khuyến cũng phải có cho xứng đáng "làm trai".

> *Mở miệng nói ra gàn bát sách*
> *Mềm môi chén mãi tít cung thang*
> *Nghĩ mình lại gớm cho mình nhỉ*
> *Thế cũng bia xanh cũng bảng vàng*

"Bát sách" là tên lá bài thuộc hàng "sách" mang số 8. Nhưng tại sao lại gài thêm chữ "gàn" vào? Lá "bát sách" có hình vẽ một phụ nữ ngồi hút thuốc, mặt vênh lên coi đời như pha. Người xưa quan niệm phụ nữ hút thuốc lá là khó coi. Hút với dáng điệu nghênh ngang lại càng khó coi hơn nên người phụ nữ trong lá bài được coi như một người gàn dở. Hình ảnh gàn dở này đã được đồng hóa với "sự gàn dở" nên "gàn bát sách" trở thành một thành ngữ ở cửa miệng mọi người.

| Cửu vạn | Bát sách | Chi chi |

Gàn là cái tính khác người, đúng hơn là tự coi như trên chân người khác, luôn khăng khăng cho mình là đúng, không chịu nghe lời người khác. Họ thích lý sự, cãi chày cãi cối, nhất nhất chỉ làm theo ý mình, bất chấp lẽ thông thường. Ca dao mô tả: *"Anh chàng ấy thật lạ đời/ Tính gàn bát sách chẳng người nào ưa"*. Tôi đã có bài viết về Tuân Nguyễn, một trí thức sống với cộng sản ngoài Bắc, đi tù vì cái tính mà người ta cho là gàn. Sau năm 1975 vài năm, anh được đổi vào Nam dạy học tại trường cấp ba Thanh Đa. Khi đó tôi cũng đang dạy học tại đây và được biết anh. Trong bài viết về anh, tôi có ghi lại một tình huống gàn của anh: "Đừng mong Tuân Nguyễn có được những xử thế đời thường. Anh là người từ trên trời bước xuống trần gian, chưa nhả hết tính nhà trời. Sau 1975, vợ chồng anh dọn nhà vào Sài Gòn theo lời khuyên của bạn bè và học trò, anh bán căn phòng nhỏ bé ở Hà Nội. Căn phòng này anh mua trước đó khoảng chục năm với giá 600 đồng. Thời giá khi anh bán để vào Nam là khoảng từ 800 đồng đến 1.000 đồng. Vậy mà anh nhất định chỉ bán 600 đồng, bằng giá khi mua. Anh lý luận như thế này: "Mình mua của người ta 600, mình có quyền gì được bán lại một ngàn?" Người "gàn bát sách" là người cô đơn giữa mọi người. Ít ai muốn thân cận. Nhưng cái gàn của Tuân Nguyễn là cái gàn đáng yêu của người thật thà và ngơ ngáo giữa thói đời vốn vụ vào cái mà người ta cho là khôn ngoan.

Tổ tôm chỉ thịnh hành ngoài Bắc, dân Nam và Trung không biết tới lối chơi bài này. Tổ tôm phổ biến ở ngoài Bắc sinh ra một tục lệ. Họ bỏ cỗ bài tổ tôm vào quan tài người chết để bọn quân bài theo hầu hạ người trong quan tài. Nhưng trước khi bỏ cỗ bài vào quan tài, người ta phải loại lá bát sách ra vì sợ quân bát sách gàn dở, nói năng những điều càn rỡ làm người chết khó chịu. Trong bài viết "Nhũn Như Con Chi Chi", nhà văn Hoàng Hải Thủy viết: *"Hình như người Bắc chỉ cho những lá bài Tổ Tôm vào quan tài những người chết đàn ông. Khi ông thân tôi qua đời, bà mẹ tôi cho cỗ bài vào quan tài của ông, tôi hỏi để làm gì thế, bà mẹ tôi nói "Để bọn này chúng nó hầu ông cụ." Tôi không nói gì, tôi nghĩ thời gia đình tôi có nhiều người hầu nhất là những năm 1940 ở thị xã Hà Đông, những năm ấy ông thân tôi là thông phán Dinh Tổng Đốc, ông có nhà lầu, có xe tay nhà, thường thì trong nhà có hai người làm: một anh đàn ông vừa kéo xe đưa đón ông thân tôi đi làm, vừa gánh nước ở máy nước công cộng, vừa làm bếp nấu ăn, một vú già hay một chị sen đi chợ, giặt quần áo, phụ gánh nước. Nay ông thân tôi mất, cho những 119 quân bài theo hầu ông, ông lấy gì nuôi ăn đám hơn một trăm người hầu ấy?"*

"Gàn bát sách" là lá bài đi từ bàn tổ tôm ra thành một thành ngữ. Đó là thành ngữ phổ biến nhất. Người ta không nói gọn gàng "gàn" mà phải vần điệu "gàn bát sách". Tổ tôm không chỉ cung cấp cho thành ngữ tiếng Việt chữ "gàn bát sách" mà còn vài ba thành ngữ khác. "Lì không thang" là một thành ngữ khác ít phổ biến hơn. Lá "thang thang" trong bộ bài tổ tôm có hình một phụ nữ đang trâng tráo vạch vú cho con bú. Hành động này bị coi như lì lợm. Người mẹ cho con bú thường tìm chỗ khuất nẻo hoặc tìm cách che ngực chứ không vạch tí ra cho bàn dân thiên hạ chiêm ngưỡng. Chuyện này xưa cấm kỵ, nay cũng còn gây ra tranh cãi. Ngay tại Montreal hiện nay chuyện các bà mẹ cho con bú tại các *shopping center* còn có khi bị bảo vệ ngăn cản khiến gây ồn ào trên báo chí một thời gian. Thực ra khi cho con bú nơi công cộng, các bà mẹ đã che chắn cẩn thận để không lộ bình sữa trước con mắt của bá tánh. Tôi mới đọc được một bài báo về việc người mẹ cho con bú trên metro. "Trước hành động của người mẹ, hầu hết hành khách đều bày tỏ sự thông cảm, nhưng có một số hành khách không thể chịu đựng được điều đó nên đã lên tiếng: "Tôi thấy phụ nữ không nên để ngực trần nơi công cộng. Điều này rất phản cảm!" Trước câu nói đó, bà mẹ trẻ đỏ mặt, chỉ biết xin lỗi về hành động của mình. Nhưng vị hành khách này càng nói gay gắt hơn: "Việc chị cho con bú nơi công cộng rất không văn minh và thiếu đứng đắn". Lúc này bà mẹ trẻ mới lên tiếng: "Nếu là mẹ của bạn trong hoàn cảnh như tôi, bà ấy cũng sẽ làm như vậy! Các bà mẹ có thể từ bỏ mọi thứ, kể cả sĩ diện của mình cho con!" Ngày nay, chuyện vạch vú cho con bú nơi công cộng còn *hot* như vậy, huống chi thời của các cụ Nguyễn Công Trứ, Nguyễn Khuyến.

Trong tác phẩm "Ngọc Kiều Lê" của Lý văn Phức, ra đời vào thế kỷ 19, tác giả đã dùng hai thành ngữ "gàn bát sách" và "lì không thang" để mô tả nhân vật Dĩnh Lang: *"Dĩnh Lang tên ấy ngu si/ Tính gàn bát sách, mặt lì không thang".*

Chúng ta thường nói "đểu cáng" để chỉ những người sống không đạo đức, lừa lọc người khác. Truy từ nguyên của hai chữ này có thể làm chúng ta ngạc nhiên. "Đểu" có nghĩa là người gánh thuê. "Cáng" là loại võng có mui che, mắc vào hai đòn do hai người khiêng. Ngày xưa "đểu cáng" có nghĩa là người phu khiêng cáng. Tại sao từ một chữ hiền lành, "đểu cáng" biến thành nghĩa dữ dội như vậy? Có thuyết cho rằng những người phu khiêng cáng ít học, thường giành khách, ăn chia không đều, dẫn đến tình trạng đánh nhau, chửi nhau, lừa nhau khiến "đểu cáng", theo "Giúp Đọc Nôm và Hán Việt" của Trần Văn Kiệm, có nghĩa là "bọn vô lại". Ngày nay "đểu cáng" được hiểu là "gian dối, phản phúc, lừa lọc". "Đểu cáng" mất hoàn toàn ý nghĩa ban đầu và ngày nay cũng chẳng còn cái nghề khiêng cáng. Chỉ còn những người khiêng vác mướn mà ngoài Bắc gọi là "cửu vạn". Tại sao gọi là "cửu vạn", cứ nhìn vào quân bài "cửu vạn" trong cỗ bài tổ tôm khắc biết. Quân bài "cửu vạn" có hình một anh chàng có dáng khỏe mạnh vác trên vai một thùng đồ. Hai chân như lên gân cốt chứng tỏ thùng đồ khá nặng. Khiêng vác mướn là nghề được coi là mạt hạng trong xã hội. Không có tài cán chi, không cần tay nghề, chỉ mang sức ra khuân vác thuê kiếm chút tiền công thường là rẻ mạt. Hạng người mà ca dao rẻ rúng: *Vai u, thịt bắp, mồ hôi dầu/ Lông nách một nạm, chè Tàu một hơi.*

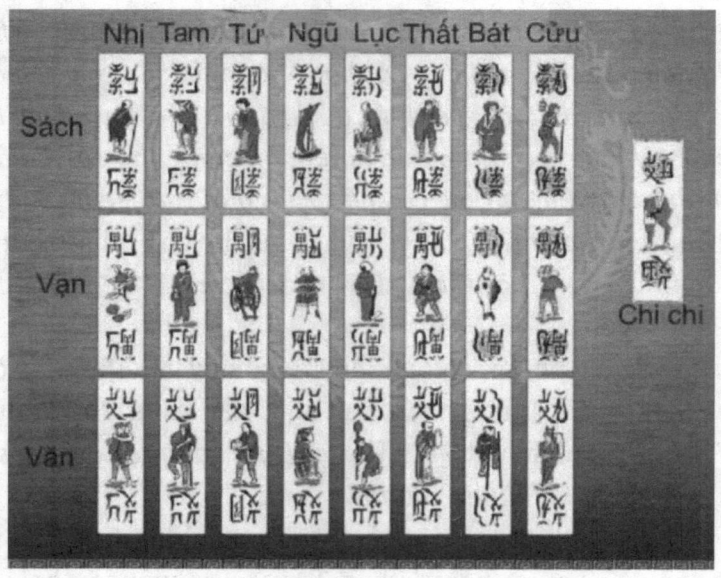

Từ lá bài tổ tôm đi vào thành ngữ còn có câu "nhũn như con chi chi". Bộ bài tổ tôm ngoài ba hàng văn, vạn và sách còn có hàng "yêu" gồm các lá bài ông cụ, thang thang và chi chi. Con chi chi giá trị vào hạng bét trong bộ bài, quân nào cũng có thể đè được nên... nhũn như con chi chi. Nhũn đây là nhũn nhặn chứ không phải mềm nhũn.

Nhưng nhiều người không chịu nghĩa "nhũn nhặn". Họ cho nhũn như con chi chi là mềm nhũn. Có hai giả thuyết để biện minh cho sự mềm nhũn này. Thứ nhất, đó là tên một loài cá có tên là chi chi. Chi chi là một loài cá nhỏ, thân mềm yếu. Khi bị vớt lên khỏi mặt nước, chỉ một lát sau, thân cá sẽ nhũn nát. Trên thực tế, người ta chưa bao giờ thấy loài cá này. Giả thuyết này coi như viển vông.

Cái hiển hiện trong thực tế để người ta vin vào đó mà giải thích thành ngữ "nhũn như con chi chi" là bộ phận sinh dục của người đàn ông khi ỉu xìu. Bộ phận sinh dục là một thứ bị coi là tục tĩu, không muốn nhắc tới nên các cụ nói tránh ra là "con chi chi". Hiểu như vậy thì thành ngữ "nhũn như con chi chi" dùng để chỉ một người khiếp sợ, mềm yếu đến nhún nhường giống như là "cái chi chi" trong trạng thái chẳng vẻ vang chi!

Đang nói chuyện ảnh hưởng của tổ tôm vào thành ngữ của người Việt, dĩ nhiên tôi không khoái hai lối giải thích bá láp mang loài cá và loài... phải gió vào đây. Như đã thú nhận ở trên, tôi không biết đánh tổ tôm và cũng chẳng muốn "làm trai" như các cụ Tú Xương, Nguyễn Khuyến, Nguyễn Công Trứ. Theo chân các cụ chơi tổ tôm mệt lắm. Mỗi khi đánh một quân bài, các cụ thường lẩy Kiều. Tỷ như khi đánh ra quân ngũ sách có hình một chiếc thuyền buồm thì ngâm: *"Thuyền tình vừa ghé tới nơi/ Thì đà trâm gãy bình rơi mất rồi"*. Hoặc đánh ra quân nhị vạn có hình cành đào lại ngâm: *"Dấn thân đến bước lạc loài/ Nhị đào thà bẻ cho người tình chung"*. Khó khăn như vậy giới bình dân ít thơ thẩn đâu kham nổi. Thôi thì để các cụ văn hay chữ tốt chơi tổ tôm, chúng tôi dân dùi đục chấm mắm tôm chơi theo kiểu ăn theo tổ tôm. Đó là chơi bài chắn cạ.

Đánh chắn cũng dùng bộ bài tổ tôm nhưng bỏ bớt chỉ còn chắn 100 quân bài. Cách đánh giản dị hơn tổ tôm. Vậy nên tôi mới biết bộ bài tổ tôm bị cắt xén này. Dân miền Bắc rất quen thuộc với trò đánh chắn. Ngày giỗ, ngày tết, khi họ hàng tụ tập nhau lại thế nào cũng có bàn chắn. Mỗi bàn chắn gồm 4 hoặc 5 tay chơi. Nhiều khi phải gầy tới ba bốn bàn mới đủ chỗ cho mọi người.

Gia đình tôi không bài bạc chi trong những ngày tết hay giỗ chạp. Cho tới khi được… giải phóng. Khi tôi đi tù về thấy ông bà cụ cùng mấy ông chú bà cô gầy bàn chắn tại nhà, tôi rất ngạc nhiên. Sao các cụ bỗng đổi tính như vậy? Cuộc đổi đời làm con người chán nản, tìm mọi cách để tiêu hao thời gian, khỏi phải nghĩ ngợi cho đau cái đầu.

Hai thành viên cuối cùng còn sống của bàn chắn quên đời tại nhà tôi là ông chú và bà cô út của tôi, nay định cư tại San Jose. Khi hai ông bà mấp mé tuổi trăm, họ vẫn đánh chắn tay đôi. Ông chú tôi đã ra đi hai năm trước. Bà cô tôi mới theo chân ông. Vậy là tất cả thành viên của bàn chắn quên đời tại nhà tôi trước đây đã bỏ cõi đời này. Bàn chắn xưa không có hậu duệ. Như tổ tôm, chắn cũng lặng lẽ đi vào quên lãng, ít nhất là đối với bàn chắn bất đắc dĩ vì thời thế tại nhà tôi một thời năm xưa. Thời chẳng ai muốn nhớ!

Song Thao
11/2023
www.songthao.com

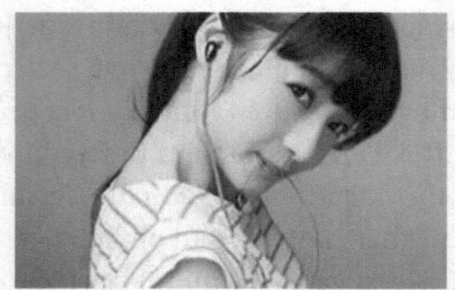

nhớ hồi xông đất nhà em
hai chân lính quýnh bước lên thềm nhà
trái tim chỉ chực vọt ra
cái miệng ấp úng như là cà lăm
cái đầu cái óc tối tăm
cũng may nhờ cái hết lòng yêu em
và nhờ đôi mắt lọ lem
núp sau cửa nháy nhắc tên dật dờ | LH

NGUYỄN THỊ BÍCH NGA
ĐI CHỢ TẾT

1.

Nhà tôi ở gần chợ Nguyễn Tri Phương, quận 10. Cứ đến những ngày gần Tết (sau khi được nhà trường cho nghỉ học), tôi lại xin Má cho tôi đi chợ Tết với Má.

Đi chợ Tết, không có nghĩa là Má mua hết cả chợ rồi đem về nhà cất vào tủ lạnh, ăn dần trong hai tuần. Đi chợ Tết chỉ có nghĩa là hai má con đi dạo nhởn nhơ khắp nơi, mỗi ngày mua một vài món thôi, cốt để tận hưởng cái không khí nhộn nhịp vô cùng đặc biệt mỗi năm có một lần.

Mỗi khi đi chợ Tết, tôi thích xách giỏ cho Má. Bộ mặt tôi lúc đó mang nét lẫn lộn giữa hí hửng và long trọng. Một tay tôi níu chặt tay Má, một tay tôi đung đưa cái giỏ nhựa, có cảm giác như mọi người đều chú ý đến tôi và trầm trồ với nhau: *"Úy trời, có một con nhỏ đi chợ Tết với Má nó kìa!" "Nhìn nó thiệt là đảm đang!" "Nó xách giỏ cho mẹ nó nữa chớ!" "Chưa từng thấy đứa nào giỏi giang như nó!"*

Cứ mải tưởng tượng về những điều không có thật đó mà lắm khi tôi suýt bị lạc đường, quẹo bậy quẹo bạ trong chợ, đến nỗi thỉnh thoảng Má lại gọi to: *"Bi! Đi đâu hướng đó dzậy con? Quay lại đây nè!"*

Mỗi ngày Má chỉ mua vài món (tất nhiên là gia đình tôi ăn Tết tùy theo đồng lương của Ba). Hôm trước mua thịt thì hôm sau mua cá, nhưng không có hôm nào hai má con không dừng chân trước các sạp bánh mứt. Khu vực này đông ơi là đông, có lúc chen chân không lọt. Hàng trăm loại bánh kệ bên trên khoe màu - thì hàng trăm loại mứt kệ bên dưới khoe sắc. Bánh tây, bánh ta. Mứt khô, mứt ướt. Kẹo cứng, kẹo mềm. Tôi níu chặt tay Má, hai cánh mũi nở phồng để hít thở mùi thơm của tất cả các loại mứt, tưởng tượng đến một bữa tiệc linh đình mà trong đó tôi có thể cho tay vào từng thẩu mứt và nhón lấy từng miếng mứt ngọt lịm, cho vào miệng nhóp nhép...

Đến 28 Tết thì Má bắt đầu mua lá dong để gói bánh chưng. Gia đình tôi người Nam nhưng chú tài xế của Ba là người Bắc, nên chú tặng Má một khuôn bánh gỗ hình vuông, bày Má gói bánh chưng lá dong theo cái khuôn đó. Má mua thêm nhiều thịt ba rọi để làm nhưn bánh (vì Ba thích ăn nhưn thịt heo có mỡ beo béo). Gói bánh chưng phải cột bằng sợi lạt vót mỏng thì mới đẹp và đúng điệu. Chỉ vì những sợi lạt này mà có lúc tôi bị cứa đứt mấy ngón tay! Má gói bánh chưng rất đẹp với cái khuôn vuông vức, mỗi cạnh dài khoảng một gang tay đó.

Mỗi khi ngẫm nghĩ lại một thời tuổi thơ trôi qua, tôi chỉ nhớ đến những lần đi chợ Tết với Má là vui sướng nhất. Ước gì tôi có thể nhỏ lại một lần nữa trong vòng tay Má, được Má dắt đi đây đó, được Má mua cho từng viên kẹo mè xửng, từng bịch chè chuối chưng, từng cuốn sách cuốn vở, từng đôi giày xăng-đan. Cứ mỗi lần Tết sắp đến, từ đáy lòng tôi lại mơ ước đến điều thiêng liêng đó: Đi chợ Tết với Má!

2.

Sau khi có chồng thì tôi đi chợ Tết với chồng. Đi chợ Tết với chồng không vui sướng lắm vì anh không thích ngồi chờ đợi ở bên ngoài. Tôi biểu anh vào trong chợ luôn nhưng anh không chịu, chỉ muốn ngồi ở một quán cà phê gần chợ để đọc vài trang báo cho đỡ buồn chán và tẻ nhạt. Không muốn chồng ngồi chờ lâu rồi nhăn nhó, tôi cứ ba chân bốn cẳng từ sạp nọ sang sạp kia, mua đúng và đủ những gì ghi trên tờ giấy rồi hối hả chạy ra ngoài...

Một buổi chiều 29 tháng Chạp, không thể nhịn được tôi bèn lén chồng đi chợ Tết một mình. Thong thả. Nhẩn nha. Ung dung. Như những ngày xưa còn ngây thơ chưa hề vướng bận chuyện gia đình. Tôi cho phép mình đứng khá lâu trước những sạp bánh mứt đủ màu, đủ vị; mũi hít thở bầu không khí rộn ràng và ngọt lịm; tai nuốt lấy những âm thanh ồn ào và sôi động, tay ve vuốt những viên mứt me, mứt mãng cầu được gói bằng giấy bóng kính trong suốt, và làn da mặc dù nhớp nháp mồ hôi vẫn cảm nhận một mùa Xuân rộn ràng đang về...

Tôi vừa mua xong mứt dừa, mứt me, mứt chùm ruột và mứt gừng dẻo, mỗi thứ nửa ký thì điện thoại di động reng lên. Tôi thở dài. Chồng gọi. Giọng anh cáu kỉnh nhưng không giấu được vẻ lo lắng: *"Em đang ở đâu vậy?"* Tôi trả lời: *"Em đang ở chợ Nguyễn Tri Phương, mua sắm một vài thứ mà em quên."* Anh nói ngắn ngủn: *"Đứng đó chờ đi, năm phút nữa anh tới đón."*

Nhìn thấy những bịch mứt tòng teng trên tay tôi, anh kinh ngạc: *"Mua gì mà nhiều dữ vậy? Ăn làm sao hết?"* Tôi cười ngỏn ngoẻn: *"Bà bầu mà! Thấy gì cũng thèm ăn hết á! Người ta có bầu thích ăn chua còn em có bầu chỉ thích ăn ngọt!"* Chồng lắc đầu: *"Anh nhường hết mớ mứt này cho em ăn đó, anh chỉ cần một đòn bánh tét, một hũ dưa món và một hũ đầu heo ngâm giấm là tốt rồi!"*

Nhiều khi nghĩ lại cũng tội nghiệp chồng. Vì tôi không có tài nội trợ gia chánh nên chồng thèm ăn món gì tôi cũng phải xách xe đạp, chạy ra ngoài chợ mua về. Nhưng tính tôi thích vậy: thích đạp xe lang thang trên đường; thích nhìn và ngắm; thích nghe và thấy; thích hòa tan vào những cơn mưa lá me li ti đang rơi rụng lả tả trên lề đường đầy bụi; thích hít hà mùi bánh mì nóng thơm lừng của chiếc xe đẩy đang đậu ngay đầu hẻm...

3.

Rồi tới một ngày, tôi bắt đầu sống cuộc đời đi chợ Tết một mình và ăn Tết một mình, không có ai ngồi chờ đợi trong quán cà phê vỉa hè, cũng không còn ai cần nhằn cửi nhửi mỗi khi tôi nấn ná bên trong chợ quá lâu. Được tự do thật là sung sướng nhưng chuyện gì cũng có cái giá của nó. Biết làm sao? Ăn một mình - không ngon! Ngủ một mình - không thích! Chỉ có mỗi việc đi chợ Tết một mình mới mang lại cảm giác thoải mái quen thuộc cho tôi thôi.

Ngôi chợ Nguyễn Tri Phương mở rộng và bề thế hơn, với người mua kẻ bán năm sau đông đảo hơn năm trước. Chung quanh bùng binh dựng tượng vua Quang Trung Nguyễn Huệ, người ta bán hoa tươi và trái cây tươi. Hoa nào cũng đẹp và trái nào cũng ngon. Mỗi lần đi chợ Tết, tôi không vội vàng mua ngay mà cứ đi dạo một vòng cho đã đời con mắt trước. Thỉnh thoảng tôi dừng chân ngắm nghía ở một sạp bán giày dép, hoặc một sạp quần áo mới, tính toán xem nếu mua món này thì qua Tết sẽ bị hao hụt mất bao nhiêu tiền lương. Thế là lại không mua.

Lớn tuổi hơn một chút, đi chợ Tết đối với tôi còn có nghĩa là đi ăn quà. Lượn lờ qua các sạp bún bò Huế, bún chả giò, phở bò, phở gà, hủ tiếu Mỹ Tho, mì xào giòn, mì xào mềm, bánh canh, bò kho, bánh cuốn, bánh ướt... tôi cứ như một con nhỏ mới bị thi rớt. Ngẩn ngơ. Mất hồn. Không biết ăn gì. Món nào cũng ngon lành và cũng hấp dẫn. Mùi vị thu hút đôi tai, còn màu sắc thu hút đôi mắt. Tôi cứ bước đi mà không biết dừng lại ở đâu. Muốn hạ mông ngồi xuống sạp này lại thấy tiếc cho sạp đằng kia.

Con người tôi không chỉ bị giằng xéo bởi món mặn mà còn món ngọt nữa. Khoái khẩu của tôi là chè, nhưng hảo nhất là tất cả những món chè nấu với chuối. Chuối chưng, chuối xào, chuối hấp, chuối nướng và chuối chiên. Đối với tôi, hình ảnh "bụi chuối sau hè" luôn mang đậm nét quê hương.

Ước tính tôi đã sống gần chục năm trong cùng một tâm trạng như thế. Lơ đãng. Phiêu diêu. Trầm lắng. Tự tại. Với ngày tháng trôi qua nhanh hay chậm tùy vào những buồn vui bất chợt vụt đến rồi vụt đi. Dù có cảm tưởng mình đánh mất tất cả, tận dưới đáy lòng tôi vẫn rưng rưng biết ơn khi nhận ra một điều là trái tim trẻ thơ của tôi vẫn còn hiện diện ở đâu đó, mỗi khi Xuân về.

4.

Trước khi tôi bay sang Mỹ theo diện định cư, con trai rủ tôi đi chợ Tết với nó. (Nó có gia đình rồi nên không được đi qua Mỹ với tôi). Hai má con bước chân vào ngôi chợ Nguyễn Tri Phương quen thuộc (quen thuộc đến mức giống như một người nhà) để chọn mua những gì mà con trai thích. Ngày xưa đi chợ Tết với Má, tôi níu tay Má và lẽo đẽo đi bên cạnh. Còn hôm đi chợ Tết với con trai, tôi cũng nắm tay nó và lẽo đẽo bước theo không dám rời. Con trai để yên ngón tay trỏ của nó trong bàn tay tôi, không nỡ giựt ra vì biết nếu nó làm như vậy, tôi sẽ òa khóc.

- Mẹ muốn mua món gì nè?
- Hả? Con muốn mua gì thì cứ mua đi. Con mua cái gì, mẹ ăn cái đó.

Tôi hào phóng tặng con trai và gia đình nhỏ của nó một cái Tết đầy đủ và hạnh phúc trước khi ra đi thật xa. Tôi không biết nửa vòng trái đất có thể được gọi là xa không? Chắc là xa lắm. Vì khi ngồi trên máy bay, tôi đã ngủ nhiều giấc dài nhưng thấy mình vẫn chưa đặt chân xuống đất.

Thôi không nói về chuyến đi vượt qua Thái Bình Dương một mình nữa, mà trở lại nói về lần đi chợ Tết với con trai. Nó mua cho tôi một bịch dây thun cột tóc đủ màu, nói mẹ qua Mỹ nhớ cột tóc bằng mấy sợi dây này nha. Mẹ nhớ con nha. Tôi đáp lúc nào mẹ cũng nhớ con, không cần phải cột tóc rồi mới nhớ. Nó cười. Tôi thích nhìn cái miệng cười lỏn lẻn của con trai. Ai cũng nói nó có cái miệng cười giống tôi. Những điều nhỏ nhặt đó như cột chặt mối quan hệ giữa hai mẹ con. Dăm ba ngày tôi gọi điện thoại về cho nó một lần. Dăm ba tuần nó gọi điện thoại qua cho tôi một lần. Còn email thì hầu như ngày nào cũng có vài dòng ngắn ngắn.

Cảm ơn con trai. Nhờ có tình cảm của nó mà tôi đã vượt qua được khoảng thời gian đầu, khi cuộc sống mới lạ cứ đi theo chiều hướng từ mức te tua, tê tái đến mức thê thảm...

5.

Giờ đây tôi đã quen với với việc đi chợ Tết Việt Nam một mình trên đất Mỹ. Vẫn là một mình tôi bước lững thững dạo giữa những con người mắt-xanh-và-da-trắng giờ đây không còn lạ lẫm nữa. Tôi đi chợ Tết vì hôm đó là ngày Tết của mình, nhưng hôm đó vẫn là ngày làm việc bình thường của Mỹ. Tôi chậm rãi băng qua bãi đậu xe rộng mênh mông, vừa đi vừa lẩm bẩm một mình: *"Làm ơn bán cho tôi một đồng bạc Tết...! Làm ơn bán cho tôi một đồng bạc Tết...!"*

Nguyễn Thị Bích Nga

LÊ CHIỀU GIANG
XUÂN MỚI

Từ California khi trở lại thăm Saigon trong một dịp Tết, điều thú vị nhất là tôi được một mình rong ruổi trên những chuyến xe bus, tôi đi khắp Saigon, Chợ Lớn, Phú Lâm. Chẳng cần biết trạm sẽ dừng nơi đâu, tôi đi hết đường hết sá, ngắm nhìn mọi thứ xe lớn xe nhỏ, phố bé xíu hay đường rộng thênh thang. Và để tôi thấy hết mọi người, cùng nhìn luôn mọi thứ...

Hôm nay tôi cũng bước đại xuống một trạm dừng, chẳng cần biết tên gọi. Loanh quanh rồi tôi định ngồi ăn trưa ở lề đường nào đó. Nắng và bụi sẽ là gia vị cho những dĩa cơm đường chợ, ly nước mía sẽ làm dịu bớt ồn ào của những tiếng còi xe không bao giờ dứt, khiến thiên hạ chỉ muốn điên đầu. Saigon, những ngày giáp Tết, mọi sự vội vàng như đã được nhân lên qua đủ thứ màu trang trí nóng nảy, kiểu xanh vàng và tím đỏ.

Em mời tôi mua vé số, tôi mời em ngồi cùng với bữa ăn trưa. Khi chủ quán đặt lên chiếc bàn nhựa bữa ăn lề đường thịnh soạn, tôi đã chẳng nhìn thấy chút hân hoan nào trên gương mặt em. Chắc em còn bận tâm, sốt ruột với tập vé số chưa kịp bán hết.

Nắng chiều gió sớm đã làm tóc em cháy khô với da mặt sần sượng. Tôi chưa hỏi tên, nhưng trên cánh tay trần tôi thấy khắc chữ Hoang, còn có vẽ thêm cả một lưỡi dao vụng về xấu xí.

Hoang hay Hoàng? Em thích xăm nhưng chắc không tiền nên tự vẽ, viết ra bằng mực thường, rất đậm. Giang hồ, bụi đời hay chỉ xăm mình nhằm dọa hù thiên hạ và tiện thể, để em tự vệ trước những hung dữ ghê gớm của đời? Tôi lặng lẽ nhìn em ăn uống vội vàng, có vẻ gì như em chỉ rình rình tẩu thoát khỏi nơi đây.

Sự im lặng của em với nét mặt rất ngầu, như mời gọi trí tò mò của tôi về đời sống chẳng biết gọi là gì của những gương mặt chợt già trước tuổi, những đứa trẻ bị quăng ra đời một cách ngang xương, đầy bất nhẫn.

Còn nguyên buổi chiều dài không biết đi đâu, tôi đề nghị theo em đi bán vé số. Tôi muốn mình hiểu ra thế nào là lang thang, là vất vả nhọc nhằn mà rất nhiều người như em đã từng bươn chải. Ngay lập tức em từ chối, vì sợ đi với tôi thì sẽ chẳng ai mua. "Sự thảm thương".

Món trang sức thời thượng không thể thiếu của đời sống trẻ thơ, em cần phải đeo mang nó một mình, và phải chỉ một mình em thôi.

Em đã chào tôi và bỏ đi rồi, nhưng chợt quay lại hẹn 5 giờ chiều em sẽ gặp lại tôi nơi đây.

Thú vị với lời hẹn của em, nhưng tôi tự hỏi, gặp lại em rồi tôi và em sẽ đi đâu, làm gì? Mời thêm bữa ăn tối thì chắc cũng lại chán và nhàn nhạt như trưa nay thôi.

Mới 2 giờ chiều, chẳng biết làm gì, tôi ngồi luôn tại chỗ, đợi em với những ly cafe, nước mía, sữa đậu nành, nước dừa và thêm cả rau má...

Em trễ khi trở lại, cười cười với vẻ mặt ít gượng gạo hơn. Em hỏi tôi có muốn theo về nhà Ngoại không?

Chẳng cần biết em mời tôi về đâu, nhưng nghe chữ "Ngoại", tôi tưởng tượng ngay ra sự hiền lành, những chân chất dịu dàng của một tình thương yêu, đằm thắm. Từ nơi xa xôi, tôi một mình trở lại quê nhà, "Ngoại"; biết đâu sẽ là người cho tôi tìm ra chút thú vị, những ngọt ngào của đôi ba ngày tết mà đã lâu lắm rồi tôi như đã lãng quên.

Bến xe miền Tây chiều 29 tết. Tôi và em đã vô cùng vất vả, phải mua chợ đen mới có trên tay 2 tấm vé đi chuyến xe đò cuối cùng về Bến Tre. Em rủ tôi về nhà em chơi Tết mà đơn giản như em mời tôi mua tấm vé số. Tôi theo em đi cũng dễ dàng như hăng hái chạy theo những chuyến xe bus khắp Saigon, Chợ Lớn, Phú Lâm.

oOo

Nhà Ngoại cách con lộ có bến xe chừng cây số. Đã 10 giờ đêm, dưới bóng mờ tối tăm mà em bước nhanh, bước rành rẽ qua từng bờ đê, thước đất.

"Ngoại" nói vọng ra sân, khi em múc nước vã lên mặt: "Dzìa với ai đó bay?"

Tôi khom lưng theo em lần mò bước vô nhà, mái lá rũ xuống vách đất như một che chắn an toàn, tôi hít hà mùi ngai ngái ẩm của lá ướt. Tôi tự giới thiệu mình vì thiệt ra em có biết tôi là ai đâu? Chẳng nhìn rõ mặt nhau, nhưng qua giọng nói tôi đoán chắc bà là người nhân hậu, dễ mến.

Tôi tự nhiên, Ngoại đơn sơ và em hiếu khách. Chúng tôi ngồi quanh mâm cơm trễ tràng dưới ngọn đèn điện chỉ sáng hơn bóng tối một chút.

Sáng 30 Tết, tôi theo Ngoại ra vườn sau nhà cắt hết những buồng chuối ươm ươm chín, mấy trái đu đủ bóng vàng và cột chân con gà duy nhất bỏ vô chiếc giỏ lát cũ.

Chúng tôi cùng với mươi người quanh khu xóm của Ngoại bày hàng ra trong buổi chợ cuối năm.

Chợ không có mái che. Mọi thứ đều được đặt trên những chiếc sạp siêu vẹo, chỏng chơ, ngang dọc không hàng lối. Những rau xanh, ớt tỏi hành ngò, rổ cà chua thắm đỏ hay những trái thơm mập mạp chưa kịp chín. Còn có cả nến và nhang đèn làm cho chợ thoáng một chút hương thơm. Chỉ có hàng thịt là lúc nào cũng có khách hàng vây quanh. Ồn ào nhất chắc là con heo bị trói, nằm bất mãn khi ủn ỉn, lúc la làng, bên bầy vịt gà trong lồng đang chen lấn, đập vẫy xôn xao.

Chợ còn được góp thêm một giàn dây chẳng chéo, vắt treo những bộ quần áo mới, xanh, đỏ, trắng, vàng. Màu sắc trông đẹp như cờ quạt reo vui, đang phất phơ bay đùa trong gió.

Tôi thấy yêu mến những lời gọi với hỏi han, những câu nói khơi khơi bông đùa quanh chợ. Những kỳ kèo mắc rẻ, đôi khi còn ráng lườm nguýt, với chê bai... Vài em nhỏ sốt ruột đứng chờ Mẹ mau bán hết hàng, nũng nịu vòi vĩnh đòi mua quần áo mới. Những líu lo chân sáo, thêm đôi mắt sáng ngời với ướm ướm đo đo, khen đẹp hoặc chê rộng chật, không vừa...

Cái óng ả của buổi chợ cuối năm như lấn át hết những âu lo, những vội vã, dù ai cũng chỉ mong bán hàng xong còn chạy vội về nhà, sửa soạn mâm cơm đón Ông Bà. Ngoại vui mừng vì chuối cúng, đu đủ và cả con gà đẹp mịn màng đã bán xong. Tôi không theo Ngoại về, tôi nấn ná trong khu chợ chẳng còn lại một ai, ngó nhìn cái hoang sơ, cái hắt hiu của buổi chợ tàn.

Không xa khu chợ nhỏ là bến đò lưa thưa. Băng qua con đường đất với những dấu chân in, nhưng không còn đò và cũng chẳng thấy bóng ai. Duy nhất trong chòi lá, một người đang loay hoay dọn dẹp ghế bàn bên bếp lửa còn nghi ngút khói. Ông chào mời tôi với giọng Tàu lơ lớ "Xây chừng?" và cũng chẳng cần đợi tôi nói câu gì, chiếc vợt đã được Ông nhanh nhẹn bỏ thêm cafe, nhúng, nấu trong chiếc bình đen màu khói bếp. "Xây chừng?" Ôi, cách gọi của Cafe năm cũ, những quán xá đã mất tăm theo cùng với Sài Gòn mưa nắng, ngày xưa.

Tôi nhớ khi còn nhỏ, lúc vừa biết cột tóc đuôi gà, những buổi sáng tinh sương ngày Chủ Nhật, tôi được Ba chở trên chiếc xe đạp có chiếc chuông leng keng mà tôi vui tay hay bấm cho điếc tai, cho inh ỏi. Ba cho tôi theo ra Cafe Năm Dưỡng, quán gần khu chợ Bàn Cờ. Tôi chỉ được đứng chầu rìa, dựa lưng bên chiếc xe đạp, giữ xe và đợi Ba ngồi quán. Đứng chờ Ba mà mắt tôi lim dim hít hà hương cafe thơm ngát, có khi hết chỗ, Ba và nhiều khách phải ngồi chồm hổm, ngồi tràn lan ra cả lề đường. Khói thuốc bay mờ mịt, làm mắt tôi cay, nhưng lòng tôi reo vui với hoạt cảnh hay hay của những gương mặt quen thuộc tôi thấy hàng tuần...

Chiều nay, tôi đang nghẹn ngào với ly cafe bít tất đầu tiên trong đời tại một bến sông xa lạ. Ly xây chừng mà tôi nghe thơm suốt cả tuổi ấu thơ. Tôi nhâm nhi như để dành từng giọt cafe nhỏ, lặng lẽ nhìn dòng nước đưa đẩy những cánh lục bình trôi, xô dạt dưới ánh nắng vàng vọt của buổi chiều 30 Tết. Nắng bay bay vật vờ theo gió xuân, quạt trên những lá dừa cao vút, lao xao như một lời chào chia tay năm cũ.

oOo

Ngoại mặc áo bà ba vẫn còn nguyên nếp xếp, chiếc áo mà chắc chỉ để dành cho những ngày lễ lộc. Tôi hít hà mùi thơm băng phiến, theo Ngoại đi Chùa trong nắng sớm ngày mới của một đầu năm. Tôi và em khi rón rén, lúc vội vàng băng qua những đường nhỏ dọc theo con lộ chính hướng về nơi có ngôi chùa hoang liêu, cũ kỹ.

Nhìn nền đất đen bóng tôi cảm nhận ngay ra cái mát lạnh của đôi bàn chân không, chẳng ngại ngùng, tôi đi chân trần theo Ngoại bước vô Chánh Điện. Nhang khói như làm ấm lại khung cảnh âm u, chỉ có chúng tôi, vị Sư, mấy chú Tiểu, và thêm vài ba thiên hạ.

Tiếng mõ và lời kinh... Tôi đứng lặng lẽ nghe và dù không hiểu, câu kinh vẫn thoát ra sự thư thái an bình. Chúng tôi quỳ rất lâu khấn bái chờ cho đến giờ Ngọ, chờ tiếng chuông ngân.

Chuông chùa, tiếng chuông dù âm u hay thẩm sâu hun hút, vẫn luôn là âm vang của sự an nhiên và niềm hy vọng.

Em hỏi tôi đã nguyện cầu gì? Tôi nói đùa: mong sang năm về lại Bến Tre thăm em và thăm Ngoại.

Thoáng chút ngại ngần ấp úng, nhưng rất thong thả, em nói với tôi về điều mơ ước. Về những gì em đã chăm chú nguyện cầu khi nghe tiếng chuông chùa đầu năm. Em kể với tôi, suốt mấy năm nay, lang thang bờ bụi trên Saigon, bán vé số chỉ là chuyện phụ. Chuyện chính yếu là vì "Mẹ".

Em nhất quyết phải tìm ra Mẹ, tìm để được thở với hơi ấm trong vòng tay Mẹ, người bỗng dưng bỏ em ra đi, đã 4 năm rồi. Tôi ngạc nhiên, tôi giật mình, nhưng không dám nói thêm điều gì, dù sáng qua tôi đã suýt tò mò hỏi thăm Ngoại về Ba Mẹ em... Suốt hai ngày dài bên em, giờ tôi mới hiểu em hơn một chút. Chỉ một chút thôi, nhưng đã cho tôi cái nhìn về em rất khác.

Hôm nay đi lễ chùa, em phải mặc chiếc áo dài tay. Em muốn che giấu đi những nét vẽ rằn ri, bặm trợn của một đứa trẻ ráng làm cho ra vẻ bụi đời. Nhưng này em nhỏ. Dù lát nữa đây em có nhờ tôi vẽ lên cánh tay xanh xao ốm yếu của em, bên cạnh lưỡi dao xấu xí đó thêm một "Bàn tay máu", thì tôi cũng vẫn ôm em, khóc cùng em, hôn lên mái tóc khét mùi nắng mưa và sẽ đi với em khắp Sài Gòn, Phú Lâm, Chợ Lớn.

Tôi và em sẽ đi theo tiếng vọng của chuông ngân, tiếng chuông vang xa như một lời cầu khẩn. Tiếng gọi réo rắt của em và tôi sẽ vang vọng, sẽ bay cao theo với gió xa vời tìm tới bên Mẹ, dù Mẹ em bây giờ có ở mãi tận nơi đâu...

Lê Chiều Giang

chiều xuân ngồi hong gió
nhìn mây trước hiên nhà
phù vân mất quyến rũ
khi em chợt đi qua

dáng xuân như vệt nắng
hồn vương hương đôi tà
ngày chợt bền lên
rùng mình chạm mắt ta

mắt xuân chừng mười sáu
môi hồng chớm hai mươi
gót son cánh hoa nở
rạng ngời đoạn đường vui

mỗi bước em gieo nhạc
đàn vọng từ thiên thai
ta chẳng là bồ tát
lòng chao gió hiên ngoài

gắng ngồi trong bủn rủn
á khẩu trước nguồn hương
bước em kéo dài mãi
sợi thơ tình nhớ thương
luân hoán

NGUYỄN KIẾN THIẾT
Con Rồng Qua Ngôn Ngữ Dân Gian

Năm Giáp Thìn 2024 cầm tinh con rồng, có nhiều điều thú vị để nói. Người viết xin sưu tầm và thử giải thích một số ngôn ngữ dân gian qua thành ngữ, tục ngữ, ca dao về con rồng vẫn thường lưu hành ở nước ta để hầu bạn đọc. Thật ra năm nào bàn về con vật cầm tinh cho năm đó, thậm chí có người nói "Biết rồi, khổ lắm nói mãi", nên chúng tôi xin dẫn những câu tiêu biểu; đồng thời bổ sung một số ca dao, tục ngữ Lục Tỉnh có hơi hướm rồng cũng như "dị bản" do sự giao lưu văn hóa được lưu truyền rộng khắp mọi miền đất nước. Mặt khác vì không muốn dẫm lên "khuôn mòn lối cũ" nên từ nay chúng tôi tạm ngưng bàn về "con vật cầm tinh mỗi năm" cũng như hạn chế viết bài cho các báo ngõ hầu dành trọn thời gian, công sức thực hiện giấc mộng nho nhỏ trong đời.

- **Khái quát về Rồng**

Trong 12 con giáp, Rồng là con vật tưởng tượng đứng ở vị trí thứ năm, sau con mèo và trước con rắn. Rồng là con vật không có thật, nhưng lại có mặt trong Vè mười hai con giáp: "Tuổi Thìn, rồng ở thiên đình; Đằng vân giá võ ẩn mình trên mây". Rồng là một loài vật xuất hiện trong thần thoại phương Đông và phương Tây được biểu thị cho loài linh vật có sức mạnh phi thường. Ở các nước phương Đông, rồng được tôn thờ như thần vật. Còn ở phương Tây, rồng bị coi là loài quái vật, là biểu tượng của cái ác và sự hung dữ. Văn hóa phương Đông rất kính trọng và coi rồng là một loại thú linh. Trong tứ linh "Long Ly Quy Phụng" thì rồng đứng hàng đầu. Long là con Rồng, Ly hay Lân là con Kỳ Lân, Quy là con Rùa và Phụng/Phượng là một loài chim quý.

Theo thần thoại, Rồng có hình dáng rất lạ kỳ, các bộ phận con rồng được so sánh như sau: đầu rồng giống như đầu đà, sừng giống như sừng nai, cổ giống như cổ rắn, bụng như bụng con giao, mắt như mắt thỏ, tai như tai bò, chân như chân cọp, móng như móng chim ưng, vảy như vảy cá ly. Rồng có tên gọi tùy theo màu sắc, như bạch long (mình rồng toàn màu trắng), hoàng long/huỳnh long (mình toàn màu vàng, cao quý nhứt), thanh long (mình toàn màu xanh), xích long (mình toàn màu đỏ) và hắc long (mình toàn màu đen).

Người ta còn phân biệt các loại rồng như: bàn long, ly long, giao long, ứng long. Bàn long: rồng nằm, chỉ người chưa gặp thời (*Rồng nằm bể cạn phờ râu; Mấy lời anh nói giấu đầu hở đuôi* - Ca dao); ly long: rồng còn trẻ, chưa có sừng; giao long/cù long: rồng sống được 500 năm thì mọc sừng; ứng long: rồng sống được 1000 năm trở lên thì có sừng dài và mọc thêm cánh. Ngoài ra giao long còn được gọi là con thuồng luồng. Theo truyền thuyết, thuồng luồng thuộc loài thủy quái, có thân hình to lớn, đầu hình rồng, mình giống rắn, có đầy đủ tứ chi và rất dữ tợn. Dưới chế độ phong kiến, hình tượng rồng được ghép với uy quyền của nhà vua - người được mệnh danh là thiên tử (con trời). Vì vậy, từ các bộ phận trên thân thể cho đến những đồ dùng sinh hoạt hằng ngày của "con trời" đều được gắn với hình tượng con rồng: long thế/ngọc thế (thân thế của vua), long nhan (mặt vua), long bào (áo có thêu rồng của vua), long đình (sân chầu vua ngày xưa), long xa/long giá (xe dành cho vua), long sàng (giường để vua nằm), long tu (râu rồng: *Lỗ mũi em có* tám cánh lông; chồng yêu chồng bảo râu rồng trời cho...). Ngoài ra còn có mão cửu long (tức mão Cửu Long Thông Thiên) là mão vua đội có khắc 9 con rồng vào dịp lễ đăng quang, thiết triều, tiếp sứ đoàn các nước bang giao. Còn tượng cửu long tức tượng Phật Thích Ca khắc hoạt cảnh chín con rồng phun nước khi Đức Phật chào đời. Chắc chúng ta ai cũng biết một con sông lớn trên thế giới được ca dao Lục Tỉnh nhắc tới: "*Sông Cửu Long chín cửa, hai dòng; Người thương qua vô số, nhưng qua chỉ một lòng với bậu thôi*". Đó là sông Cửu Long (Tây Âu gọi Mékong) là con sông đứng hàng thứ 7 trên thế giới về chiều dài và sức mạnh phi thường, là một loại "trường giang vạn dặm" của nước ta. Khi chảy qua địa phận Nam Kỳ, sông Cửu Long mang ý nghĩa "chín rồng" tương ứng chín cửa sông đổ ra biển...

- **Con rồng qua ngôn ngữ dân gian**

Như đã dẫn, rồng là linh vật được người phương Đông coi là biểu tượng cho sức mạnh phi thường, cho những gì cao quý nhứt. Do vậy hình tượng rồng trong văn hóa dân gian - cụ thể là qua thành ngữ, tục ngữ, ca dao được thể hiện rất phong phú, đa dạng, nhiều màu sắc. Nhiều bài học luân lý qua ngôn ngữ dân gian thường mượn hình ảnh rồng để khuyên răn người đời.

- Ăn như rồng cuốn (chỉ hình tượng con rồng "cuốn" hết thảy mọi vật để chỉ sức ăn ghê gớm của nó): Ăn nhanh, ăn đến đâu hết đó.
- Ăn như rồng cuốn, làm như cà cuống lội nước/uống như rồng leo, làm như mèo mửa: Ăn nhiều mà làm ít, cẩu thả. Ăn thiệt làm chơi.
- Thêu phượng vẽ rồng: Vẽ vời, bày đặt thêm, cố làm cho đẹp hơn.
- Vẽ rồng vẽ rắn (chỉ những nét vẽ tự ý, muốn vẽ thế nào cũng được, không cần kiểu mẫu): Bày vẽ lôi thôi, luộm thuộm, rườm rà.
- Rồng bay phượng múa: Hình dáng, đường nét tươi đẹp, uyển chuyển, phóng khoáng.
- Cá chép hóa rồng: Cá chép nhờ đợt sóng cao đưa lên, vượt luôn một lần qua ba đợt sóng, nhả ngọc vượt qua Võ Long

môn và hóa rồng. Cá chép hóa rồng vì vậy biểu trưng cho sự can đảm, may mắn, thành công. Ý nói học trò đi thi được đỗ đạt vinh hiển; ước mơ thành đạt của con người.

- Con Rồng cháu Tiên có nghĩa dòng dõi đầy tự hào của dân tộc Việt Nam: chung một nguồn cội, con của rồng, cháu của tiên.

- Rồng đến nhà tôm: Người cao sang đến thăm kẻ thấp hèn. Lời nói nhún nhường của chủ nhà với khách.

- Đẹp duyên cưỡi rồng: Lấy được người chồng lý tưởng.

- Hội long vân (Hội rồng mây): Cuộc gặp gỡ tốt lành, thời cơ thuận lợi.

- Long bàn hổ cứ (Long: rồng; bàn: uốn khúc; hổ: con cọp; cứ: ngồi xổm): Nói thế đất hiểm yếu, linh thiêng. Người xưa cho những nơi có bậc hiền tài là long bàn hổ cứ. Ngoài ra còn có thành ngữ Long đàm hổ huyệt (đầm rồng hang cọp) cũng cùng ý nghĩa.

- Long ly quy phụng (Rồng lân rùa phượng): Bốn con vật quý và thiêng theo quan niệm tín ngưỡng phương Đông, bắt nguồn từ bốn linh thần là Thanh Long, Bạch Hổ, Huyền Võ và Châu Tước đại diện cho bốn yếu tố hội tụ nơi đất trời là nước, lửa, đất và gió.

- Lưỡng long chầu nguyệt: Hình hai con rồng chầu về một mặt trăng thường thấy trong các bức điêu khắc ở đình, chùa, đền thờ. Đó là biểu tượng của âm dương hòa hợp trong vũ trụ.

- Một ngày dựa mạn thuyền rồng; Còn hơn muôn kiếp nằm trong thuyền chài ("thuyền rồng" là loại thuyền có trang trí, chạm khắc hình rồng dành cho vua chúa): Nói lên ước mơ của các cô gái thời xưa muốn được vua chọn làm hoàng phi, cung tần, mỹ nữ, được sống trong giàu sang phú quý.

- Trứng rồng lại nở ra rồng; Liu điu lại nở ra dòng liu điu ("liu điu": loài rắn nhỏ chỉ ăn sâu bọ): nói lên những giá trị và bản chất nòi giống, dòng giống nào sanh dòng giống đó.

- Rồng vàng tắm nước ao tù; Người khôn ở với người ngu bực mình: ("Rồng vàng" là con rồng quý không bao giờ tắm nước đục ở ao tù): Người khôn ngoan mà phải chung sống với kẻ ngu đần thì thật là bực bội, khó chịu.

- Câu ca dao: "Vĩnh Long có cặp rồng vàng/ Nhứt Bùi Hữu Nghĩa nhì Phan Tuấn thần", ca ngợi "cặp rồng vàng" Bùi Hữu Nghĩa và Phan Thanh Giản, hai bậc hào kiệt của tỉnh Vĩnh Long xưa thời chống giặc Pháp xâm lược vào hậu bán thế kỷ XIX.

Ngoài ra hình tượng con rồng đã đi vào sinh hoạt của người dân, từ điệu "múa rồng", rồi trò chơi "Rồng rắn" đến đồng hồ khắc hình rồng. Ngay cả cây cảnh cũng mượn hình ảnh rồng, như cây lưỡi rồng, cây xương rồng, cây thanh long, cây đậu rồng (Dây ở trên mây; Là cây đậu rồng - Vè trái cây). Rồng còn có mặt trong câu đố:

Đầu rồng đuôi phượng le the
Mùa Xuân ấp trứng mùa Hè nở con (Buồng cau)...

oOo

Năm nay là năm con rồng, thiết tưởng nên bàn về một số thành ngữ, ca dao có "hơi hướm rồng" xuất hiện ở Lục Tỉnh để làm phong phú hóa đề tài. Thật ra khi bàn về văn chương bình dân Việt Nam, người ta thường đề cập đến ca dao miền Trung, miền Bắc mà ít dẫn "vốn quý" của miền Nam. Người viết muốn bảo tồn và phát huy "cái di sản lý thú của ông cha" nên phần giới thiệu dưới đây có phần nghiêng về về vùng đất mới Nam Kỳ Lục Tỉnh.

Trước hết là thành ngữ "Năm Thìn bão lụt". Nhắc tới "năm Thìn bão lụt", người ta nghĩ ngay đến cơn bão lụt năm Giáp Thìn 1904 ở xứ Gò Công và nhiều tỉnh Nam Kỳ thời bấy giờ. Đây là trận bão lụt lịch sử cách đây vừa đúng hai vòng hoa giáp - tức 120 năm. Còn thành ngữ "năm Thìn bão lụt" có nghĩa nói tới chuyện xưa cũ đã chìm sâu vào quá khứ. "Năm Thìn bão lụt" là trận bão lụt kinh hoàng ở Nam Kỳ. Xứ Gò Công chịu ảnh hưởng nặng nề nhứt. Nhiều vùng phụ cận như Mỹ Tho, Tân An, Sài Gòn-Gia Định và dọc theo vùng duyên hải cũng bị tàn phá. Nhiều làng ở gần bờ biển đã bị một hải lưu cao hơn 3 mét lôi cuốn đi mất. Bốn mươi năm sau trận thiên tai, Nam Kỳ tuần báo (Chủ nhiệm là Hồ Văn Trung - tức nhà văn Hồ

Biểu Chánh) số 85, ra ngày 8/6/1944, có bài Trận Bão Năm Thìn, mô tả khá chi tiết về cơn bão diễn ra vào ngày Chủ Nhựt 1/5/1904 trên đất Sài Gòn xưa. Ngoài ra, trong bài viết về Bão Lụt Năm Thìn của tác giả Sơn Nam và Tô Nguyệt Đình có đoạn: "Ngày 16 tháng 3 âm lịch năm Giáp Thìn, nhằm ngày 1 tháng 5 dương lịch năm 1904, một trận lụt nổi lên phá hoại toàn cõi Nam Kỳ. Riêng hai tỉnh Mỹ Tho và Gò Công là thiệt hại nặng nhất". Theo thống kê của chánh quyền tỉnh Định Tường và Gò Công thời đó, có tới hơn 5000 người chết; súc vật thì mười phần chết tám, và hơn phân nửa nhà dân bị sập trong cơn bão năm Thìn này. Ngay cả vùng Sài Gòn-Gia Định cũng có tới hơn 3000 người chết, thiệt hại tài sản khá nặng nề: *"Bến Thành nóc chợ cũng bay; Đèn khí nó ngã nằm ngay cùng đường..."* Theo cụ Vương Hồng Sển thì "năm nào có chữ "thìn" đều có mưa to gió lớn, duy năm Giáp Thìn (1904) là tai hại nhứt. Bão tố cuồng phong thì gọi "rồng đi", "rồng dậy".

Điều đáng nói là ca dao có màu sắc rồng dưới đây thường đề cập đến tình yêu đôi lứa của người dân quê Lục Tỉnh. Nơi gặp gỡ của tình yêu thôn dã thường diễn ra trong lao động sản xuất, trong những công việc thường nhựt, khi thì trong sân nhà (xay lúa, giã gạo), khi thì trên ruộng đồng bao la (cấy lúa, gặt lúa), trên sông nước hữu tình (trai thương hồ/gái bán vàm*). Cũng có khi qua những cuộc hò hát đối đáp trong một vạn cấy, trong mùa gặt, trong các cuộc thi hò hát đối đáp, các chàng trai - cô gái có dịp gặp gỡ, trò chuyện, để ý thương nhau: *"Tôi là người dạo kiểng lê viên; Tới đây gặp gái thuyền quyên nên rủ hò"*, hoặc *"Sông sâu sóng bủa láng Cò; Thương em vì bởi câu hò có duyên"*.

Để bày tỏ tình yêu, họ phải trải qua nhiều giai đoạn thử thách: tìm hiểu, tỏ tình, hẹn hò, nhớ nhung, thề thốt. Theo lẽ thường, chàng trai phải chủ động thực hiện các giai đoạn của tình yêu. Còn cô gái mặc dầu "tình trong như đã" vẫn ở thế thụ động, rụt rè e ấp. Lời tỏ tình mộc mạc hồn nhiên được sử dụng bằng ngôn ngữ bình dị, ngộ nghĩnh là nét đặc thù của ca dao Lục Tỉnh. Sau thời gian đi khắp Nam Kỳ, tới nơi đây do duyên trời định khiến chàng trai đã "phải lòng" cô gái nên tìm cách bày tỏ tình cảm của mình:

Trên trời có cây hóa kiểng
Dưới biển có cá hóa long
Con cá lòng tong ẩn móng ăn rong
Anh đi Lục tỉnh giáp vòng
Tới đây trời khiến đem lòng thương em.
(Cá hóa long: Cá chép hóa rồng, đã giải thích ở trên).

Chưa hết, chàng đem chuyện hai đứa còn sống sót sau trận bão lụt năm Thìn là do Tơ hồng Nguyệt lão xe duyên:

Năm Thìn trời bão thình lình
Kẻ trôi người nổi, hai đứa mình còn đây
Tơ hồng nay đã về tay
Bà Nguyệt ở lại xe dây hai đứa mình
Điệu phu thê mình giữ trọn tình
Để phụ mẫu hay đặng đánh mình đau tui.

Câu ca dao dưới đây nói lên nỗi nhớ thương của chàng trai miệt vườn vì hoàn cảnh phải xa cách người thương của mình bởi trận "bão lụt năm Thìn" mà "khóc đến mòn con ngươi", nay gặp lại chi xiết nỗi vui mừng!

Gặp mặt em đây mới biết em còn
Hồi năm Thìn bão lụt qua khóc mòn con ngươi.

Nhớ lại cảnh người chết vô số, thây trôi đầy đồng khiến bao kẻ "lạc vợ xa chồng" mà phải tuôn trào "nước mắt":

Đèn nào cao cho bằng đèn Châu Đốc
Gió nào độc cho bằng gió Gò Công
Một ngọn gió đưa lạc vợ xa chồng
Nằm đêm nghĩ lại nước mắt hồng tuôn rơi.

Và trong một hoàn cảnh khác, chàng trai Lục tỉnh vì nhớ tới người thương đến nỗi "khóc đỏ lòm con ngươi" bởi cảnh "kẻ mất người còn":

Năm Thìn bão lụt, kẻ mất người còn
Nhớ em anh khóc đỏ lòm con ngươi.

Đôi khi vì quá đỗi si tình, chàng trai trở nên "liều mạng" đến nỗi "Dao phay kề cổ, máu đổ không màng" và bất chấp mọi trở ngại hiểm nguy, quyết một lòng son sắt với người mình thương nên hứa hẹn một câu chắc như đinh đóng cột:

Miễn bậu đành ừ, qua chẳng từ lao khổ,
Dẫu đăng sơn cầm hổ, dầu nhập hải tróc long
Trước sau giữ trọn một lòng,
Vào lòn ra cúi, anh cũng đành lòng theo em.
(Đăng sơn cầm hổ, nhập hải tróc long: Lên non giữ lấy cọp, xuống/vào biển bắt rồng).

Có những tình yêu đơm bông kết trái, nhưng cũng có nhiều cuộc tình gặp trắc trở khiến cô thôn nữ hoàn toàn sụp đổ trong chán nản và tuyệt vọng muốn "tu được hóa rồng" hầu "xa lánh bụi hồng gió trăng":

Nghĩ con cá Lý ngư cũng như thân thiếp
Chờ cho mãn kiếp tu được hóa rồng
Thôi anh đừng mong việc vợ chồng
Để cho em xa lánh bụi hồng gió trăng.

Sau hết là bài ca dao trữ tình:

Rồng chầu ngoài Huế, ngựa tế Đồng Nai
Nước sông trong chảy lộn sông ngoài
Thương người xa xứ lạc loài tới đây.

"Rồng chầu" chỉ nơi vua đang có mặt, kinh đô nơi vua (rồng) đang ở. Trong bài này, "rồng chầu" có lẽ chỉ hình ảnh những con rồng tạc bằng đá chầu trước kinh thành Huế. Việt Nam Từ Điển (1931) giải thích: "Bởi chữ triều đọc trạnh. Đi hầu chực vua chúa: Các quan đi hầu vua. Nghĩa rộng: Cùng hướng về một phương vị nào". Tự Điển Việt-Bồ-La (1651) giải thích "tế" có nghĩa là chạy. Ngựa tế là ngựa chạy/chạy mau, chạy đều bốn chân; "tế riết" là chạy hoài, chạy mãi, chạy riết, không nghỉ chân.

Bài ca dao trữ tình biểu hiện khát vọng tự do qua hình ảnh hào hùng tung vó ngựa xuôi vào Nam (ngựa tế Đồng Nai) để "mở cõi" của di dân người Việt; đồng thời nó lên tình dân tộc nghĩa đồng bào của người dân Lục Tỉnh - nói chung và Đồng Nai - nói riêng. Phóng khoáng, bộc trực, mộc mạc, dân dã mà thắm đượm nghĩa tình. "Người xa xứ lạc loài tới đây" phải chăng là cư dân Đàng Ngoài, Đàng Trong vào "miền đất hứa" sanh cơ lập nghiệp theo đà Nam tiến? Chữ "thương" gói trọn nghĩa tình, nó bộc trực, tự nhiên không xới lới, môi mép: người tới trước giúp đỡ, cưu mang đùm bọc người đến sau; người miền Nam Lục tỉnh cưu mang đùm bọc người từ miền ngoài tới:

"Tới đây thì ở lại đây; Bao giờ bén rễ xanh cây hãy về". Đó cũng là tánh cách, là cốt cách "trọng nghĩa tình" của người dân Lục tỉnh. Cũng có thể giải thích đó là tình cảm đặc biệt của cô gái miệt vườn dành cho chàng trai "xa xứ": chữ "thương" ở đây có nghĩa là tình yêu đôi lứa, nó thiệt thà, đằm thắm mà ẩn chứa nghĩa tình...

- **Kết.**

Còn rất nhiều điều thú vị về ngôn ngữ, văn hóa dân gian liên quan đến con vật số một trong tứ linh. Vì khuôn khổ tờ báo có hạn, chúng tôi xin tạm dừng nơi đây. Duy có điều cần lưu ý: Năm ngoái khi bàn về con cọp, chúng tôi có nhấn mạnh là người xưa đánh cọp, giết cọp xong rồi lập miếu, tạc tượng mà thờ. Trái lại, con rồng vốn là linh vật huyền thoại - theo quan niệm Đông phương, chẳng những không bị đánh giết mà còn được thờ tự khắp đình chùa, miếu mạo cả nước. Ngoài ra khi đề cập đến thời đại "đạo tặc" lên ngôi, chúng tôi đã liệt kê đủ loại "tặc" - trong có "hổ tặc". Nay còn có thêm "giun tặc" - tức "địa long tặc" (địa long là rồng đất, tức con giun/trùn) nữa. Mấy lúc gần đây nạn "giun tặc" hoành hành khiến người dân mất ăn mất ngủ - đặc biệt ở các tỉnh miền Bắc Việt Nam. Chúng dùng máy kích điện bắt trùn (kích giun), đem sấy khô để bán cho thương lái Trung Quốc. Giun tươi được bán với giá từ 50 tới 70 ngàn đồng/kg.

Còn giun đã sấy khô được bán với giá khoảng 1 triệu đồng/kg. Hậu quả nghiêm trọng của việc kích giun là gây chết mọi vi sinh vật trong đất, tiêu diệt sạch sành sanh từ trứng giun tới giun mẹ giun con và làm hư hại hết rễ tơ của cây ăn trái... Người anh em láng giềng "bốn tốt" đã thành công trong việc dùng "một ná bắn hai chim": một là thâu mua giun đất (địa long) để bào chế thuốc chữa cao huyết áp, nhức đầu, sốt rét; hai là mượn tay người Việt hủy hoại môi trường trên đất Việt, gián tiếp phá hoại nền kinh tế nước ta. Ngoài ra trong y dược học Việt Nam, theo GS Đỗ Tất Lợi, có nhiều vị thuốc mang tên rồng như: Ban long (rồng có đốm) là một thứ cao được bào chế từ sừng hươu có đốm. Địa long (rồng đất) như đã kể. Long y (chiếc áo của rồng) tức là vỏ ngoài của rắn lột xác (da rắn) bào chế thành thuốc trị ghẻ và có tác dụng sát trùng ngoài da. Long nhãn (mắt rồng) là vị thuốc chế từ cùi nhãn phơi sấy khô dùng chữa bịnh suy nhược thần kinh và mất ngủ, vân vân...

Nhân tết con Rồng sắp tới xin kính chúc bạn đọc gần xa - đặc biệt các chàng trai có sức khỏe phi thường như rồng, còn các cô gái vẫn thủy chung son sắt: *"Trăm năm trăm tuổi may rủi một chồng; Dầu ai thêu phượng vẽ rồng mặc ai"*.

Nguyễn Kiến Thiết
Montréal Canada, Tết Giáp Thìn 2024

Chú thích:
* Thương hồ: dùng ghe xuồng chuyên chở nông sản buôn bán trên sông nước miền Nam rày đây mai đó, sống đời "gạo chợ nước sông".
Bán vàm: (vàm: cửa rạch, cửa sông, ngã ba sông) bán hàng rong như chè, cháo trên sông- thường ở ngã ba sông khắp miền Nam, nơi ghe thương hồ tới lui tấp nập. Ca dao có câu: "Thân em là gái bán vàm; Bán vàm em bán, điếm đàng em không".

VƯƠNG HOÀI UYÊN
Chạm Tay Vào Mùa Xuân

Đã định không về, nhưng 23 tháng Chạp đưa ông Táo về trời xong thì Sa quyết định về quê ăn Tết. Chị tức tốc xách xe chạy đến nhà cô bạn thân có bà chị bán vé tàu lửa nhờ mua hộ cái vé đi về miền trung. Hảo tròn mắt ngạc nhiên:

-Điên vừa thôi chứ. Người ta mua vé tàu Tết cách đây hai tháng. Bây giờ bà mới mua. Làm sao mà có vé?

Sa năn nỉ:

-Bà giúp tôi lần này nữa thôi. Mua hộ tôi cái vé chợ đen cũng được. Miễn là vé thật. Tôi mua sợ gặp vé giả.

Cầy cục mãi rồi Hảo cũng mua được cho Sa một cái vé với giá chính thức. Cũng may có người trả vé không đi, và Sa được lấp vào chỗ trống. Sa lập tức chuẩn bị va ly ngày 26 tháng Chạp lên đường.

Sa hay có những quyết định bất ngờ như vậy. Từ một phút chạnh lòng, từ một thôi thúc nào đấy. Cũng có thể từ nỗi sợ hãi cảm giác cô độc trong những ngày Xuân – ngày mọi gia đình sum họp. Chị cũng có một gia đình lớn nhưng rồi mỗi người ly tán một nơi. Cha mẹ qua đời, anh chị em mỗi người mưu sinh một vùng đất khác nhau, kẻ độc thân như chị cũng không bám vào căn nhà thừa tự mà trôi dạt tận mảnh đất phương Nam này. Cuối cùng ngôi nhà thờ và mảnh vườn xưa phải nhờ một đứa cháu kêu Sa bằng cô trông coi hương khói.

Sa bỏ quê hương ra đi vì công việc, nhưng cũng vì buồn. Thà làm lữ khách lang thang đây đó còn hơn phải làm người ở lại sau cùng, để chứng kiến sự tan tác chia lìa. Lang thang trôi dạt cũng là cách tìm quên nỗi buồn. Nhân vật Socolop trong tác phẩm "Số Phận Con Người" của Mikhain Solokhop cũng đã cùng đứa con nuôi bé bỏng lang thang khắp nước Nga để quên đi nỗi mất mát đau buồn mà cuộc chiến tranh thế giới thứ hai đã để lại cho anh. Ngôi nhà xưa cùng vợ và hai đứa con của gái anh đã bị một quả bom vùi nát. Đứa con trai duy nhất là sĩ quan đã hy sinh trong khi cùng Hồng Quân Liên Xô tiến vào giải phóng Berlin. Khi mà cha con anh sắp sửa gặp lại nhau trong chiến thắng thì một viên đạn bắn tỉa của một tên Phát xít nào đó đã nhắm vào đứa con trai duy nhất của anh. Số phận thật nghiệt ngã và độc ác. Và đôi mắt của anh đã đã trở thành mờ đục như phủ lên một màu tro xám xịt của đau thương và tang tóc.

Sa bây giờ cũng thành Socolop thứ hai, lang thang cho quên đi nỗi cô độc của cuộc đời.

Khi còn ngồi trên tàu Sa đã loáng thoáng nghe về căn bệnh viêm phổi cấp đang hoành hành ở Vũ Hán. Nghe đâu ở bệnh viện Chợ Rẫy cũng đã có hai bệnh nhân đầu tiên người Trung Quốc đang chữa bệnh ở đấy. Một số hành khách đã bắt đầu mang khẩu trang và ít trò chuyện cùng nhau. Sa ngồi lặng lẽ vì thói quen ít giao tiếp với người lạ và nghĩ có lẽ tình hình này thì hành trình du xuân của chị cũng sẽ bị ảnh hưởng ít nhiều.

Vì không báo cho ai biết nên dĩ nhiên là không có ai đón chị. Sa về nhà lặng lẽ, chỉ có một con chó già nua nằm ở góc sân đứng dậy ngơ ngác nhìn chị nhưng vẫn không tỏ vẻ kháng cự. Có lẽ nó đã quá già nên cũng mệt mỏi với công việc canh gác một đời. Căn nhà ngày xưa chị đã từng sinh ra và lớn lên, nằm lặng lẽ giữa mảnh vườn cây cối xơ xác. Chỉ có mảnh vườn trồng hoa là rực rỡ như một điểm nhấn giữa khu vườn u tịch. 27 Tết rồi, có lẽ hoa đã được đứa cháu đưa ra chợ bán, nhưng vẫn còn khá nhiều. Cửa nhà không khóa, đúng là ở đây vẫn còn là một nơi chốn bình yên. Sa chợt nhớ câu thơ của Nguyễn Công Trứ trong một bài phú nổi tiếng:

Ngày ba bữa vỗ bụng rau bình bịch, người quân tử ăn chẳng cần no

*Đêm năm canh an giấc ngáy kho kho, thời thái bình cửa thường bỏ ngỏ.**

Sa mở cửa bước vào nhà và vào căn phòng thời con gái xa xưa chị vẫn ở. Một thoáng xao động khi nhận ra những đồ vật trong phòng vẫn còn nằm nguyên ở những vị trí cũ. Căn phòng đầy bụi vì đã lâu không có người ở. Chị phải hì hục lau dọn rồi mới tạm ngồi xuống ghế. Qua cánh cửa sổ mở rộng là mảnh vườn cây xanh ngày xưa bây giờ đã già cỗi và bị đốn bỏ phần lớn. Ngày xưa cả một vườn mận đến mùa cho trái đỏ cành. Tuổi thơ của chị là những ngày trèo cây hái quả. Từ mận đến ổi, đến bồ quân, đến xoài... Cây nào cũng có dấu vết của chị. Nhớ mấy lần chị té từ cây ổi xuống hàng rào rậm rạp, bị gai cào chảy máu nhưng không dám kêu, sợ mẹ la. Chỉ còn cây xoài ngày xưa là vẫn sống và vẫn cho trái sum suê. Cây xoài này bằng tuổi chị và đã cùng chị lớn lên trong mảnh vườn này. Chị quý nó như một người thân. Bây giờ tuổi tác nó cũng đã lớn, gốc cây to sần sùi và cành lá che khuất cả góc sân.

Đang tư lự nhìn cây xoài thì chuông điện thoại reo vang, đầu dây bên kia – từ một nơi cách xa nửa quả địa cầu – giọng người anh trai cả gọi về:

-Sa đang ở đâu đấy?

- Sa đang ở Quảng Ngãi. Sa mới vừa về.

Giọng anh Hải nao nức:

-Về quê ăn Tết hả? Sướng nghen. Anh cũng muốn về lắm nhưng không về được. Về thì nhớ ăn dùm anh món don, món ram nướng, mì Quảng Sông Vệ. Anh nhớ mấy món đó lắm.

-Ok. Em ăn rồi sẽ kể để anh thèm chảy nước miếng nghen. Sao không nói chị Mai làm mấy món đó cho mà ăn?

-Ồ, bà ấy đâu phải dân Quảng Ngãi mà biết làm mấy món đó. Vả lại, ở Canada tìm đâu cho có don?

Rồi anh kết thúc cuộc nói chuyện bằng câu dặn dò:

-Cẩn thận đấy. Đang có dịch Corona ở Vũ Hán.

Phải rồi, nói cho vui vậy thôi chứ khắp nước Việt Nam cũng chỉ có con sông Trà ở Quảng Ngãi mới có con don nầy. Làm sao ở tận Canada mà có được.

Don là một loại thuộc họ nghêu, hình thức hơi giống con hến nhưng vỏ nó màu vàng, khác với vỏ hến màu xám đen. Ruột cũng hơi giống ruột hến nhưng nếu ruột hến màu xám thì ruột don màu vàng. Luộc lên thì nước don cũng có màu vàng nhạt và có vị ngọt thanh, không chát như nước hến. Người dân Quảng Ngãi thích ăn don dạng luộc lấy nước rồi múc ra tô dầm vào trái ớt sim xanh, bẻ bánh tráng vào ăn điểm tâm hay ăn xế. Don sống dưới đáy sông Trà có nhiều cát nên sạch hơn hến. Đó là quà tặng của thiên nhiên dành cho mảnh đất miền Trung này.

Chị Mai vợ anh Hải là người gốc Huế nhưng lớn lên ở miền Nam nên không biết món don đã đành, mà nếu làm món ram nướng hay mì Quảng cũng không thể nào đúng khẩu vị được. Mặc dù mấy chị em gái của Sa không ai ưa tính chị Mai về cái tội hay nói bốc phét kiểu "mười voi không được bát nước xáo" của chị, nhưng với Sa dù sao vẫn dành cho chị những thiện cảm từ cái cách của chị khi anh Hải gặp chị lần đầu.

Hồi ấy là những năm 80, cuộc sống còn vô cùng khó khăn gian khổ. Anh Hải vừa ra khỏi trại cải tạo từ miền Bắc về đến Sài Gòn thì vợ và các con đã vượt biên qua Canada. Bơ vơ một mình với thân hình gầy ốm và căn bệnh suyễn phát xuất từ những năm tháng học tập cải tạo tại miền Bắc lạnh lẽo, anh đành phải tá túc tại nhà của chị Lê hoặc chị Loan – là hai em gái ruột đã có gia đình ở Sài Gòn. Khi thì ở nhà này, khi thì ở nhà kia. Ở đâu thì cũng là cảnh ăn nhờ ở đậu trong túng thiếu cùng cực, vì chồng của chị Lê cũng vừa mới ra tù như anh.

Một buổi chiều nọ không biết anh đến nhà chị Lê có chuyện gì, nhưng trong túi không có một đồng cắc để đi xe lam, là phương tiện di chuyển rẻ tiền hồi đó. Ban đầu anh định đi bộ, nhưng từ quận Bình Thạnh đi bộ lên tới quận Sáu xa xôi khoảng mấy chục cây số, nếu đi bộ phải đi tới khuya mới đến nơi. Ngang qua bến xe lam Lăng Ông Bà Chiểu anh ngần ngại một chút rồi ghé vào. Ý định ban đầu là xin đi nhờ, nhưng thấy khó mở miệng quá, anh đành vào quầy vé. Có lẽ thấy cô bán vé đang ngồi một mình dầu sao cũng đỡ xấu hổ hơn, nên anh xin cô gái một ít tiền đủ để mua cái vé xe lam về quận Sáu. Cô bán vé bấy giờ là chị Mai, lúc ấy đã ba mươi tuổi nhưng vẫn chưa có chồng, tròn mắt nhìn người đàn ông không có vẻ gì là người ăn xin, nhưng lại ngửa tay xin mình mấy đồng bạc lẻ. Chị nói:

-Tôi trông anh không có vẻ gì là người ăn xin cả. Chắc anh mới đi học tập* về phải không?

Anh Hải gật đầu. Chị Mai hỏi thêm:

-Nhà anh ở quận Sáu?

Anh Hải thật thà:

-Tôi về nhà đứa em gái có gia đình ở đó.

Không biết có phải vì duyên số xui khiến không mà chị Mai lại hỏi địa chỉ nhà em gái của anh Hải (tức là chị Lê) ở quận Sáu. Chiều hôm sau trong khi anh Hải đang lên cơn suyễn ôm ngực thở dốc thì chị Mai đến. Cả nhà chị Lê đi vắng. Chị nhìn quanh ngôi nhà tuềnh toàng trống hoác cũng đủ biết gia cảnh chủ nhà như thế nào. Cảnh nhà chị Lê cũng chẳng khấm khá gì, chị một nách năm đứa con, chồng cùng cảnh ngộ với anh Hải – cũng mới đi học tập về. Một tay chị bôn ba chạy chợ kiếm gạo nuôi sống gia đình.

Thời chồng chị đi học tập cải tạo, chị phải để ba đứa con lớn ở nhà tự trông nhau, còn chị chở hai đứa nhỏ bằng chiếc xe đạp cà tàng. Cả ba mẹ con ra đi từ bốn giờ sáng. Đứa nhỏ ba tuổi ngồi trước, đứa lớn năm tuổi ngồi sau ôm eo chị, cả hai đứa tiếp tục ngủ gà ngủ gật trên đoạn đường dài từ quận Sáu xuống quận Bình Thạnh để chị giúp việc nhà cho một người bà con. Có hôm trời mưa, ba mẹ con trùm chung một chiếc áo mưa. Những năm sau 1975 bánh mì còn rất hiếm, mấy bà buôn bán đi săn bánh mì thấy chị che áo mưa lùm lùm tưởng bánh mì vội chạy đến:

-Sang bánh mì không chị?

Chị giở áo mưa lên chỉ hai đứa bé đang ngủ gật:

-Đó. Sang đi,

Mấy bà buôn bánh mì ré lên cười.

Ba đứa con lớn của chị ở nhà tự lo cơm nước ăn uống và đi học. Nói là lớn, chứ thật ra đứa lớn nhất mới mười một tuổi, đứa thứ hai lên chín và đứa thứ ba lên bảy. Những người hàng xóm đi chợ ngang qua nhà tưởng ba đứa nhỏ là con mồ côi cha mẹ nên hay cho tiền. Cũng phải thôi, vì ba đi cải tạo, mẹ phải bôn ba đi làm từ bốn giờ sáng. Tối chị về đến nhà thì ba đứa đã đi ngủ. Hàng xóm không biết chị đã dành mà ba đứa nhỏ cũng ít khi thấy mặt mẹ. Có hôm chị về nghe con bé thứ hai đang ngủ nói mê: "Em biết thế nào mẹ cũng bảo ăn cơm với nước mắm thôi". Chị chua xót nghĩ con mình ăn cơm với nước mắm quanh năm, đến nỗi giấc mơ của nó cũng chỉ có nước mắm mà thôi. Nhiều hôm về leo lên căn gác tối mờ mờ, chị kiểm tra con bằng cách sờ chân. Cứ đủ sáu bàn chân là đủ ba đứa.

Chị Lê cũng ác, nhiều khi nhà đủ gạo nhưng chị vẫn bắt con cứ ba ngày ăn cơm là có một ngày ăn cháo trắng. Chị muốn luyện cho con quen với gian khổ. Thằng Tuấn con đầu của chị nói với bà hàng xóm: "Cơm thì con ăn mấy cũng được, nhưng cháo thì ngán quá". Những năm tháng ấy, nhà chị Lê cũng gần giống như "Nhà mẹ Lê" trong tác phẩm của Thạch Lam.

Ngay buổi chiều hôm đó chị Mai đưa anh Hải đi bệnh viện chữa căn bệnh suyễn vẫn hành hạ tấm thân còm cõi của anh. Và họ nên duyên từ đó.

Lúc anh Hải lấy chị Mai, vợ anh ở Canada cũng đã có chồng khác, mặc dù giữa hai người vẫn còn ràng buộc bằng tờ hôn thú. Mấy bà chị ruột của Sa vẫn có ác ý với chị Mai nên xì xào với nhau:

- Chẳng qua bà Mai chịu lấy anh Hải vì đánh hơi thấy được tương lai sẽ được đi HO, hoặc anh Hải sẽ được vợ bảo lãnh đi Canada, vì dù sao giữa anh và vợ lớn cũng còn tờ hôn thú. Anh Hải đi trước rồi bảo lãnh cho bà ấy sau.

Mặc cho ai nói gì thì nói, Sa vẫn thấy chị Mai đã gặp và yêu một anh chàng đã có vợ con, không một xu dính túi, người đàn ông ấy đã từng cơ cực đến nỗi giơ tay xin mình vài đồng bạc lẻ để mua một cái vé xe lam, thì con người ấy phải có tấm lòng trắc ẩn không dễ ai cũng có được.

Dọn dẹp căn phòng xong, Sa đi xuống bếp định tìm cái gì bỏ bụng thì đứa cháu về. Nó về chở thêm một số chậu hoa ra chợ bán. Thấy Sa nó ngạc nhiên:

-Cô về sao không báo cho cháu biết để cháu dọn phòng cho. Trưa nay cháu ăn ngoài chỗ bán hoa rồi. Để cháu đi mua cho cô cái gì ăn đỡ vậy.

Sa bảo cháu cứ chở hoa ra chợ bán, chị ăn đỡ mì tôm cũng được. Nhớ đến anh Hải và những món ăn đặc trưng của quê mình, chị nghĩ tối sẽ rủ vài đứa bạn đi ăn theo lời hứa với anh ấy.

Gặp lại đám bạn học cũ, đó là niềm vui Sa mong chờ nhất. Cả đám bạn cùng lớp thời phổ thông giờ chỉ còn thơ lơ mấy đứa còn ở lại thành phố này. Phần lớn bạn Sa cũng như dân ở tỉnh nhỏ quê hương Sa đều có một hướng Nam tiến duy nhất là Sài Gòn. Khác với người dân xứ Huế hầu như tỉnh nào họ cũng có mặt, dân Quảng không đi thì thôi, đi thì chỉ có đất Sài Gòn. Từ thời còn chiến tranh, người dân xứ Quảng bỏ quê vào Sài Gòn đã khá đông – hồi đó cứ thỉnh thoảng lại có một bạn học cùng gia đình chuyển vào Sài Gòn – sau này thời bình họ càng Nam tiến nhiều hơn. Vào miền Nam người Quảng thành đạt giàu có cũng khá đông, người nghèo đi bán báo, bán vé số cũng khá nhiều. Nhưng họ vẫn bám trụ mảnh đất miền Nam hai mùa mưa nắng này. Một lẽ dễ hiểu là ở đây con cái họ có điều kiện học đại học, ra trường cũng dễ kiếm việc làm hơn. Người Quảng suy nghĩ thực tế, nhưng một phần cũng phát xuất từ chân lý " đất lành chim đậu".

Sa nhìn những người bạn thân thiết từ khi còn tấm bé, thời gian trôi nhanh như nước lũ qua cầu, thoáng chốc đứa nào cũng trở thành bà nội bà ngoại. Chỉ có Sa là vẫn một thân một mình, trơ trọi trên cõi đời này. Khanh nhìn Sa hỏi đùa:

-Nghe nói Sài Gòn đã có bệnh nhân Corona rồi. Mày có đem vi rút Corona về đây không?

Sa cũng đùa:

-Tao đã diệt khuẩn cả người rồi mới về đây. Ai lại đem vi rút về quê mình bao giờ. Khi tao sắp về đây ai cũng can. Ai cũng bảo môi trường tàu xe chen chúc dễ bị lây bệnh lắm đấy. Nhưng tao vẫn cứ đi.

Phúc nói:

-Sa thì không ai cản nổi. Mình biết mà.

Bà chủ quán dọn ra những tô don nước vàng nhạt nổi lều bều những khúc hành cắt ngắn và mấy lát ớt đỏ. Cả bọn bẻ bánh tráng vào tô. Sa chợt nhớ có một nhà báo nào đó một lần ghé qua thành phố Quảng Ngãi được bạn đưa đi ăn don, đã viết một bài báo nói rằng sở dĩ người dân Quảng Ngãi thích ăn don vì được bẻ bánh tráng sướng tay! Thật ra thì với người dân Quảng Ngãi, không chỉ có món don mới dùng chung với bánh tráng, mà nhiều món nữa cũng ăn cùng với bánh tráng như bún bò, cháo, và các món gỏi. Bánh tráng là món ăn không thể thiếu với người Trung, đặc biệt là người Quảng, người Bình Định. Trong những bữa giỗ, thậm chí bữa ăn thường ngày cũng có bánh tráng.

Khánh đang ăn bỗng chống đũa trầm tư:

-Hôm nay mình có gọi điện thoại cho Nguyệt, nhưng nó bảo bọn mình cứ vui đi. Nó hẹn khi khác.

Sa nói:

-Ngày mai bọn mình đến thăm Nguyệt nhé. Thương nó quá.

Nguyệt là bạn cùng lớp của Sa từ thời phổ thông, Nhà gần nhau nên hai đứa hay rủ nhau đi học. Trải qua bảy năm phổ thông đi về cùng nhau nên rất thân thiết. Nguyệt lấy chồng sớm, có hai con trai. Không may chồng mất sớm Nguyệt một mình nuôi con. Một đứa học hành nghiêm túc, ra trường có công ăn việc làm. Một đứa bê tha lêu lổng, lại mê cá độ bóng đá. Nguyệt đã bao nhiêu lần khổ vì bọn giang hồ đến tận nhà đe doạ sẽ lấy mạng thằng con nếu không có tiền chung độ cho chúng. Bao nhiêu lần Nguyệt bán tất cả những gì có được cũng vì muốn chuộc mạng con. Sau bao nhiêu lần bán nhà lớn, mua nhà nhỏ, rồi cuối cùng bán nốt nhà nhỏ, ở nhà thuê, thằng con vẫn chứng nào tật nấy. Tưởng là còn một đứa con trai có việc làm, có vợ con nghiêm túc là chỗ dựa cho Nguyệt trong lúc tuổi xế chiều, nhưng số phận thật trớ trêu, thằng con một hôm đi làm về bị tai nạn chết. Con dâu bồng con về nhà mẹ đẻ, Nguyệt sống với thằng con hư hỏng còn lại. rồi không biết số phận sẽ đưa Nguyệt về đâu!

Đôi khi Sa nghĩ sống một mình như mình chưa chắc đã khổ bằng Nguyệt và một vài đứa bạn có số phận không may khác. Sa cũng đã nghĩ đến một mái chùa nào đó để tá túc những năm tháng cuối đời. Sống đến tuổi này, nghĩ đến những bước ngoặt trong đời mình, Sa thấy mọi chuyện đều có bàn tay số phận đẩy đưa, và con người không thể nào cưỡng lại được. Dường như cái may và cái rủi luôn kề nhau trong những khoảnh khắc nhỏ nhặt nhất.

Sa cũng một lần suýt lên xe hoa, nhưng rồi vì một lời nói của mẹ Bách – chồng sắp cưới - Sa đã huỷ hôn và sống độc thân mãi đến bây giờ. Ai cũng nói Sa dại, nhưng Sa có tự ái của Sa. Không phải ai cũng có thể ỷ mình giàu có mà có quyền vùi dập lòng tự trọng của người khác. Yêu Sa nhưng biết không thể lay chuyển Sa được, Bách cũng bỏ đi xa. Lúc ấy anh đang làm cho một công ty nước ngoài và được công ty mẹ cấp visa sang Mỹ làm việc và định cư luôn. Sa chỉ biết đại khái như vậy về Bách. Bạn bè và người quen hiểu tính Sa, nên không nhắc gì về Bách trước mặt Sa.

Rồi năm tháng cuốn Sa đi, cho đến ngày Sa thấy tóc mình chớm bạc. Nửa đời người rồi còn gì. Mọi cơ hội đã đi qua. Sa vẫn một mình trơ trọi trên đời. Những dịp lễ Tết là lúc Sa thấy mình trống trải nhất. Nhất là những đêm giao thừa. Ngày thường buồn quá thì có thể rủ bạn bè đi đâu đó, nhưng đêm giao thừa thì có thể gọi được ai? Ai cũng có gia đình riêng của mình với bao nhiêu công việc chuẩn bị đón năm mới. Sa đành uống một viên thuốc an thần và ngủ vùi cho qua hết đêm cuối cùng của năm.

Khi Sa về đến nhà thì thấy đèn vẫn sáng. Sa cứ đinh ninh Bảo – đứa cháu gọi mình bằng cô đang đợi mình. Nhưng thật bất ngờ Bách đang ngồi trong phòng khách. Thấy Sa ngỡ ngàng như không nhận ra mình, Bách lên tiếng:

-Sa đi chơi về đấy à? Anh Bách đây mà.

Sa trả lời, cố trấn tĩnh chính mình

-Em nhận ra anh mà. Anh về Việt Nam ăn Tết đấy à?

-Anh về thăm Sa không được sao? Nhà anh đâu còn ai ở đây nữa mà ăn Tết. Ba mẹ anh mất lâu rồi. Người anh ruột cũng định cư ở Sài Gòn. Vợ chồng cô em gái thì cũng đã sang Mỹ theo diện con bảo lãnh.

Sa hỏi một điều mà Sa biết mình muốn nghe câu trả lời của Bách nhất:

-Gia đình anh bên Mỹ cũng về với anh chứ. Cả nhà cùng ăn Tết thì vui rồi.

Bách nhìn Sa, cái nhìn tha thiết:

-Anh vẫn sống một mình từ đó đến giờ. Sa tin không? Nếu anh không nhầm thì Sa cũng vậy?

Sa cúi đầu không trả lời. Chị có thể tin được không khi một người đàn ông như Bách sống độc thân từ đó đến giờ. Cũng đã hai mươi năm từ ngày ấy. Hồi ấy Sa hai lăm, bây giờ bốn lăm. Nếu không có chuyện đó xảy ra bây giờ con của Sa và Bách đã vào đại học. Hồi phổ thông học truyện Kiều, Sa thấy Kim Trọng và Thuý Kiều xa nhau mười lăm năm là một khoảng thời gian dài đằng đẵng. Mọi thứ đã phôi pha, đã như nước chảy qua cầu. Đối với hai con người yêu nhau, thời gian xa cách thật nghiệt ngã. Nhưng con người chỉ như con rối trong bàn tay số phận. Bách và Sa cũng vậy. Nhưng lần này biết đâu số phận lại mỉm cười với họ, và có thể mùa xuân đang đến thật gần với họ, ở phía trước. Bách nhìn Sa bằng đôi mắt của ngày xưa – đôi mắt mà cứ nhìn vào đấy Sa thấy thời gian như ngừng lại, và như quên hết mọi thứ trên đời. Sa nghe tiếng Bách thì thầm:

-Đã hai mươi năm, nhưng chưa có gì gọi là muộn hết phải không Sa?

Vương Hoài Uyên

hoa mai hoa cúc cùng vàng
màu vàng hai loại nhẹ nhàng sắc riêng
mỗi thứ có mỗi nét duyên
cùng vươn những khác ưu tiên rất nhiều
với mai, ba có vẻ yêu
với cúc, mẹ có vẻ chiều chuộng hơn
riêng tôi đều thích hết trơn
màu vàng vua chúa, giản đơn, đều vàng... lhoan.

TRẦN C. TRÍ
NHỮNG CÁNH THIỆP MÙA ĐÔNG

Từ thuở còn ngồi ghế Trung Học, trong lúc bạn bè trong lớp thường trao nhau những tấm thiệp đầu xuân, in hình Tết màu sặc sỡ, có điểm những hạt kim tuyến lấp lánh và lời chúc khuôn sáo *Cung Chúc Tân Xuân,* thì Nguyệt Đàn và anh lại thích tặng cho nhau thiệp Giáng Sinh. Đặc biệt hơn nữa, hai đứa không mua những tấm thiệp in sẵn bày bán ở tiệm, có vẽ hình cô thiếu nữ với tà áo bay bay, đứng trầm mặc bên ngôi giáo đường và một vài vì sao lung linh trên cao. Cả hai thích tỉ mỉ sáng tác những tấm thiệp giản dị nhưng rất riêng tư cho nhau, lâu dần thành một thói quen tao nhã, thú vị mỗi độ đông về. Lúc trời bắt đầu trở nên se lạnh, đâu đó đã nghe văng vẳng đôi bản ca Giáng Sinh, thì hai người bạn lại háo hức ngầm thi tài với nhau, khởi sự vẽ tấm thiệp cho người bạn thân của mình. Thói quen đó kéo dài qua những năm tháng ở Đại Học, mãi đến ngày mất nước mới bị gián đoạn.

Anh vượt biên đến Mỹ trước, năm năm sau Nguyệt Đàn mới qua sau. Trong ngần ấy năm trời, đôi bạn đã mất liên lạc với nhau. Anh ở California, Nguyệt Đàn ở Washington State, tình cờ tìm lại được nhau qua một người bạn chung của cả hai. Lúc này thì anh đã có vợ và cô cũng đã có chồng. Tuy vậy, hai người vẫn hết sức xúc động tìm lại được nhau. Nguyệt Đàn đặt chân lên xứ Mỹ lúc Giáng Sinh gần kề, càng làm anh bồi hồi nhớ lại những mùa Giáng Sinh xưa. Nguyệt Đàn đã gặp vợ anh hồi còn ở Việt Nam, lúc hai người chỉ là bạn qua mối quan hệ giữa cha mẹ hai bên. Còn anh lúc trước cũng có quen người chị của chồng Nguyệt Đàn bây giờ. Vì vậy coi như ai cũng biết ai, không xa lạ gì mấy.

Đôi bạn cũ nối lại liên lạc qua những cánh thư điện tử, mỗi tháng độ vài lần, hỏi thăm nhau, nhắc lại những kỷ niệm xưa, những ngày tháng cũ và đẹp, không bao giờ tìm lại được nữa. Trong một bức thư, anh viết: *"Email ngày nay chẳng còn thơ mộng như những lá thư nắn nót viết bằng tay thuở đó, phải không Nguyệt Đàn? Vả chăng chúng ta cũng không có thì giờ để ngồi viết những lá thư như vậy. Nhất là tôi, hai bàn tay đã hư mất vì dùng computer quá nhiều, không còn cầm bút được nữa. Tôi phải cám ơn... ông John Blankenbaker đã sáng chế ra máy điện toán cá nhân ngày nay để những người như tôi cũng còn cơ hội được trao đổi thư từ với bạn bè và làm nhiều việc khác. Nếu không có ông này thì chắc tôi chỉ còn nước mang ơn người phát minh ra máy đánh chữ là ông Francesco Rampazetto! Nhưng... Giáng Sinh sắp đến, Nguyệt Đàn ạ. Và để đánh dấu Giáng Sinh đầu tiên chúng ta bắt được liên lạc lại với nhau, tôi sẽ vẽ và gởi đến Nguyệt Đàn một tấm thiệp như ngày xưa chúng ta vẫn thường làm nhé."*

Anh có kể với vợ về ý định này. Anh nói ngày xưa đôi bạn vẫn thường làm như thế. Hạnh Nguyên cười cười:

"Quý vị rõ thật *rô-măng-tốt*! Thời buổi này mà còn có chuyện vẽ thiệp gởi cho nhau. Anh biết có người đã định nghĩa 'lãng mạn' là gì không? Đó là 'lãng xẹt' và 'liều mạn(g)'!"

Anh cũng đành cười theo. Đã từ lâu, anh luyện cho mình bỏ thói quen nói qua nói lại với vợ. Thấy không có gì đồng ý với nhau thì cũng nên chấm dứt ở đó, rồi năm phút sau câu chuyện nào cũng chìm vào quên lãng mà thôi, đôi co làm gì cho mất lòng nhau.

Anh tạm gác một số việc cần làm qua một bên, ngồi hí hoáy vẽ vẽ, xoá xoá trong căn phòng làm việc của mình ở trường đại học.

Căn phòng của anh ngó ra chỉ thấy một dãy building khác, chẳng có gì thơ mộng để gợi hứng cả. Chỉ có không gian bên ngoài đã bắt đầu trở lạnh mới đem lại một chút cảm xúc của mùa đông đang chậm rãi trở về. Mấy mùa Giáng Sinh đã qua ở xứ Mỹ này, mùa nào cũng đem lại nhiều kỷ niệm đẹp, ấm áp cho anh, với gia đình thân yêu bên cạnh. Nhưng mùa Giáng Sinh sắp đến làm cho anh có thêm một chút nao nức, một chút hứng khởi với việc vẽ thiệp này.

Thiệp vẽ xong, anh cặm cụi viết lời chúc bên trong, không những đến Nguyệt Đàn mà còn cho cả Thức Ngữ, chồng của cô. Bây giờ hai bên đã có gia đình cả, làm gì cũng phải tế nhị một chút. Hình anh vẽ trên tấm thiệp, nhìn lại, thấy đúng là tác phẩm của một kẻ sắp bước vào giai đoạn thứ ba của cuộc sống, với nét vẽ dường như chững lại, trầm mặc, đăm chiêu, chứ không còn hồn nhiên, liến thoắng như ngày trước. Anh nhờ Hạnh Nguyên gởi tấm thiệp giùm cho tiện, vì công ty nơi cô làm việc ngày nào cũng có nhân viên bưu điện đến lấy thư và bưu phẩm.

Thiệp của Nguyệt Đàn đến tay anh hai ngày trước Giáng Sinh. Anh hồi hộp mở phong bì ra, cảm động ngắm nét vẽ vừa quen thuộc, vừa mới lạ của Nguyệt Đàn trên tấm thiệp. Cô vẽ một ngôi nhà nằm khuất lấp một phần sau những cây thông có nhiều kiểu và màu sắc khác nhau trên nền tuyết trắng xoá. Có lẽ Seattle, thành phố miền tây bắc vào mùa đông, nơi Nguyệt Đàn định cư, đã mang nhiều cảm hứng đến cho cô.

Bên trong tấm thiệp là tuồng chữ tròn trĩnh không thay đổi của Nguyệt Đàn: *"Mong anh Huy có một mùa Giáng Sinh ấm áp bên bờ Thái Bình Dương và không quên những mùa Giáng Sinh cũ ở bên kia đại dương xa tít tắp."* Giáng Sinh ấm áp! Anh tủm tỉm cười với cái *oxymoron* mà Nguyệt Đàn dùng trong lời chúc. Anh vui vẻ khoe tấm thiệp với Hạnh Nguyên, cho cô đọc cả lời chúc bên trong. Xem xong, Hạnh Nguyên hững hờ bảo:

"Chúc anh... Cũng ngộ! Chúc có mình anh thôi!"

Nói rồi cô trả tấm thiệp lại cho anh, quay qua làm việc khác. Anh đứng im, sượng sùng không biết nói năng sao. Cũng may, Hạnh Nguyên vẫn vui vẻ như thường, nấu xong bữa chiều, cô dọn cơm ra cho hai vợ chồng ngồi ăn với nhau trong ánh nắng nhá nhem của buổi chiều đông lành lạnh.

Anh viết vội mấy dòng *email* cho Nguyệt Đàn, báo đã nhận được thiệp và cám ơn cô, dặn khi nào nhận được thiệp của anh nhớ cho anh biết.

Nhiều ngày trôi qua. Giáng Sinh đến rồi đi mà anh vẫn không thấy Nguyệt Đàn trả lời trả vốn gì cả. Sốt ruột quá, anh lại viết thư hỏi. Nguyệt Đàn trả lời, ỉu xìu nói cho anh biết là vẫn chưa nhận được thiệp. Anh bực quá, viết lại: *"Tôi xem lại địa chỉ của Nguyệt Đàn rồi, không viết nhầm đâu. Tôi nhờ Hạnh Nguyên gởi ở chỗ cô ấy làm. Chẳng thể nào lạc được."*

Vậy mà thiệp... vẫn lạc, vì Nguyệt Đàn nói cô không nhận được. Rồi ngày tháng lại chập chùng lên nhau. Hình như càng lớn tuổi người ta càng thấy thời gian qua nhanh hơn thì phải. Tháng Năm chưa nằm đã sáng. Tháng Mười chưa cười đã tối. Ngày vừa đến đã đi. Công việc cuốn hút làm anh cũng quên đi nhiều thứ, trong đó có chuyện cánh thiệp đi lạc về một nơi chốn nào, chắc giờ này đã được... *recycled*, tái sinh làm kiếp giấy tờ khác trong vòng luân hồi mê mải.

Hai tuần trước Giáng Sinh năm kế tiếp, như muốn đến bù lại năm trước, đi dạy về, anh ghé tiệm mua một hộp sô-cô-la *Godiva* nho nhỏ, xinh xinh, định kèm với tấm thiệp mà anh đã vẽ xong cho Nguyệt Đàn năm nay. Nhìn anh trịnh trọng gói hộp kẹo, bỏ vào một cái phong bì lớn chung với tấm thiệp, Hạnh Nguyên nói:

"Kỳ này chính tay anh gởi cho chắc ăn đi nhe!"

Lần này, anh gởi gói quà bằng *registered mail* cho... chắc ăn như lời Hạnh Nguyên nói. Gởi xong, anh lại hồi hộp chờ đợi như năm ngoái. Để yên tâm hơn, anh gởi cho Nguyệt Đàn cái *tracking number* cho cô tiện theo dõi. Thế rồi, y như là một cái "huông", gói quà lại không đến tay Nguyệt Đàn, cùng chung số phận với tấm thiệp lần trước. Nguyệt Đàn nói với anh là cô tức lắm, cô đi lên tận bưu điện hỏi cho ra lẽ. Cô kể, nhân viên bưu điện dựa theo chi tiết cô cho, thấy rằng gói quà đã được ký nhận. Cô hỏi họ, *"Vậy tại sao tôi không thấy nó tròn méo ra sao?"* Họ nói không biết phải trả lời như thế nào. Nguyệt Đàn viết *"Nguyệt Đàn đành hậm hực trở về, không được thấy anh Huy dạo này vẽ vời ra sao."*

Anh cũng hậm hực kể lại đầu đuôi câu chuyện cho Hạnh Nguyên nghe, trừ câu *"... không được thấy anh Huy dạo này vẽ vời ra sao."* Cô trầm ngâm nói:

"Cũng may là lần này anh gởi chứ không phải em. Lần trước, biết đâu chị ấy lại chẳng nghĩ là em không gởi thiệp đi cho anh cũng nên. Có gởi đâu mà bảo đến!"

Anh cười gượng:

"Em đa nghi lắm!"

Hạnh Nguyên không trả lời. Chắc là cô cũng đang tập thói quen không nói qua nói lại với anh hay sao, anh thầm nghĩ như vậy.

"Sự bất quá tam", anh tự nhủ, khi mùa Giáng Sinh lại trở về. Anh chưa muốn bỏ cuộc, vẫn kiên nhẫn vẽ một bức thiệp mới cho Nguyệt Đàn. Anh vẽ hai đứa bé, một trai, một gái, đi sát vào nhau, xúng xính trong bộ quần áo dày mùa đông, đi qua một con phố tuyết phủ đầy. Đường vắng tênh, chỉ có và ánh đèn nhấp nháy trên các bảng hiệu của những cửa tiệm buồn hiu. Anh cũng không hiểu sao mình lại quyết định vẽ như thế. Bên trong tấm thiệp, anh viết: *"Mong tất cả chúng ta tìm lại được những kỷ niệm ấm áp ngày xưa trong mùa đông buốt giá này."*

Vừa bỏ tấm thiệp vào phong bì, anh vừa thủ thỉ với Hạnh Nguyên:

"Sao anh nghi lần này nó lại bị lạc nữa, em à."

Hạnh Nguyên góp ý:

"Nghe nói chị Nguyệt Đàn có mấy người em ở gần đó. Sao anh không thử gởi cho họ mỗi người một cái thiệp cùng lúc coi họ có nhận được hay không."

Anh nghe lời Hạnh Nguyên, chạy ra mua ba tấm thiệp in sẵn, rồi hỏi xin Nguyệt Đàn địa chỉ của các người em đó. Anh hí hửng mang cả bốn tấm thiệp có dán sẵn tem, ra bưu điện, đưa tận tay cô nhân viên ngồi ở quầy, không muốn bỏ vào thùng thư, cho... chắc ăn!

Cái huông lặp lại lần nữa! Một tuần sau, Nguyệt Đàn *text* cho anh: *"Trong nhà ai ai cũng đã nhận thiệp của anh, mà Nguyệt Đàn thì không!"*

Anh sững người khi nhận được cái *message* đó. Chưa biết nói gì, anh gõ vào điện thoại liên tiếp năm cái hình khuôn mặt trố mắt trong *emojis*. Vài giây sau đó, bình tĩnh lại đôi chút, anh viết tiếp, đùa cho đỡ căng thẳng *"Nguyệt Đàn có làm người đưa thư buồn chuyện gì không?"* Cô trả lời: *"Nguyệt Đàn chịu, không hiểu nổi!* Anh viết lại: *"Đây là một điều bí mật mà tôi sẽ không bao giờ có câu trả lời."*

Anh nói với Hạnh Nguyên:

"Lần trước, em có một giả thuyết rằng Nguyệt Đàn nghĩ em không gởi thiệp giùm anh nên cô ấy không nhận được. Lần này, anh cũng có một giả thuyết của mình,"—ngừng một lát, anh nói tiếp—*"Em có nghĩ là thư từ của anh đến nhằm vào những lúc chỉ có Thức Ngữ ở nhà, và anh ta không đưa lại cho Nguyệt Đàn không?"*

Hạnh Nguyên nheo mắt:

"Ai mới là người đa nghi đây há!"

Chưa chịu thua, anh gọi điện thoại cho Hiền, anh bạn này dường như luôn luôn có một giả thuyết cho bất cứ tình huống nào. Anh tóm tắt câu chuyện các tấm thiệp cho Hiền nghe. Anh ta ngẫm nghĩ một lát rồi nói:

"Tớ nghĩ là có một cái địa chỉ nào đó rất giống với địa chỉ của cô bạn của cậu, chỉ khác một tiểu tiết như street, road hay avenue gì gì đó... và có thể là mỗi lần người đưa thư thấy mấy món của cậu lại thảy qua địa chỉ bên kia."

Anh thấy phục Hiền quá. Chuyện đơn giản chỉ có vậy mà sao anh không nghĩ ra. Anh kể lại điều Hiền nói cho Hạnh Nguyên, người cũng rất thích đưa ra giả thuyết, thích có câu trả lời cho mọi câu hỏi. Cô lắc đầu:

"Em lại không nghĩ vậy."

Anh ngao ngán nhún vai một cái, không nói gì nữa. Anh không hiểu Hạnh Nguyên thật sự thấy Hiền không có lý, hay chỉ vì thói quen của cô hay nói ngược lại những người khác, trong đó có anh.

Giáng Sinh lại đến, rồi lại qua. Nhưng ba lần Giáng Sinh vừa rồi, anh không thấy êm đềm như trước, chỉ vì điều làm anh ấm ức qua ba tấm thiệp anh gởi cho Nguyệt Đàn bị lạc mất. Ở trường, đang trong tâm trạng bực bội, anh nhận được một cái *email* có thông báo của khoa ngôn ngữ học tại University of Washington tại Seattle mời đóng góp một bài khảo cứu tại hội nghị toàn vùng Tây Bắc Mỹ. Thật là một trùng hợp ngẫu nhiên, vì anh vẫn thầm mong có được một cơ hội như vậy để ghé thăm Nguyệt Đàn. Hồi giờ anh đã từng đi thuyết trình tại các hội nghị ở Minnesota, Texas, Colorado, Nevada, New Mexico, Arizona, Utah... Lần này mới có dịp đi lên vùng tây bắc, lại được thăm cô bạn ngày xưa...

Anh quyết định sẽ dành cho Nguyệt Đàn một ngạc nhiên thú vị. Qua nhiều bức điện thư và tin nhắn, anh tìm cách hỏi cho ra thời khóa biểu làm việc của cô. Nguyệt Đàn làm y tá trong một bệnh viện tư nhân. Dò la vài lần, anh biết được cô nghỉ hai ngày trong tuần, thứ Bảy và thứ Tư. Cũng hay, bài thuyết trình của anh là vào chiều thứ Bảy. Anh có thể đến *surprise* Nguyệt Đàn vào buổi sáng, sau đêm thứ Sáu nghỉ ở khách sạn gần đó. Anh lại mua một hộp sô-cô-la *Godiva*, lần này lớn hơn hộp trước, để tặng cả hai vợ chồng.

Mọi việc diễn ra đúng như anh sắp xếp. Buổi sáng hôm đó, sau một giấc ngủ ngon, anh sảng khoái ăn mặc chỉnh tề, lái chiếc xe thuê đến địa chỉ nhà của vợ chồng Nguyệt Đàn. Trên đường đi, hai bên là những hàng cây trụi lá trong mùa đông của thành phố có biệt danh *Cao Nguyên Tình Xanh*, anh lâng lâng với cảm giác khó tả sắp gặp lại người bạn cũ. Hai người có trao đổi hình ảnh của mình và gia đình cho nhau xem nhiều lần, nhưng không gì bằng lúc gặp nhau bằng xương bằng thịt sau nhiều năm mất liên lạc.

Anh hồi hộp đưa tay nhấn chuông trên cửa. Cũng mấy phút sau, cánh cửa mới mở hé ra. Nguyệt Đàn! Cô trố mắt nhìn anh, lắp bắp nói:

"Anh Huy! Bất ngờ quá! Anh muốn làm Nguyệt Đàn ngạc nhiên phải không? Mời anh vào nhà."

Anh chưa biết nói gì, chỉ im lặng theo Nguyệt Đàn bước vào nhà. Cô nói:

"Anh Ngữ mới chạy ra ngoài một chút, chắc cũng sắp về."

Cô xoay người lại, nhìn anh:

"Trông anh vẫn như xưa, chỉ phớt nhẹ một chút phong sương. Còn Nguyệt Đàn thì già đi nhiều, phải không?"

Tôi mỉm cười, nhẹ lắc đầu, vẫn chưa biết nói gì. Mãi sau, tôi mới sực nhớ ra, đưa hộp kẹo cho Nguyệt Đàn và cất tiếng:

"Gặp lại Nguyệt Đàn, tôi mừng lắm. Có những điều không bao giờ thay đổi."

Nguyệt Đàn đón lấy hộp quà, khẽ nói lời cảm ơn, đoạn nói thật nhanh, như để che giấu một xúc cảm nào đó:

"Mời anh cứ tự nhiên nhé, ngồi xuống đây chờ Nguyệt Đàn vào trong sửa soạn một chút, hay anh đi quanh nhà ngắm tranh ảnh, đồ đạc gì tuỳ ý."

Còn một mình trong phòng khách, anh nghe lời Nguyệt Đàn tha thẩn đi loanh quanh, ngắm mấy bức tranh phong cảnh nước Ý treo trên tường và bình hoa hồng tươi đặt trên chiếc bàn kiểu cổ điển giữa phòng. Sát bên cửa sổ nhìn ra một khoảng trời xanh và cỏ cây xanh ngát, anh thấy một cái bàn làm việc nhỏ, trên có một cái *laptop* và một cái kệ nhỏ chất đầy giấy tờ đủ loại. Bên cạnh cái *laptop* là một khung ảnh có hình của Nguyệt Đàn và Thức Ngữ, có vẻ như chụp từ lúc còn ở Việt Nam. Anh tò mò cầm cái khung ảnh lên, nhìn kỹ hơn một chút. Lúc đặt tấm ảnh xuống bàn, anh chợt thấy mấy cái phong bì quen quen nằm nhô ra trong xấp giấy tờ, thư từ. Không cưỡng lại được hiếu kỳ, anh đánh bạo, run run rút thử một cái ra xem. Thình lình, toàn thân anh lạnh toát, máu trong người như đông cứng cả lại. Một cái, hai cái, rồi ba cái. Đó chính là ba cái phong bì đựng các tấm thiệp Giáng Sinh anh gởi cho Nguyệt Đàn. Chung quanh anh, không gian và thời gian như đứng chững lại, nhạt nhoà.

Từ phòng trong, Nguyệt Đàn bước ra, vui vẻ nói:

"Gần cả chục năm rồi mình mới gặp lại nhau, phải không anh Huy?"

Anh giật thót người, chưa kịp trả lại mấy cái phong bì vào chỗ cũ. Nguyệt Đàn chợt im bặt, thôi không bước tới nữa. Dường như cô cũng biến thành đá, chỉ có hai con mắt là mở càng lúc càng lớn ra. Im lặng phủ trùm cả gian phòng, cả hai người và hết thảy mọi thứ chung quanh. Sự im lặng càng lúc càng rõ rệt, đến nỗi trở thành những tiếng động chát chúa, quái dị, bổ ong ong vào thính giác của hai con người đang kinh ngạc nhìn nhau, đánh mất hết mọi thứ ngôn ngữ trên đời.

Trần C. Trí

năm nào tôi cũng gặp xuân
nằm trên mặt báo ung dung rạng ngời
xuân tình xuân ảnh thảnh thơi
màu hoa sắc lá tinh khôi đậm đà
mai, đào, thược dược thướt tha
vạn thọ, cúc, thủy tiên mà mượt tươi
hồng, lay-ơn lộng lẫy vui
bên trà, mứt, rượu, bánh... cười chen nhau
có cả cây nêu, trống chầu
bài chòi, tứ sắc, cua bầu bày quanh

cụ đồ câu đối, liễn, tranh
áo dài khăn đóng lượn quanh váy hồng
vần thơ chữ nghĩa thong dong
mở tình gói ý dòng dòng khai hoa
pháo treo đỏ trước cửa nhà
đội lân huyên náo dạo qua phố phường
năm nào tôi cũng thân thương
chào xuân trên mặt báo luôn đề huề
mắt vui lòng ngắm não nề
nỗi buồn lạc xứ xa quê lâu ngày
...
                      luânhoán

ĐẶNG KIM CÔN
Ánh Mắt Chiều Giáng Sinh

Mặt trời đã xuống khá thấp, nhưng vẫn còn đủ sức vươn những vạt nắng lấp loáng trên các mái nhà, các ngọn cây hai bên đường cao tốc, màu nắng đầy hấp dẫn, hiếm hoi trong những ngày cuối đông âm u này. Nắng vậy, mà mặc dù đã mặc hai lớp áo, trong xe tôi vẫn phải mở sưởi.

Cái turn left only có cũng vài chục chiếc xe, xe tôi ở gần cuối. Tôi lơ đãng nhìn mấy dãy phố hai bên đường cũng như trước mặt, hầu như nhà nào cũng rực rỡ những bóng đèn màu, trời chưa tối mà đã xôn xao chớp nháy hò reo giống như tận hưởng từng giây từng phút trong những thời khắc hiếm hoi mỗi năm chỉ có một lần. Có nhiều nhà, tôi không hiểu họ phải mất thời gian bao lâu để làm nên một vườn đèn đủ màu sắc, trùm hết cả mái nhà, quấn quanh từng cành cây... chưa kể là dưới vườn còn những vật trang trí bằng đèn: Ông già Noel, người tuyết, tuần lộc kéo xe... Lát nữa, nhà thờ ra, tôi sẽ về chở mấy đứa cháu đi xem đèn, đêm tối, thành phố sẽ huyền ảo biết bao, nhiều con đường sẽ chìm ngập trong màu sắc, xe cộ cũng sẽ không vội vã, cảm giác như sẽ nhẹ nhàng trôi -như lòng người- trong thiên đường hạ giới mênh mông.

Từ đằng trước, một người hành khất già, người da trắng, run rẩy đi dọc theo dải phân cách ngược về dòng xe đang đậu. Tôi không thấy có ai hạ kính xe xuống thò cánh tay đưa tiền ra. Thường thì tôi cũng hay cho, nhất là những người già như ông này. Con gái tôi thường nói, hễ nó thấy là nó cho, dù người xin là thanh niên mạnh khỏe đi nữa, nó kể, có lần nó gặp người Việt, nó dốc hết trong túi ra cho, xong nó bật khóc nghĩ đến gia đình người đó ở quê nhà, biết bao là trông mong, kỳ vọng... Cũng như, khi người đó ra đi, đâu khi nào nghĩ đến một ngày tắc nghẽn đường về. Thế mà! Nó nói, chẳng ai bình thường mà ra đứng cả ngày ngoài nắng gió, có khi lạnh xuống gần cả 0 độ C, có nhiều người cho là họ làm biếng không đi làm đi, nhưng thử hỏi có công việc nào cơ cực đến như vậy, mà ngày không kiếm nổi được lấy 3, 4 chục đô. Chưa nói là, khi họ đã là người vô gia cư thì lấy địa chỉ đâu mà ghi tên trên hồ sơ xin việc để được xin được việc làm.

Tôi móc túi thì đèn bắt đầu xanh, bốn túi áo khoác ngoài không có đồng nào, túi áo sơ mi cũng không, tôi vẫn cố cho xe chạy thật chậm, dù biết là có thể làm cho các xe sau bực mình, khoắng vội hai túi quần cũng chỉ có giấy, tôi nhổm mông lên rút cái ví ở túi quần sau, tôi nghĩ khi tới ngang chỗ ông ta, xe còn đủ chậm để đưa tiền mà ông ấy khỏi phải chạy theo. Trông ông ấy run run thế kia, thì nếu không đang bệnh thì chắc cũng là đói quá. Trong chiếc ví chỉ còn mỗi một tờ bạc 20 đô la, tôi lưỡng lự, con số lớn quá... vừa dậm ga chạy theo dòng xe, tôi lại lần nữa coi lại hết các túi áo, túi quần để xem còn có đồng bạc nào nhỏ hơn không, thường thì lúc nào qua các góc đèn có người đứng xin tiền mà gặp lúc dừng xe thì tôi cũng cho một hai đồng, nếu lúc đó trong túi có sẵn, nhiều hơn nữa thì rất ít khi. Riêng lần này, tôi định, nếu có được tờ nào 5 đô thì tôi cũng sẵn lòng, dù là 5 đô, gặp thêm vài người nữa, cũng là con số không nhỏ với một người nhiều năm thất nghiệp như tôi. Tôi đang tính, nếu không cho bây giờ, khi tôi có tiền lẻ thì tôi sẽ quay lại... Dòng xe đã tăng tốc, tôi đã hạ sẵn kính xuống và chắc chắn ông lão cũng kịp nhận thấy, tôi vẫn chưa quyết định nên chưa vội chìa cánh tay ra, e sẽ làm ông ta mừng hụt, xe sau bấm còi, tôi lính quýnh dậm ga chạy tới, qua khỏi ông lão, 20 đô vẫn còn tần ngần trên tay tôi. Khi ôm cua quẹo trái, tôi kịp liếc thấy ông lão nhìn theo xe, ánh mắt mệt mỏi đó, tuyệt nhiên, như đã quá quen, không ánh theo chút trách móc nào.

Tôi cảm thấy đắng lòng, có một thoáng không tập trung trên vô-lăng, lát nữa đây tôi sẽ quỳ trong nhà thờ mừng Chúa Giáng Sinh, tôi không biết tôi phải làm gì để chuộc lại nỗi ám ảnh đang băn khoăn day dứt tôi trước ánh mắt trong veo của Chúa trên cao. Rồi tôi tự hỏi, có phải hôm nay (tôi nói hôm nay, không phải của hơn hai ngàn năm trước), Chúa chỉ giáng sinh trong nhà thờ, những nhà thờ ấm áp trên khắp thế giới, nghe hàng triệu người hát Thánh ca, chúc tụng, mừng vui... hay Chúa đang bay bổng trên những dãy hoa đăng lấp lánh thiên đường!

Mà có lẽ, nếu tôi không biết tôi đã có lỗi, cái lỗi đã không kịp cho tiền người hành khất, để ăn năn, thì chắc tôi phải xin Chúa thứ tha cho tôi cái tội đã dám thắc mắc hoài nghi Chúa chỉ vì một gã ăn mày vớ vẩn kia. Tôi quyết định quay lại, lại chui vô cái only quẹo trái, thật không may cho tôi (hay cho ông ấy), đèn đang xanh, dòng xe đang vùn vụt lướt qua. Nhìn đồng hồ, tôi biết giờ lễ chiều đã trễ, nhưng trễ vẫn hơn bỏ lễ để vấn vương thêm một nỗi bất an trong lòng. Ở đây không có tiếng chuông nhà thờ ngân, mà tôi nghe trong lòng hồi chuông thánh thót từ ấu thơ quen thuộc giục giã... giục tôi nhanh lên chút cho kịp buổi lễ quan trọng này.

oOo

Khúc hát phổ từ một câu trong Kinh Thánh đuổi theo tôi trên đường về. *Bình an dưới thế cho người thiện tâm*, là một lời chúc tụng cho những người lòng lành dưới trần gian, hay một lời hứa hẹn, phần thưởng bình an sẽ chỉ dành cho những ai tâm thiện? Tôi không rõ lắm, chỉ hiểu một điều, cái phần thưởng đó chính tôi sẽ cho tôi, lòng tôi sẽ thơ thới yên bình hơn nếu tôi không còn bị dày vò vì sự so đo tính toán con số 20 đồng đô vừa rồi. Tôi ngược lại con đường cũ, giờ này có thời gian hơn, tôi sẽ tìm cách để xe dừng được ngay chỗ ông lão đứng, tôi nhứt định vòng cho đến khi nào đưa được tiền mới thôi. Và cũng để phạt mình cái tội bủn xỉn, không dứt khoát, đã làm lỡ "cơ hội" lần trước, vừa cũng bù đắp cái ánh mắt buồn bã nhìn theo lúc ấy, tôi quyết định tặng hết cho ông tờ bạc 20 đô la này. Từ trong nhà thờ, tôi đã có quyết định đó. Tôi khấp khởi mừng thầm khi xe đến gần ngã tư. Tôi sẽ thật lòng nói "Không có gì đâu" khi nghe ông nói câu quen thuộc "Chúa gia ân cho ông". Lòng tôi sẽ yên bình đêm nay, tôi sẽ mơ thấy nụ cười ông rạng rỡ trong giấc ngủ tôi.

Từ bên nay đèn đỏ, tôi nhìn qua phía bên kia, nơi ông lão đã đứng. Cái con lươn ngăn giữa hai chiều xe trống trơn. Tôi rảo mắt tìm các góc đường, cũng không thấy bóng dáng ông đâu. Đêm đã xuống, xe tôi không có số đo nhiệt độ bên ngoài như những xe khác, nhưng tôi biết bên ngoài lạnh lắm, chả phải Thượng đế đã chọn cái đêm lạnh nhất trong năm này để đưa Ngôi Ba xuống trần chịu thương chịu khó cho nhân loại sao. Vậy là ông lão vô gia cư đã đi kiếm một chỗ kín khuất nào để trú lạnh rồi. Tôi nghĩ, mỗi một vị trí, đã vô hình trung thành "địa bàn" riêng của mỗi hành khất, chắc sáng mai, ông lão lại sẽ trở ra đứng nơi này, để kiếm miếng ăn. Thì ngày mai vậy, mai tôi sẽ mua thêm cho ông một ổ bánh mì Việt Nam, một ly café nóng, làm quà Giáng Sinh. Coi như tôi với ông có chút duyên nợ.

Quả thật đêm nay khá lạnh, sự vắng mặt của ông lão vô gia cư khiến tôi càng không quên cái ý định đưa các cháu đi xem đèn. Các cháu vô tư reo hò mỗi khi xe chạy ngang qua một "vườn đèn" nào bắt mắt, mà hầu như cũng ít có nhà nào làm đơn giản, nên không mấy khi vắng tiếng cười vui rộn rã trong xe. Tôi cũng lây theo niềm vui các cháu, không chỉ là một tài xế, tôi còn là một hướng dẫn viên, giải thích, trả lời không biết bao nhiêu là câu hỏi. Nhưng mục đích chính của tôi, là xoáy ánh mắt vào những nơi kín khuất có thể có những người vô gia cư náu mình ở đó. Tôi vòng đi vòng lại nhiều bận những con đường nhỏ quanh ngã tư ông đứng, tuyệt nhiên không thấy một dấu hiệu hy vọng nào. Thành phố lớn mà, đâu phải chỉ những con đường này, ông ấy có thể tới một ngã tư khác, có thể khoét một cái hốc nhỏ trong một hàng rào cây xanh nào đó, có thể ngủ dưới chân một cái cầu xa lộ... Nghe nói đêm nay có nhiều tổ chức thiện nguyện đãi ăn tặng quà cho những người vô gia cư ở nhiều điểm trong thành phố, chắc ông ấy đang ở một nơi trong số đó. Cũng biết đâu ông đang quỳ dưới chân tượng Chúa ở một nhà thờ nào. Ừ nhỉ, ông ta vô gia cư, nhưng đâu phải là vô đạo, ông cũng có biết bao nhiêu điều cầu xin Chúa gia ân. Thôi vậy, mình quay về các cháu nhé. Chúng ta còn một bữa tiệc nửa đêm, bên hang đá ở nhà, mừng Chúa Hài Đồng xuống thế. Các cháu có thích mấy con cừu không? Các cháu có thích đốt lò sưởi lên sưởi ấm Chúa không? *Vinh danh Thiên Chúa trên các tầng trời, và bình an dưới thế cho người thiện tâm*, hát đi!

oOo

Mấy nhỏ không đợi nổi nửa đêm đã ngủ hết. Người nhà thì loay hoay chuẩn bị cho bữa tiệc réveillon truyền thống mang theo từ quê nhà không năm nào quên.

Lên xe xuống cộ, đi đứng nằm ngồi, vậy mà cũng mỏi, chả bù ông lão cả ngày không được ngồi, đi tới đi lui giữa hai dòng xe, lắm khi vun vút đến chóng mặt, lỡ vô ý, vấp chân sụp xuống lòng đường không chừng. Tôi ngửa người dựa ra sofa xem ti-vi nghe tin tức, thì ra không phải chỉ mấy đứa con nít đi coi đèn, mà các đài truyền hình cũng đi quay phim, xe quay dưới đường, trực thăng quay trên xuống, rồi bình chọn khu vực nào, nhà nào đẹp nhứt. Bỗng tôi giật thót người, bản tin đầu giờ địa phương, có tin một ông lão vô gia cư ở ngã tư Capitol và Senter, lúc 7g tối, bị sẩy chân ngã xuống lòng đường, người ta gọi xe cấp cứu đến thì ông lão đã tắt thở, đài mô tả nhân dạng, áo quần, đồ đoàn, trong cái ba-lô rách của ông ấy chỉ có mỗi một chai nước lọc đã gần cạn, nếu có ai biết gì về ông lão xin liên lạc đài truyền hình...

Tôi run lên, bàng hoàng. Vậy là chính xác ông lão đó đã chết. Bất giác, một cách vô thức, tôi thọc tay vào túi rút ra tờ giấy bạc 20 đô la, như tôi đã biết quá nhiều về ông lão qua mối liên hệ này. Rồi thì tôi lại bần thần nhét tờ bạc vào túi áo. Tôi sẽ cất 20 đồng này để nhớ một một Giáng Sinh không vui. Tờ bạc yên nghỉ ở túi áo trái của tôi, nơi đó, như cũng có ông già xin ăn đang khép đôi mắt hiền lành cam phận, không chút trách móc gì tôi, không chút oán hận cuộc đời.

Và giá như lúc chiều, tôi kịp cho ông ấy 20 đô, thì ông ấy có khỏi bị chết hay không? Không thể nói là vì thiếu mấy đồng bạc của tôi cho mà ông ấy chết. Có khi, ông ấy có tiền mua, hoặc kịp cầm tiền tôi cho mà chưa kịp đi, hay đi không nổi, để mua thức ăn, mà đói quá, lạnh quá, đuối sức quá, lại không chịu nổi cái lạnh về đêm càng lúc càng như rút ruột, thì rồi cũng... Cũng có khi, kịp ăn gì đó, mà vì phải chịu đói nhiều ngày quá, cơ thể suy nhược kia cũng sẽ bị sốc.

Dẫu sao thì tôi cũng xốn xang không yên, 20 đô, giá như tôi không chần chừ, quyết định cho sớm hơn, biết đâu ông không chết! Và giờ đây tôi cũng đỡ phải ân hận.

Tôi thấy cái ánh mắt nhìn theo đó vẫn dịu dàng nhìn hun hút tới một cõi rất xa và rất bình yên, bình yên hơn cả những "bình yên dưới thế" này.

Không biết ông có nhớ hôm nay là ngày Chúa Giáng Sinh không.

Đặng Kim Côn

bầu trời không có én bay
không có cả một sợi mây phiêu bồng
màu xanh phơn phớt cũng không
lấy đâu ra nắng hong hồng má em
mùa xuân chỉ có cái tên
nằm trong tâm tưởng ửng lên bất ngờ
mùa xuân trường thọ trong thơ
ở trọ trong thịt da chờ đầu thai

nhờ em mặc cái áo dài
nhìn cho bớt tủi, đêm mai giao thừa
...
luanhoan- mùa xuân xa xứ

MINH NGỌC
ĐÊM BA MƯƠI

- Chưa ngủ hả Quỳnh?
- Không, ngủ gì. Đêm ba mươi thức cho đã.
- Ông Nguyễn Đình Toàn viết "Còn đêm nào vui bằng đêm ba mươi", Quỳnh hiểu tại sao không?
- Hồi bé, Tết khổ lắm vì bố đi tù ngoài Bắc, tiền bạc thức ăn dành dụm để đi thăm nuôi, có những đêm giao thừa mẹ nằm ôm các con chảy nước mắt vì nhà không có một miếng thịt, một mẩu mứt. Mấy năm sau khi bố về, nhà mới khá lên, có phong vị Tết, Quỳnh thích nhất đêm ba mươi, mọi việc nấu nướng dọn dẹp đã xong, rảnh rỗi ngồi cắn hạt dưa xem tivi chờ giao thừa, náo nức ghê lắm. Chờ pháo nổ giòn vang thơm nồng, xúng xính mặc áo mới, mừng tuổi bố mẹ ông bà, được lì xì, rối rít mở phong bao ra đếm xem được bao nhiêu. Bố dọn mâm cỗ cúng ngoài sân vào, Quỳnh nhót trộm quả mận hồng đào ngon cách gì. Sang chiều mùng một bâng khuâng hương vị Tết bắt đầu phai nhạt dần, rồi ba ngày Tết qua mau. Càng lớn tuổi mình càng thấy thời gian trôi nhanh hơn, vùn vụt, loay hoay đã hết một năm.

Đêm ba mươi ông ấy gặp được người yêu nên ông ấy vui, nhưng đêm ba mươi cũng là đêm gia đình đoàn tụ, con cái trở về quây quần bên bố mẹ. Từ hồi sang đây, gia đình Quỳnh vẫn giữ lệ cũ, mọi người ở gần nhau, đêm ba mươi dù là giữa tuần phải làm việc cũng cố tụ họp đông đủ ở nhà bố mẹ ăn bữa tất niên dù có khi chỉ được một hai tiếng đồng hồ. Bố mẹ mất rồi, anh em phân tán vì việc làm, có năm tụ họp có năm không. Con của Quỳnh năm nay đều đi học xa, Tết rơi nhằm học kỳ mùa xuân, chả đứa nào về được, Quỳnh mới bay qua ăn mày Mai đêm giao thừa.

- Ăn Tết ở đây buồn hiu à, không có người Việt, không có chợ Tết, bánh chưng bánh tét, hoa mai hoa đào gì hết. Có Quỳnh mới có không khí Tết đó. Nhờ vậy mình mới có dịp nằm nói chuyện thâu đêm. Lần chót mình gặp nhau cũng lâu ghê Quỳnh hả? Đám cưới nhỏ Phương, bây giờ con nó học trung học rồi.

- Ừ, nó mới kỷ niệm hai mươi năm ngày cưới, rủ bạn bè gửi hình đám cưới xem cho vui. Quỳnh thấy các bạn ai cũng xinh đẹp rạng rỡ hạnh phúc trong ngày cưới, hơi chạnh lòng.

- Sao vậy? Không thấy Quỳnh gởi hình cưới.

- Mai có thể tưởng tượng, hôm cưới, đàng trai bưng quả đứng ngoài cổng mà Quỳnh ngồi trong phòng khóc như mưa như gió, "ta đã làm chi đời ta". Quỳnh không bao giờ giở hình cưới ra xem, nhưng chắc trong hình mắt sưng húp thảm lắm.

- Anh ấy hiền, tốt, rất yêu Quỳnh, lại sáng sủa đẹp trai, bà còn đòi gì nữa?

- Vì Quỳnh không yêu anh ấy, chỉ quý như anh trai. Chính vì vậy, sau khi sinh đứa thứ hai, Quỳnh nói lời chia tay với anh ấy, Quỳnh không muốn anh ấy khổ cả đời bên người vợ không yêu mình.

- Sao rắc rối vậy bà?

- Quỳnh yêu một người khác sau khi tốt nghiệp trung học, hai đứa yêu nhau vô cùng, nhất định cưới nhau sau khi xong đại học. Vì hiểu lầm, Quỳnh tưởng anh ấy phản bội, cắt đứt lập tức, không muốn nghe phân trần phân giải gì cả. Điện thoại anh ấy gọi, Quỳnh không nghe. Thư anh ấy gửi, Quỳnh không mở. Lúc ấy Quỳnh sống dở chết dở, và Quỳnh biết Quỳnh không thể nào quên anh ấy được, chỉ có cách duy nhất: lấy chồng. Trong những người theo đuổi Quỳnh, anh Vĩnh là người hiền, thật lòng, biết Quỳnh yêu người khác anh vẫn âm thầm lặng lẽ đi bên cạnh đời Quỳnh không đòi hỏi. Quỳnh gọi anh ấy hỏi "Anh có muốn lấy em không? Mình làm đám cưới." Anh ấy sửng sốt, rồi khuyên Quỳnh suy nghĩ kỹ, nhưng Quỳnh đang điên mà, Quỳnh nhất định bắt anh ấy cưới.

- Chuyện của bà ly kỳ như truyện Quỳnh Dao!
- Thật mà, nếu không xảy đến với Quỳnh thì Quỳnh cũng nghĩ những chuyện này chỉ có trong phim. Lấy nhau rồi, anh ấy là người chồng, người cha rất tốt, nhưng Quỳnh càng lúc càng thấy mắc kẹt trong cuộc hôn nhân đó. Quỳnh cảm thấy mang tội với anh, anh xứng đáng có người vợ yêu thương anh thật lòng, trong khi Quỳnh tuy hận nhưng vẫn nặng lòng với người cũ. Tưởng lấy chồng để quên, hóa ra lại dằn vặt nhiều hơn. Quỳnh nói lời chia tay với anh, anh năn nỉ Quỳnh hết lời, bảo nên ở bên nhau vì con, nhưng Quỳnh dứt khoát, cũng như lúc Quỳnh nhất định bắt anh cưới vậy. Sau đó anh ấy không lấy ai hết, chỉ qua lại giúp Quỳnh nuôi con.
- Tui không biết nên gọi bà là cứng cỏi hay bốc đồng nữa.
- Trước là bốc đồng, sau phải cứng cỏi để một mình hai nách con, đứa lớn hai tuổi, đứa nhỏ mới ba tháng, vượt qua hết để lo cho con. Bên trong mình cũng yếu mềm, có lúc suy sụp tưởng không còn kham nổi, nhưng mọi buồn đau, cô đơn nén chặt trong lòng. Mai biết không, tháng 11 vừa rồi, trời thu lá đổ đẹp tuyệt trần, Quỳnh lang thang giữa một ngày nắng đẹp, cầm điện thoại chụp hình những hàng cây đỏ rực sắc lá. Chợt Quỳnh thấy một con diều mắc kẹt trên dây điện, gió thổi tung mà nó không thoát ra được, hai sợi đuôi dài vùng vẫy. Tim Quỳnh nhói đau, quá khứ hai chục năm trước trở về, lúc mà đời Quỳnh cũng ngắc ngoải như con diều kia, trong khi mọi người xung quanh trầm trồ thán phục bà mẹ trẻ một mình nuôi con tháo vát không cần ai.
- Bà lãng mạn quá, nếu thực tế một chút thì đâu phải long đong. Cần người yêu mình, chứ lấy người mình yêu sẽ khổ đó, vì mình lụy người ta. Hạnh phúc đơn giản lắm, ở trong tầm tay của mình, đừng ngóng tìm chi cao xa.
- Vậy lúc lấy chồng, Mai có yêu anh ấy không?
- Cũng... có chút chút! Thì đại khái là thích nhau, ảnh hỏi mình chịu lấy ảnh không, mình thấy người tốt, cũng được, nên gật, vậy là tiến tới luôn. Sống với nhau hòa hợp, cùng lo cho con, cho cha mẹ hai

bên, chăm sóc nhà cửa. Khi ảnh đi xa, mình không nhớ lắm, cũng không ghen, ảnh về thì mừng, vậy thôi.

- Quỳnh thì lại không sống như vậy được. Có lẽ Mai nói đúng là Quỳnh đứng núi này trông núi nọ mà không nghĩ ngọn núi này đang nâng đỡ bước chân của mình.

- Còn người kia thì sao? Quỳnh có gặp lại không?

- Sau khi chia tay anh Vĩnh, Quỳnh tình cờ gặp em gái người kia, mới hay chuyện hiểu lầm. Anh ấy vẫn chưa có ai, đề nghị chắp nối lại nhưng Quỳnh từ chối, mặc dù vẫn còn yêu anh ấy.

- Có trời mới hiểu được bà!

- Lúc ấy Quỳnh chỉ nghĩ đến hai con, một người yêu Quỳnh chắc gì sẽ thương con của Quỳnh, nên Quỳnh nhất định không muốn con có cha kế. Vả lại, yêu nhau thì yêu lắm, mà sống với nhau chắc gì tình yêu đó còn nguyên vẹn, phải không? Thôi thà để nó làm kỷ niệm dang dở.

- Tui là đàn bà mà nghe chuyện của bà còn điên đầu.

- Bởi vậy Quỳnh thấy ông nào dính đến Quỳnh là khổ, tha cho các ông ấy đi.

- Mỗi lần tụ họp bạn bè, thấy Quỳnh hoạt náo nhất đám, chọc mọi người cười lăn ra, ai ngờ trong lòng đa đoan vậy.

- Trong lòng buồn mới phải nói cười huyên thuyên để át cái buồn đi. Mai có ngờ những người hoạt bát lại là người sống nội tâm không? Vì họ che giấu tâm sự riêng bằng bề ngoài vô tư. Quỳnh có đứa cháu bên chồng, cao ráo đẹp trai, học giỏi, tham gia thể thao văn nghệ trong trường rất nổi, tính tình vui vẻ dễ thương, một buổi sáng đi học nó nhảy cầu tự tử, không ai hiểu vì sao. Nó chết đi mang theo bí mật đời nó, mãi mãi bố mẹ nó dằn vặt không tìm được câu trả lời.

- Mỗi con người là một vũ trụ riêng, phải không? Mà có lẽ chính mình cũng không hiểu hết bản thân mình.

- Lúc nãy Mai nói Quỳnh bốc đồng, chắc đúng vậy thật. Bốc đồng bỏ người yêu. Bốc đồng lấy chồng. Bốc đồng bỏ chồng. Giữa mùa đông bay qua đây ăn cái Tết giá rét, cũng bốc đồng luôn.

- Vậy nên đời Quỳnh có chỗ thi vị, có chỗ cao trào, có nốt cao nốt thấp, còn đời tui bằng phẳng trơn tru, êm ái nhưng có lúc không khỏi thấy nhàm chán.
- Vậy hả? Thôi đừng ham. Đời tui cũng như khí hậu bên này, xuân hạ thu đông có đủ. Mới ban chiều nắng sáng, bây giờ tuyết rơi rồi kìa.
- Ô tuyết lất phất đẹp quá Quỳnh ơi. Đã nửa đêm, giao thừa rồi đó, vậy là năm nay hên.
- Năm cũ qua, năm mới đến, chẳng biết có gì mới không.
- Thôi ngủ đi, sáng vợ chồng tui đưa ra phi trường. Chắc không nhiều tuyết tới nỗi phi trường phải hoãn chuyến bay đâu. Sáng mùng một xuất hành hướng nào tốt?
- Hướng Tây, về nhà. Bố các cháu vừa nhắn là anh ấy đang ở nhà đợi Quỳnh về sẽ ra đón, có bánh chưng, dưa hấu. Người nào ở nhà người nấy, chạy qua chạy lại thăm nhau vui hơn hồi chung sống. Nghĩa nặng hơn tình. Đời Quỳnh bây giờ như con diều đã hạ cánh, không còn mong mỏi bay vượt trời cao tìm kiếm mông lung nữa. Bay mãi rồi có lúc phải đáp xuống thôi.

Minh Ngọc

TẾT 16 | tuầnhoàn

người ta mới 16
sao anh cứ hàm hồ
một hai ba khen lớn
xinh đẹp cái chỗ mô ?

chỉ vì em kẹp tóc
mặc thử áo dài hồng
tết nhứt diện một tí
anh đừng nhịnh, mất công

chặp nữa em theo mẹ
đi lễ Phật trên chùa
anh nhớ đừng lẽo đẽo
mỏi chân, chẳng ăn thua !

tối nay thì có lẽ
em chui vào xi nê
cùng một vài con bạn
anh có sợ chọc quê ?...

haylà anh nhận việc
tiếp khách coi chừng nhà
bạn em nhiều con đẹp
anh tha hồ ba hoa

mà thôi, chắc không được
ba me chẳng chịu đâu
anh... người dưng nước lã
dâu phải... xì, còn lâu !

THÁI TÚ HẠP
Mùa Xuân Yêu Em

dành tặng Ái Cầm

mùa xuân từ thuở yêu em
núi non xứ Quảng cũng mềm bước đi
hàng cây nẩy lộc thầm thì
nghe như dòng suối từ bi cội nguồn

mùa xuân từ độ bao dung
tiếng chung thủy ở, tiếng đường mật vui
tiếng hờn ghen, tiếng ngậm ngùi
tiếng đau dao cắt, tiếng mùi mẫn yêu

lúc khuya sớm thuở quê nghèo
lúc chinh chiến lửa phận treo tuổi mình
lúc ngã ngựa khi tàn binh
lúc non cao vẫn trọn tình thăm nuôi

trùng dương u thảm phận người
quẩn quanh hải đảo tiếng cười đắng cay
xa rồi thác lũ trời tây
đời hư ảo thoáng chim bay cuối ngàn

đất trời thơm ngát lộc non
cho ta xuân thắm vô vàn yêu em ■

M.H. HOÀI LINH PHƯƠNG
Chiều Ba Mươi Không Anh

Chiều ba mươi không anh
Đường nhà ai pháo nổ
Em nước mắt viền quanh
Buồn dài như tiếng thở.

Chiều ba mươi không anh
Người về vui đón Tết
Em gục đầu đi nhanh
Mùa xuân còn hay hết?

Chiều ba mươi không anh
Em hỏi mình lần nữa
Vòng tay nhỏ mong manh
Sao giữ người muôn thuở?

Anh bây giờ còn dạo...
Khúc thứ nhất tình ta
Thơ em còn viết mãi
Tháng ngày mình chia xa..

Chiều ba mươi không anh
Bụi mù vương mắt đỏ
Tóc thôi hết màu xanh
Mùa xuân còn đâu nữa?

Chiều ba mươi không anh
Em hẹn lòng chờ đợi
Một ngày hay trăm năm
Người về lên tiếng gọi. | *SG 1982*

CHU VƯƠNG MIỆN
Xuân

xuân hạ thu đông
mùa xuân đầu năm
mùa đông cuối năm
năm nào y năm đó

tình hình khó khăn chung ?
cứ tết là cứ khổ
kéo lê cái thằng bần
tứ cố vô thân

miếng ăn là miếng nhục
lê lết đủ mọi miền
của người dân o đất
kể cả lũ Mán Mường? ∎

TRẦN THỊ NGUYỆT MAI
Khi Về Thăm Mẹ

Khi tôi về mẹ hiền tựa cửa
Ngóng trông con đợi bấy lâu nay
Tóc mây pha thời gian trắng xóa
Lưng còng theo gánh nặng tháng ngày

Tôi vít cổ, hít thật sâu mùi mẹ
Mùi của ngô, khoai, sắn, ruộng đồng
Của sông ngòi, biển cả bao dung
Của tất cả những gì thanh khiết nhất

Hít, hít mãi, ngỡ như mơ một buổi
Mẹ nhìn con, con nhìn mẹ, mỉm cười
Covid xa, chỉ mới mấy năm thôi
Mà cứ ngỡ thời gian trôi thật chậm...

Hôn bàn tay những ngón gầy, thương lắm
Như cành khô trụi lá giữa mùa đông
Ngày nào xưa ấm nồng nuôi con lớn
Bận suốt ngày, hiếm có lúc ở không...

Mẹ nhỏ nhẹ: "Kia bánh nơi góc bếp
Ăn đi con, kẻo đói, đường xa..."
Dẻo thơm người chọn từng hạt nếp
Quyện mật đường tình yêu bao la

Tôi nhai mãi, nhai hoài trong miệng
Tạ Ơn Trên ban hạnh phúc thật nhiều
Buổi trở lại còn mẹ già âu yếm
Còn được cầm tay, nói biết bao điều...

Trong sân nhà một nụ hoa vừa nở
Hoa vàng tươi đẹp như mẹ cười vui
Tôi bỗng thấy những ngày này như Tết
Và mùa Xuân đang hiện diện khắp nơi... ■

06.12.2023

TRẦN VẤN LỆ
SÁNG MÙA ĐÔNG HONG NẮNG TẾT

Trời lạnh. Buổi mai ngồi hóng nắng. Nắng lên! Mừng quá... Vẫn còn run! Mùa Đông nước Mỹ trời ơi khiếp... nhớ nắng vô cùng thuở Cố Hương!

Non Nước của mình không buốt giá, hai mùa là nắng với mưa thôi. Nhiều khi mưa cũng làm tê buốt, nắng có khi không thấy nụ cười...

Đây, thở than hoài nghe cũng mệt, làm thì tám tiếng, có bao nhiêu? Nhưng trong tám tiếng, đôi lần nghỉ, cộng lại thời gian rảnh quá nhiều!

Tháng nắng thì than: Sao nóng thế? Tháng mưa ngồi thở, mờ cửa gương... Bình yên, đời sống sinh ra chuyện, lòng dĩ nhiên đeo mãi cái buồn!

Xưa, Tú Xương làm thơ hết ý, giát giường bỗng nẩy chuyện đau xương; miếng ăn manh áo không lo nghĩ, yêu vợ sinh con... tại giát giường!

Đù mẹ đù cha cho có chữ... cười toang tạo dáng... một bài thơ (*)! Tú Xương thi mãi, toàn thi hỏng, trào phúng vì mình... luôn ước mơ?

Tôi ngồi đây giữa mùa Đông Mỹ, bạn ở Na Uy nhớ mặt trời! Sáu tháng Bắc Âu không thấy nắng buồn như là Mỹ tuyết rơi rơi...

Vòng quanh trái đất là tư tưởng, đứng chựng trong lòng... tim buốt tim! Nông nỗi vì đâu Non Nước bỏ... ra đi bốn hướng cái chi tìm?

Tự Do! Được nói mình mong nắng? Bạn ở Phần Lan nấu ấm trà... Rút thuốc thơm ra, không dám hút... chỗ nào sương khói thật bao la?

Tôi ngồi, nghĩ quẩn đời quanh quẩn, muốn đứng, tìm đâu một gốc tùng? Đà Lạt nhớ sao mùa gió Bấc, lặng nhìn khói thuốc tỏa mênh mông...

Sắp Tết, có người đan áo đẹp, ôi chao màu nắng cũng màu tơ! Người đi khuất bóng đường ba ngã, tôi thở dài theo, vậy cũng thơ?

Tiếng chuông Chùa ngân vang xa xa... Ông Thầy Chùa với áo cà sa... Một thời Kinh đã xong rồi sáng? Lát nữa, "tư duy" một chén trà...

(*) Thơ Tú Xương:
Đù mẹ đù cha cái giát giường
Đêm nằm chỉ thấy những đau xương!
Mai ông mua nứa đì mần lại
Đù mẹ đù cha cái giát giường! ■

PHƯƠNG TÂN
Trời Vào Xuân Mà Như Cuối Thu

Đò đi, nhớ quá người quay lại
Phố xá ngày xưa đã lỡ thì
Nước ngược ngỡ đâu người đi mãi
Ồ không. Nẫu ruột chuyện phân ly!

Kể chi chết sống thời tao loạn
Gươm giáo đâu chừa kẻ từ bi
Trăm họ quay cuồng cơn mê sảng
Chuông chùa thủ thỉ giọng sầu bi.

Quay lại. Đâu say mà quýnh quáng
Mò mãi không ra đất nước mình
Sớm tinh mơ như trời chạng vạng
Người nối người cứ thế lặng thinh.

Trời vào xuân mà như cuối thu
Thương Sài Gòn hiu hắt sương mù
Giả ngó lơ mà lòng nghẹn đắng
Nước mắt nhòe. Không, trời mưa thu! ∎
(VN 2023)

TRẦN THANH QUANG
Một Thoáng Hương Xưa

Mưa lấm láp những mặt đường tháng chạp
ngọn sầu đông lá mọc tự hôm nào
hoa cúc nở vàng sân hoa cúc nở
bên hiên nhà ai quét lá lao xao

Ta xa xứ bao năm, ừ xa xứ
thời gian trôi bạc trắng một đời người
ngó chừng lại quê nhà xa tít tắp
mẹ già ta ai têm miếng trầu tươi

Em gái nhỏ lấy chồng bên quê nội
nhớ tuổi thơ tháng chạp chạy lên đồi
hái hoa dại em bày trò đám cưới
mấy đời con biết còn giữ tiếng cười

Và bè bạn lênh đênh trôi mấy hướng
dạt đi đâu tháng chạp có quay về
mưa lấm láp dầm dề sân lá rụng
nén nhang thơm thoang thoảng chút quê nhà ∎

HOÀNG HOA THƯƠNG
Cuối Chạp

1- Đất trời nở nụ Xuân chưa
Sao ta nghe tựa như vừa chiêm bao
Phương Đông rầm rập chiến bào
Có nàng tựa cửa vẫy chào xuất chinh

2- Chào Xuân chào nước non mình
Ngựa Người Phù Đổng, Gươm tình Phong Châu
Bình Than ban chiếu phong hầu
Đã nghe trống trận mở đầu sử xanh

3- Ai đi dựng nước xây thành
Câu thơ hào kiệt đành rành núi sông
Ngày sau xương trắng máu hồng
Nén nhang ta đốt cho nồng anh linh

4- Em đi nhặt nét thơ trinh
Mùa Xuân gõ cửa mùa tình trên tay
Ngựa về nện vó bờ Tây
Lòng ai son thắm bỏ ngày đợi mong

5- Chào nhau ngọn gió bờ sông
Ta nghe đất mới trời hồng
Xuân xưa Trả người mộ khúc ban trưa
Sao Khuê trên đỉnh đón mùa Xuân xanh.

Viết từ Phố Bolsa-California

DAN HOÀNG
XUÂN

Đã bao năm rồi ta xa xứ,
Vui buồn đời lữ khách phương xa.
Mỗi độ xuân về lòng quạnh quẽ,
Lại nhớ mùa xuân ở quê nhà.

Nắng mới đơm hoa vàng mấy chậu,
Hoa Mai khoe sắc với hoa Đào.
Lao xao ngọn gió như cào cấu,
Dục mảnh tình quê cứ nôn nao.

Nỗi nhớ dạt dào như biển cả,
Theo mãi năm tháng bước ta đi.
Vẫn tưởng núi sông nhiều cách trở,
Xóa nhòa mà nào xóa nhòa chi?

Xuân nay mình già thêm một tuổi,
Lòng càng lưu luyến kỷ niệm xưa.
Quê cũ tình xa như bão nổi,
Thổi tung mái tóc bạc lưa thưa.

Lại thêm một mùa xuân xa xứ,
Hỏi ngày sum họp có kịp về?
Hoa Mai hoa Đào vẫn thắm nở
Đừng lỡ lời hẹn buổi chia ly!

Phố biển, Xuân Giáp Thìn 2024

ĐẶNG HIỀN
Chiều Cuối Năm

Chiều cuối năm mưa rối bời
Lạnh từ vai áo
Anh lại viết bài cuối năm
Từng hàng mưa li ti rơi vào phím gõ

Những ngón tay lạnh thấm mùa đông
Anh mơ thấy em trong giấc sáng hôm qua
Khi trời chưa đổ cơn mưa
Khi anh vừa thức dậy

Anh nằm cùng giấc mơ
Giấc mơ lùi xa như trí nhớ
Nụ cười ngày ở bên nhau
Bàn tay còn nhớ mãi bàn tay

Em có nghe mưa khi người không ở lại
Mình có còn gặp lại từ câu hỏi ngày mai
Mùa xuân em về hay em ra đi
Em có thấy buồn lên từ chớm đông sang

Chiều cuối năm anh trốn vào cuộc rượu
Nhưng không trốn được cơn mưa
Lòng chợt buồn như khóc
Ai lại tỏ tình khi môi lạnh làn môi

Ngoài khi mưa đang hát cùng gió đông
Lời chúc tụng thay lời từ giã
Em sẽ đón năm mới bằng tiếng cười rạng ngời hạnh phúc
Tất nhiên, ngày mai thế nào anh cũng vẫn yêu em

Chiều cuối năm mưa rối bời
Lạnh từ vai áo
Những kỷ niệm hãy gởi vào năm cũ
Khoác hộ em chiếc khăn quàng cổ ấm áp ngày đầu năm ∎

CAO NGUYÊN
Xuân Đến

xuân đến chiếc cành nhỏ
ra hoa đỏ. con chim nhỏ không
nhận ra chiếc cành nhỏ ∎

NGUYỄN AN BÌNH
Trên Luống Cày Mùa Xuân

Trên cánh đồng mấy hạt
Ta nguyện làm phù sa
Cho bao mùa trĩu quả
Để bao mùa đơm hoa.

Xin được làm chiếc lá
Hiến dâng tầng lá xanh
Reo vui cùng ngọn gió
Thức giấc cùng bình minh.

Rừng hoa đầy hương sắc
Nở giữa trời bao la
Mang tình sức sức sống
Nhựa dâng tràn xanh lơ.

Xoay vòng cùng nhịp điệu
Vang tiếng hát trẻ thơ
Sẽ đón chào ngày mới
Nghiêng mình hót líu lo.

Trên bầu trời bao la
Hải âu tung cánh sóng
Ngại gì những phong ba
Giữa trùng khơi lồng lộng.

Ta thành sợi tơ trời
Làm ngọt dòng sông xanh
Rồi vui lòng yên nghỉ
Trên luống cày mùa xuân ■

XUYÊN TRÀ
VỀ NÚI

sầu như đá dựng nghìn năm tuổi
bặt cánh chim về tự cổ sơ
sao không tiền kiếp như thân bướm
vô lượng ngàn trăng một bóng chờ

bỏ quê biền biệt ngày ly tán
rừng vẫn xanh màu nhuận sắc hoa
dòng suối từ tâm lên tiếng gọi
đợi em về hay núi đứng chờ ta?

lãng quên nhân thế mai về núi
sưởi ấm nguồn cơn giữa đất trời
chấp chới ngàn sao trên đỉnh tuyết
vẫn còn nguyên hạnh giữa trùng khơi

tuổi người không được như đời núi
hữu hạn bao năm cũng phải về
thân thế còn chi mà nuối tiếc
gởi hồn nương tựa bóng sơn khê

ta kể đời ta thời kiêu bạt
núi nghe cũng thức với điêu tàn
canh khuya vượn hú trên đồi gió
thương người ngồi khóc một hồng nhan

hiên mây trải nắng vàng hoa mộng
rải xuống trần gian một sắc hồng
tiếng ai vừa hát như sơn nữ
đón ngọn xuân thì... núi trổ bông? ∎

LÊ HÂN
Lạc Quan Xuân Ảnh

Bắc Mỹ mỗi ngày đều Xuân
Xuân trên màu áo sắc quần Xuân ra
Xuân trong chén dĩa đậm đà
Mùi hương chứa đủ hồn nhà quê hương

Năm mươi bảy năm tha phương
Mùa Xuân luôn ở trong giường ngủ tôi
Đôi khi cũng chợt buồn đời
Nhìn vào khuôn mặt mọi người gặp Xuân

Phóng đại giữ cho vui mừng
Không rơi hương vị bánh chưng mai đào?
Hình như không còn chút nào
Tinh thần Tết thật thoảng vào nơi đây

Nếu lười không tìm chậu cây
Nở hoa vạn thọ trang bày thềm ra
Hồi còn ở Canada
Hoa linh này đặt trong nhà đơn sơ

Bây chừ ở xứ hanh khô
Gần ngọn sóng gọi giàu mơ ước nhiều
Xuân trời đất càng đáng yêu
Em mua cây quất bọc điều trái thơm

Vui vui hái lộc tùy hôm
Tuổi xuân sắc luống tình đơm theo trời
Thời kỳ rảnh rỗi nghỉ ngơi
Nhận ra ngày một ngày vui Xuân đầy

Mỗi ngày nặng nhẹ gió bay
Cali đóng lớp nắng dày Xuân tươi
Trong Xuân bát ngát chúng tôi
Hai người đủ một cặp đôi yêu đời | 2024

NP PHAN
Tình Khúc Mùa Xuân

chút sương sớm cho dịu dàng phố thị
thêm nắng vàng cho thắm nụ hồng xuân
ngọn gió đông đã thầm báo tin mừng
rằng xuân khúc sẽ tưng bừng giai điệu

con sóng biển sẽ thốt lời êm dịu
bởi niềm vui cũng vừa mới ra ràng
chút mượt mà cho cánh én xênh xang
ngày khởi sự điệu đàng trong mắt biếc

rằng xuân khúc sẽ hát lời tha thiết
rằng trời xanh cũng sẽ rất la đà
những cung đường không chỉ cỏ và hoa
tiếng cười trong veo vang lên đâu đó

em sẽ mặc chiếc áo vàng rực rỡ
những đóa hoàng mai đã nở trong vườn
một chút men nồng cũng vội tỏa hương
và xuân khúc cứ ngân hoài, ngân mãi... ∎

HOÀNG CHÍNH
Trước Khi Cả Một Trời Sao Tan Biến

Con tàu rú lên tràng còi thất thanh. Âm thanh chuyển từ trầm đục sang cao chói. Chuyện gì vậy. Mọi người hỏi nhau. Sao bỗng dưng còi tàu gầm thét như con thú bị thương vậy. Tàu bỗng dưng chạy chậm hẳn lại. Và tiếng rít của bánh sắt trên đường rầy như mũi khoan nhọn xoáy vào lỗ tai. Người soát vé tất tả chạy trên lối nhỏ giữa hai hàng ghế. Chuyện gì thế ông ơi. Những câu hỏi nhao nhao. *Something wrong, very wrong.* Mọi người vui lòng ngồi yên tại chỗ. Người soát vé nói vội trước khi mất hút sau khung cửa nối sang toa kế tiếp. Khủng bố hay cầu đường xe lửa bị sập. Mưa lũ đã mấy hôm rồi. Người ta xớn xác hỏi nhau. Tin tức truyền miệng lan nhanh như đám cháy rừng. Không ai biết chắc chuyện gì. Chỉ biết tàu không thể tiếp tục chạy. Nhìn qua cửa sổ, chỉ thấy rừng cây đang vùn vụt dạt về phía sau bỗng chậm dần.

Người đàn bà ngồi cạnh tôi bám chặt hai tay vào thành ghế, hai con mắt đảo quanh, như sợ những bánh sắt sẽ trật khỏi đường rầy lúc đoàn tàu thắng gấp. Tàu chao về phía trước, giật lùi lại phía sau, rồi ngừng hẳn. Đám hành khách đồng loạt đứng bật dậy, như bầy thú dữ trong rừng già bất chợt đánh hơi được con mồi. Những hình người rời chỗ ngồi, đi tới đi lui, nhập nhằng, hoa cả mắt.

Quay sang tôi, người đàn bà ngồi cạnh tôi, tíu tít, "Có sao không ông? Mình có sắp chết không ông?"

Đoàn tàu đã ngừng, không có tiếng nổ hay tiếng động nào khả nghi nên tôi yên tâm, nói vội, "Chắc không sao đâu."

Người đàn bà rên rỉ, "Chắc chết quá. Tôi còn bao nhiêu việc phải làm. Tôi chưa muốn chết, ông ơi."

Tôi đứng dậy, khom lưng kéo cái va li dưới gầm ghế. Người đàn bà chộp lấy tay áo tôi, hai con mắt xớn xác, "Ông ơi, ông đi đâu vậy?"

"Không sao đâu, bà ơi," tôi nói, và gỡ vội những ngón tay đang bấu chặt tay áo mình, xách va li, luồn lách giữa những hình người chen chúc nhau trên lối đi hẹp giữa toa tàu, bước nhanh ra cửa. Tôi nhảy đại xuống khỏi toa xe, kéo va li lầm lũi đi dọc theo đường rầy, bỏ lại mớ âm thanh hỗn độn sau lưng.

Nắng vàng nhạt trên những ngọn cây hai bên đường. Tôi bước nhanh như chạy trốn. Có tiếng lạch cạch vang đến từ phía sau. Tôi quay lại. Trong cái nhập nhoạng của buổi chiều, nhập nhòa chiếc bóng nhỏ bé của một thiếu nữ. Cái bóng nhỏ bé ấy kéo chiếc va li lách cách trên mặt đất nhấp nhô. Tôi nheo mắt nhìn cho rõ. Không phải người đàn bà ngồi cạnh tôi trên tàu. Tôi ngập ngừng một giây rồi tiếp tục rảo bước. Gió nhẹ vắt ngang vai như hỏi han. Trời sắp tối, tôi cố bước nhanh. Tôi vấp vào một hòn đá, lao đao suýt ngã.

Tôi đi miết theo đường tàu. Biết đi đâu giữa chốn hoang vu này? Cuối mùa hạ, trời còn cái nóng ong ong. Con đường hun hút trước mắt. Cây cối rậm rạp hai bên. Không chừng phải ngủ rừng. Biết vậy thì ở lại trên tàu cho xong. Nhưng ở vào hoàn cảnh tôi đi hay ở và ở nơi nào thì cũng vậy thôi. Chẳng có chỗ nào là nơi nương náu. Hơn nữa, vé tàu chỉ cho tôi một ghế ngồi hạng bình dân. Trước mặt, sau lưng, bên phải, bên trái nồng nặc mùi người. Tàu chạy còn có chút gió, tàu đứng chết một chỗ, ngửi hoài hơi người, nghe hoài tiếng người, nhìn hoài những hình người... chắc sẽ phát điên. Đã vậy người đàn bà ngồi kế bên không để tôi yên. Suốt lộ trình bà ta cứ quay sang tôi mà tra hỏi. Đành phải bỏ đi thôi. Ra sao thì sẽ tính sau.

Tôi rẽ vào lối mòn luồn giữa những tàng cây rậm lá. Cái bóng nhỏ bé của người thiếu nữ tất tả đi theo. Tôi làm bộ cúi xuống sửa quai xách chiếc va li, cố ý chờ. Đến khoảng lưa thưa nhà cửa và lác đác bóng người, tôi đi chậm lại. Trên con đường lổn nhổn đá vụn, thấp thoáng bóng một chiếc xe ngựa. Bóng thiếu nữ đến gần. Tôi liếc mắt nhìn. Khuôn mặt trẻ trung. Một cô gái. Cô gái ấy nhìn tôi, không nói.

Bước tới sát bên chiếc xe ngựa, tôi cao giọng hỏi người đánh xe, "Ông ơi, gần đây có nhà trọ nào không?"

"Làm gì có," người đàn ông nói, mắt nhìn thẳng phía trước, dài theo con đường rải đầy đá vụn.

"Ông có biết chỗ nào… tôi lạnh quá!" Giọng nói run run của cô gái vang lên ngay sau lưng tôi.

"Lên xe đi," người đánh xe hất đầu ra dấu.

Tôi quay lại nhìn cô gái. Cô ấy nhìn tôi. Có lẽ đọc được vẻ ngần ngừ của hai chúng tôi, người đánh xe gằn giọng, "Không còn xe nào khác đâu." Trái táo ở cổ họng ông ta gồng lên như thể dưới lớp da đầy những đốm trắng nhợt nhạt kia, có một con lươn còn sống.

Tôi quẳng va li của mình vào lòng xe. Sàn gỗ kêu lên ken két. Người đàn ông quay lại trừng mắt nhìn tôi. Tôi biết mà, va li của tôi nặng vì nó chứa toàn bộ tài sản tôi gom góp được sau mấy chục năm làm người. Nặng, nhưng dù yếu đuối, vợ tôi vẫn quẳng được nó ra sân sau trận cãi vã chiều hôm qua. May mà cái quai chưa đứt và những bánh xe còn nguyên vẹn. Tôi cố mỉm cười với người đánh xe. Rồi tôi nhắc dùm cái va li của cô gái lên, cố gồng cánh tay, đặt nhẹ nhàng vào lòng xe, một phần vì thói quen lịch sự với phụ nữ và cũng vì cái trừng mắt đầy tia máu của người đàn ông.

Thành xe hơi cao, chiếc quần *jean* bó sát làm cô gái leo lên một cách vất vả. Cánh tay cô vươn cao, níu lấy thành xe, làm chiếc áo thun co lên, để hở ra khoảng da bụng trắng xanh. Tôi muốn đưa tay đỡ dùm cô ấy lên xe, nhưng không biết đặt tay vào chỗ nào. Nên tôi đứng yên, chờ. Con ngựa già phơi những xương sườn vênh vẹo. Cái đuôi phất phơ quẩy đập như thể đang đuổi ruồi, đuổi muỗi.

Chiếc xe lọc cọc lăn bánh trên đường đất lởm chởm những ổ gà và rải rác đá vụn. Có lẽ gần đây có núi đá nơi người ta đập đá chuyển đi nơi khác để xây cất một công trình nào đó. Tôi muốn hỏi người đánh xe chuyện ấy nhưng thấy ông ta cau có, và luôn miệng mắng nhiếc con ngựa nên thôi.

Cô gái ngồi dựa lưng vào thành xe, đối mặt với tôi nhưng cả hai chúng tôi đều tránh nhìn nhau. Bánh xe gỗ lọt ổ gà xô chúng tôi nghiêng ngả trong lòng xe. Những bụi cây đan cành thành hàng dọc hai bên đường. Thỉnh thoảng một luồng gió nhẹ vắt lên mặt tôi chút man mát, dịu dàng và thoang thoảng mùi tanh cộc cằn của bùn đất.

Cô gái co người, suýt soa chà hai bàn tay vào nhau. "Lạnh quá!" Tiếng thì thầm của cô lẫn vào tiếng gió.

"Gió sông đấy." Người đánh xe ngựa nói trống. Tôi ngạc nhiên bởi cô gái nói nhỏ vậy mà ông ta cũng nghe ra được.

"Ở gần đây có sông à?" Tôi hỏi.

Người đánh xe không trả lời. Ông ta tiếp tục mắng con ngựa lười biếng.

Đến một chân dốc, chiếc xe tụt lại, tôi nhảy xuống vịn tay vào thành xe đẩy tiếp. Lên tới đỉnh dốc, xe tuột xuống. Con ngựa rảo bước theo đà, móng đề gõ xuống mặt đường nghe rộn ràng như tiếng mõ một ngôi chùa có chú tiểu ngủ gục vừa giật mình thức giấc. Chiếc xe vùn vụt lao dốc. Tôi chạy theo hụt hơi. Hai bắp chân nhức buốt. Tôi đứng sựng lại. Bầy muỗi đói vi vu trên mặt. Xe ngựa chờ tôi ở chân dốc. Tôi ỳ ạch leo lên.

Con đường càng lúc càng hẹp, cây cối hai bên đường đan sát vào nhau như vách tường tối ám. Đến khúc đường viền một bờ nước đen ngòm, người đánh xe hối thúc chúng tôi xuống.

"Tôi phải về cho kịp giờ," ông ta nói. "Tối rồi, ngu gì mà lẩn quẩn ở bến sông này." Rồi ông ta chỉ vào con ngựa đang phì phò thở, "Mắt nó kém. Đi một hồi có mà lao xuống sông."

"Nhưng quanh đây có chỗ trọ không?" Tôi hỏi vội khi kéo cái va-li của cô gái, đặt xuống đất.

Người đàn ông hừ lên một tiếng và hất cái đầu lưa thưa những tóc về phía những lùm cây rậm rạp.

Tôi nhảy xuống đường, lóng ngóng chờ cô gái. Bàn chân cô vừa chạm đất là ông ta đã giật dây cương cho con ngựa lóc cóc đếm bước. Tôi gọi với theo, "Hết bao nhiêu tiền, ông ơi!" Người đàn ông khoác tay. Tôi tần ngần nhìn theo. Cô gái đứng co ro bên chiếc va-li. Tôi nhìn cô ta. Cô ta nhìn tôi. Hai chúng tôi không nói gì với nhau. Tôi quay lưng, xách va-li, đi về phía có ánh đèn le lói sau những rặng cây rậm lá. Cô gái lặng lẽ đi theo. Chúng tôi quanh quẩn mãi mới tìm ra một tòa nhà có nhiều tầng, với những vách tường gạch sần sùi, mốc meo, nhưng có vẻ bề thế hơn những túp nhà o ép chung quanh. Và là nơi duy nhất có ánh đèn. Chắc đây là cái quán trọ mà người đánh xe muốn dẫn chúng tôi đến. Tôi nhớ vẻ ngần ngại của ông ta khi chỉ cho chúng tôi chỗ này. Xe ngựa cách chúng tôi một quãng xa, ông ta còn nói vọng lại, "Coi chừng đấy!"

Tòa nhà ở khuất sau khu đất nhô ra ngoài lòng sông nơi lau sậy um tùm. Tôi cần chỗ nghỉ qua đêm. Đẹp hay xấu không cần biết. Mệt lắm rồi. Rã rời cả hồn lẫn xác.

Tôi liếc trộm cô gái. Hoàn cảnh đẩy đưa. Tôi nghĩ vậy. Cùng chuyến tàu, cùng gặp nạn, cùng bỏ tàu tìm chỗ nghỉ qua đêm. Bạn đồng hành bất đắc dĩ. Không nói ra nhưng trong đầu tôi, và có lẽ cả cô ấy đều hiểu là sẽ thuê hai phòng riêng biệt.

Trước quầy tiếp tân, chúng tôi nhìn nhau, từ lúc rời bỏ toa tàu và suốt lộ trình dằn xóc trên xe ngựa, thỉnh thoảng chúng tôi vẫn nhìn nhau mà không nói như thế. Cuối mùa hạ. Cái oi bức còn hậm hực trong không khí. Ánh đèn vàng vọt. Bây giờ tôi mới nhìn rõ mặt cô gái. Cặp mắt kiếng gài trên mái tóc. Vầng trán chữ nhật đầy nét bướng bỉnh. Sống mũi cao. Cái miệng nhỏ và xinh.

Tôi muốn nói một câu gì đó nhưng nghĩ không ra.

Câu hỏi lớn xoáy trôn ốc trong đầu. Mình sẽ sắp xếp chỗ ở tối nay như thế nào. Nếu quán trọ chỉ còn một phòng thì không biết phải làm sao. Tôi nhìn cô ấy. Bây giờ tôi lại nhận thêm ra rằng cô ấy có đôi mắt đẹp. Tôi nghĩ nếu chỉ còn một phòng thì tôi sẽ chung phòng với cô ấy. Cô ấy ít nói - hay chẳng bao giờ nói - và xinh xắn. Chung phòng với một cô gái như thế, dù chưa quen, cũng là điều thú vị.

Chúng tôi kéo lê những bước nặng nề trên lớp thảm dày lót hành lang. Không có ai ở bàn tiếp tân. Cả hai chúng tôi cùng đưa tay ra một lượt định bấm cái chuông nhỏ trên mặt quầy. Hai cánh tay ngừng lại cùng một lúc. Bốn con mắt nhìn nhau. Tôi rụt tay lại, nhìn những ngón thuôn khều ra tiếng kính coong trong vắt. Tiếp viên là một người đàn bà đứng tuổi. Những nếp nhăn hình nan quạt ở đuôi mắt dãn ra khi bà ta nhìn chúng tôi. Con mắt đầy dấu hỏi.

"Chúng tôi cần..." tôi lắp bắp.

Bà tiếp viên nhìn tôi. Tôi nhìn sang cô ấy, rồi quay lại bà ta, bắt gặp cái mụn ruồi thịt trên khóe môi. Cái mụn ruồi rung rinh nhảy múa. Cô ấy nhìn tôi. Tôi lại nhìn cô ấy. Rồi cô ấy lẩm bẩm, "Lạnh quá! Chúng tôi cần phòng..."

Cô ấy không nói là một hay hai phòng. Nên tôi cũng lặng thinh.

"Ai chỉ đường cho ông bà lại đây vậy?" người đàn bà hỏi, ánh mắt nghi hoặc lướt lên cô ấy rồi đọng lại trên mặt tôi.

"Người đánh xe ngựa," tôi nhanh miệng, nói.

Người đàn bà tròn mắt nhìn tôi. Rồi khẽ nhún vai, khinh khỉnh, "Việc gì phải nói dối như thế."

Tôi ngỡ ngàng nhìn những nếp nhăn ở hai bên đuôi mắt người đàn bà, rồi quay sang cô ấy. Tôi không hiểu người đàn bà mắng mỏ tôi hay nhiếc móc người đàn ông đánh xe ngựa. Tôi muốn cô gái xác định với người đàn bà này là tôi không nói dối.

Nhưng cô ấy không về phe với tôi. "Chúng tôi cần hai phòng," cô ấy nói, không nhìn tôi.

Tôi vội gật đầu. Vậy là hai phòng. Không còn gì phải băn khoăn.

"Phải có lò sưởi mới được, tôi lạnh lắm!" Cô gái thì thào.

"Tôi cho anh chị hai phòng kế bên nhau," bà tiếp viên nói, giọng khàn đục. "Có cửa thông qua nhau." Chúng tôi nhìn nhau, không nói. "Nhưng chị có thể khóa cửa ấy lại," người đàn bà nhìn cô ấy, nói như trấn an. Tôi liếc cô ấy, bắt gặp cô ấy nhìn trộm tôi. Cái nhìn lướt qua thật nhanh. Rồi cô ấy ngước nhìn bức tranh treo trên tường. Tháp Eiffel vắt vẻo cạnh dòng sông uốn khúc. Nhất định là sông Seine. Tôi nghĩ vậy.

"Phòng mười hai và mười bốn," người đàn bà nói nhanh, tay vung vẩy sợi dây buộc vào hai chìa khóa. Tôi ngạc nhiên, hai phòng nói là kế bên nhau, sao lại cách nhau một con số, nhưng rồi nhận ngay ra rằng người ta tránh con số mười ba.

"Ai muốn phòng mười bốn?" Người đàn bà hỏi, mắt nhìn tôi đăm đăm.

Tôi còn đang ngập ngừng thì cô ấy đã đưa tay đón lấy chìa khóa phòng mười bốn.

"Có thang máy không," tôi hỏi, mắt liếc hai cái va li.

"Có," người đàn bà nói. Mắt tôi sáng lên, tôi biết vậy, bởi căn phòng bỗng dưng như vừa được bật thêm một ngọn đèn. Tôi ngại xách hai cái va-li leo ba dãy thang lầu cũ kỹ và ẩm mốc. Nhưng người đàn bà làm tắt phụt những ngọn đèn ảo tưởng trong tôi. "Thang máy hư rồi." Bà ta nói, giọng lạnh băng.

"Sao vậy?" tôi hỏi.

"Hư rồi," bà tiếp viên sẵng giọng. "Thang bộ ở đầu kia. Với lại chỉ có ba tầng lầu."

Những ngón tay mập mạp chỉ về phía cuối hành lang.

Chúng tôi nhìn nhau. Có lẽ những ý nghĩ trong đầu cô ấy giống hệt cái mớ nhùng nhằng trong đầu tôi. Cô ấy gỡ cặp mắt kính ra khỏi mái tóc. Những sợi tóc xõa xuống trán. Tôi nhìn thấy những sợi tóc chẻ ra ở ngọn. Những sợi tóc màu nâu lẫn vào những sợi tóc màu đen. Tự dưng tôi muốn hỏi màu tóc tự nhiên của cô ấy là đen hay nâu. Nhưng tôi lặng thinh. Và tôi tự hỏi tại sao ánh đèn vàng vọt từ chiếc bóng tròn trên trần nhà lại soi rõ những sợi tóc chẻ đôi của cô gái như thế. Tôi biết mình không có duyên ăn nói, hơn nữa tôi với cô ấy có quen biết gì nhau đâu. Đi cùng chuyến tàu, cùng chuyến xe thổ mộ, và hoàn cảnh đưa đẩy phải vào chung một quán trọ. Chỉ có vậy thôi.

Đi qua chỗ cửa thang máy, tôi đứng lại nhìn. Cánh cửa đóng kín. Tôi thử bấm nút. Nhưng ánh đèn không sáng lên như những thang máy tôi vẫn dùng ở cái thành phố mà tôi vừa bỏ đi. Tôi nhìn cô ấy, khẽ lắc đầu. Cô ấy nhìn tôi, đôi con mắt nâu. Rồi cô ấy cũng lắc đầu và co người suýt soa, "Lạnh quá!"

Tôi ngạc nhiên nhìn cô ấy. Mọi cánh cửa tòa nhà đều đóng chặt. Hành lang bít bùng và nóng nực. Ban nãy tôi đã phải cởi bớt nút áo cổ cho bớt nóng, vậy mà cô gái này luôn miệng than lạnh.

Chúng tôi hì hạch xách va-li leo lên sáu mươi mấy bậc thang. Những thanh gỗ cót két dưới từng bước chân. Lên được tới lầu ba, tôi đứng lại thở dốc, và chờ. Cô ấy đứng lại ở nửa chừng thang lầu, hai bàn tay trắng muốt đè lên ngực. Tôi bỏ va-li của mình lại đó, bước vội xuống, xách dùm va-li của cô ấy. Va-li của cô ấy nhẹ tênh. Cô ấy lên tới, tôi nhìn cô ấy, muốn hỏi một câu nhưng không biết nói gì. Chúng tôi đi về phía phòng cô ấy trước. Dù còn xa lạ nhưng tôi vẫn muốn biết chắc mọi chuyện với cô ấy đâu vào đó an toàn rồi thì tôi mới yên lòng về phòng mình. Con số 14 vẽ nguệch ngoạc trên khung cửa đập vào mắt tôi.

Tôi đón chiếc chìa từ tay cô gái, gài sâu vào lỗ khóa. Ngọ ngoạy tới lui vẫn không mở được. Tôi lúng túng quay lại nhìn cô, lắc đầu. Cô gái tròn mắt nhìn tôi. Cô bước tới, đón chiếc chìa khóa từ tay tôi. Tôi đứng tránh qua một bên. Thoáng hương nhẹ nhàng như mùi của tóc lẫn trong mùi da thịt tẩm chút mồ hôi và đẫm bụi đường lâng lâng không khí. Cô mím môi vặn. Cánh cửa mở hé. Cô tránh qua một bên. Tôi ngượng ngùng đẩy cửa bước vào. Cô ấy lặng lẽ theo sau. Căn phòng tối đen. Tôi rờ rẫm vách tường tìm chỗ mở công tắc đèn. Ánh đèn vàng vọt thắp lên soi căn phòng lờ mờ những đồ đạc.

"Có người," tôi nói.

Cô gái lặng thinh.

Tôi đứng sựng tại chỗ. Một cái va-li đen đúa dường như vương đầy bùn đất nằm trên nền nhà, trên quai xách có sợi dây vải màu tím thắt thành hình chiếc nơ. Hai chiếc dép xẹp quai màu đỏ quăng bừa trên lối vào, một chiếc giày cao gót màu đỏ nằm lăn lóc cạnh chân giường. Trên giường còn bừa bộn một chiếc áo ngực ren màu đỏ và những vớ lót còn cuốn lại ở một đầu.

Tôi quay lại nói với cô ấy, "Lộn phòng rồi. Có người ở đây."

Cô ấy tròn mắt nhìn tôi. Chúng tôi bước ra ngoài, đóng sập cánh cửa. Âm thanh vang động dãy hành lang lờ mờ ánh đèn.

"Chờ đây nhé," tôi nói, và tôi bảo cô ấy rằng tôi sẽ phải đi xuống nói với người ta là đã lộn phòng rồi.

Cô ấy rì rầm, "Không ở một mình đâu, sợ lắm." Lần đầu tiên cô gái nói một câu đầy âm sắc và ướp đầy nữ tính.

Tôi gật đầu. Tôi không muốn cô ấy phải kéo hành lý đi lên đi xuống, nhưng cũng không muốn bỏ cô ấy lại đây một mình.

Chúng tôi kéo lê va-li dọc hành lang. Lớp thảm lót hành lang đã xác xơ và mỏng dính. Bánh xe của va-li của tôi vướng vào một chỗ rách trên mặt thảm, giật ngược chiếc va li đang ngon trớn. Cô ấy đứng sựng lại, chờ.

Tôi đẩy lùi cái va-li cho bánh xe gỡ khỏi chỗ rách trên thảm. Cô ấy chờ tôi kéo va-li đi trước và lặng lẽ theo sau. Đến trước thang máy, cô ấy tần ngần đứng lại. Rồi nhanh tay bấm nút. Cô ấy cũng có cái tò mò giống như tôi. Người ta đã bảo thang máy hư rồi mà vẫn cứ muốn thử. Tôi nhếch một khóe cười, thầm nghĩ, Còn lâu. Nhưng ánh đèn sáng lên. Tôi đứng sựng lại, chờ. Tôi quay qua nhìn cô ấy. Khóe môi cô ấy nhếch lên. Hình như đó là một nụ cười chưa nở trọn. Nhưng hai con mắt không cười. Tuy nhiên tôi cũng cười theo. Tôi thấy cái cười của mình gượng gạo. Cái cười của cô ấy tự nhiên và duyên dáng.

"Vậy mà cái bà kia dám nói thang máy hư," tôi gợi chuyện. Cô gái lặng thinh. Tôi tiếp, "Làm sao có thể lộn phòng như vậy được nhỉ."

Cô ấy khẽ lắc đầu và rùng mình suýt soa. Những sợi tóc rũ xuống trán. Một lọn tóc lúc lắc trên vai.

Cửa thang máy mở. Một người đàn bà bước ra. Chiếc áo sơ mi màu đỏ xẻ sâu xuống trước ngực. Cố không nhìn nhưng tôi cũng bắt được cái mụn ruồi tròn như hạt đậu trên vòm cong ngực bên trái người đàn bà. Cô ấy đứng tránh qua một bên nhường lối.

Người đàn bà lướt qua bỏ lại mùi nước hoa nồng đậm. Chúng tôi bước vào thang máy. Chúng tôi nhìn nhau. Tôi lại mỉm cười. Cô ấy cũng cười. Khoe những chiếc răng trắng đều.

Chúng tôi đứng cạnh nhau trước quầy. Lần này nỗi bực dọc trong lòng xui tôi nhanh tay bấm chuông.

"Thang máy chạy được rồi," tôi nhanh miệng nói khi bà tiếp tân ra tới.

Người đàn bà nhún vai, khẽ lắc đầu. Nhưng không thèm nói gì hết.

"Phòng ấy có người," tôi nói.

"Ông có chắc không," người đàn bà tròn mắt, hỏi.

"Có người," cô ấy tiếp lời tôi.

"Làm sao anh chị biết có người?" Bà tiếp viên nhìn tôi, rồi nhìn sang cô ấy, ánh mắt nghi hoặc.

"Có người thật mà. Chính mắt tôi thấy đồ đạc bừa bãi trong phòng," tôi quả quyết.

"Có hai chiếc dép, một chiếc giày cao gót màu đỏ với một cái va-li," cô ấy tiếp lời tôi.

Tôi gật đầu, thán phục trí nhớ về những chi tiết của cô ấy.

"Nếu có người thì bạn đâu có chìa khóa mà mở cửa phòng," bà nhân viên nói.

"Mở được mới thấy có đồ bên trong," tôi nói.

Bà nhân viên lắc đầu, "Để tôi lên cùng với mấy người."

Ba chúng tôi lại lục tục đi về phía cầu thang.

Tôi sựng lại trước cửa thang máy, kỳ kèo, "Thang máy đi được mà."

Người đàn bà gắt, "Tôi đã bảo thang máy không dùng được. Ở đâu đến đây mà lại rành hơn tôi vậy?"

"Chúng tôi mới xuống bằng thang máy," tôi nói, và sấn tới trước, bấm nút gọi thang máy. Nhưng ánh đèn không sáng lên như khi cô ấy bấm ban nãy.

Người đàn bà lắc đầu. Chúng tôi đành đi theo bà ta về phía cầu thang. Lại hơn sáu mươi bậc thang.

Ba người, hai va-li lạch lạch, lạch cach. Bà nhân viên vùn vụt bước đi. Tôi với cô ấy lục đục theo sau. Bánh xe va-li của cô ấy vướng vào chỗ thảm bị rách, đúng ngay chỗ va-li tôi bị mắc ban nãy. Cả hai chúng tôi hồng hộc thở khi lên đến cửa phòng số 14.

Tôi đưa chìa khóa cho người đàn bà, hăm hở chờ bà ta sáng mắt ra. Chỉ một vòng xoay, và cánh cửa mở ra. Người đàn bà bước nhanh vào phòng, với tay bật công tắc điện. Ánh sáng chan hòa căn phòng. Không phải ánh đèn vàng vọt ban nãy. Tôi bỏ va-li ngoài cửa, nhanh chân bước vào. Căn phòng trống trơn.

Tôi quay lại nhìn cô ấy. Hai mắt mở lớn, cô ấy thì thầm, "Không muốn phòng này nữa đâu."

Tôi nhìn bà nhân viên. "Rõ ràng có một cái va-li nằm ngay chỗ này." Tôi chỉ xuống thảm ngay chỗ đứng của người đàn bà.

Người đàn bà nhún vai. Cô ấy nhìn tôi. Màu nâu đôi con mắt đậm lên dưới ánh đèn vàng.

Máu nghĩa hiệp trong tôi sùng sục sôi, trào ra thành cái xua tay quả quyết, "Vậy mình đổi phòng cho nhau cũng được." Tôi nói, dẫu trong lòng chấp chới lo âu. Bởi tôi nhớ rõ lắm chỗ người đàn bà này đang đứng mới vài phút trước là cái va-li đen đúa còn vương đầy bùn đất. Và cạnh cái chân giường kia có rõ ràng một chiếc giày cao gót màu đỏ nằm chỏng chơ trên thảm.

"Không ở một mình đâu, sợ lắm," cô ấy nói bằng tiếng Việt.

"Cô ấy nói gì vậy?" Người đàn bà hỏi tôi.

Cô gái chuyển ngay sang tiếng Anh. "Không ở một mình đâu. Sợ lắm."

Có chút gì đó như thoáng reo vui rộn ràng trong đầu tôi. Nhưng tôi cố giữ vẻ lạnh lùng trên nét mặt.

"Chẳng sao cả," người đàn bà nhún vai nói. "Miễn sao trả tiền đủ cho hai phòng."

"Đâu có được," tôi kỳ kèo. "Một phòng thì trả tiền một phòng."

Cô gái đưa tay cản tôi lại, "Không sao, để tôi trả."

Vậy là hai chúng tôi ở chung phòng. Phòng mười hai. Dù sao con số này cũng dễ chịu hơn số mười ba trá hình thành mười bốn.

Cô ấy lặng im vẻ cam chịu. Vào phòng rồi, tôi cẩn thận mở cả những ngăn tủ để kiểm soát. Nhưng tất cả trống trơn.

Tôi ngồi trên chiếc ghế đẩu vênh vẹo, nhìn quanh. Lúc cô ấy mở va-li, lấy đồ, tôi giật mình khi thấy cái nơ vải màu tím buộc ở quai xách. Cô ấy lấy ra bộ đồ ngủ và đôi dép xẹp có quai màu đỏ. Đầu óc tôi quay cuồng. Tôi nhớ mình có thấy đôi dép quai đỏ ở đâu đó. Nhưng tôi nghĩ mãi không ra. Hình như thấy ở người đàn bà ngồi cạnh tôi trên tàu, cái bà luôn miệng hỏi mình có chết không hở ông.

Đêm. Chúng tôi ôm bụng đói để ngủ. Tôi nhường cô ấy chiếc giường có tấm nệm mỏng và những lò xo cót két khi cô ấy ghé lên ngồi mém ở cạnh giường. Tôi nằm co trên chiếc ghế dài không đủ chỗ duỗi chân.

Giấc ngủ chập chờn. Tôi bị đánh thức mấy lần vì tiếng kéo bàn kéo ghế lịch kịch ở phòng kế bên. Tôi mở mắt nhìn. Tôi vạch màn cửa sổ. Những con đom đóm lập lòe quanh những bụi cây tối đen bên dưới. Tôi trở về chiếc ghế dài, co người như con sâu và vật vờ giấc ngủ.

Rồi tôi giật mình. Chập chờn mãi mới nhớ ra mình đang ở trọ. Tôi nghểnh cổ nhìn về phía chiếc giường ở góc phòng. Dưới ánh sáng lờ mờ của ngọn đèn ngủ, chiếc giường trống trơn. Tôi đoán cô ấy vào nhà vệ sinh. Tôi nằm xuống, vu vơ nhìn cái trần nhà lồi lõm. Tôi chờ nghe tiếng cô ấy giật nước, nhưng chờ hoài không thấy, tôi lại ngủ thiếp đi. Tiếng giật nước cầu vọng sang từ phòng kế bên làm tôi giật mình. Chắc chủ quán trọ đã cho ai khác thuê phòng. Ngày mai tôi sẽ bảo cô ấy đòi lại tiền. Dù không ở nhưng đã trả tiền thì đó là phòng của chúng tôi. Có lẽ một người nào đó đi cùng chuyến tàu với chúng tôi và tìm đến nơi này. Ngày mai gặp họ tôi sẽ hỏi thăm xem chuyện gì xảy ra cho chuyến tàu. Tôi bây giờ tứ cố vô thân. Ai cũng có thể nhận ngay làm bạn. Vợ quăng va-li đuổi, tôi thành người tự do. Cô gái nào tôi cũng có thể ôm chầm lấy thì thầm vào tai họ những câu ngọt ngào. Và tôi nghĩ đến cô ấy. Đêm đầu tiên chung phòng trọ với một người đàn bà chẳng phải người yêu, cũng không phải vợ. Cảm giác lạ lùng. Đêm thứ nhất trong đời. Sẽ còn chăng những đêm thứ nhì, thứ ba? Ý nghĩ quấn lấy nhau trong đầu. Nếu bây giờ tôi lăn vào giường cô ấy thì sao nhỉ. Hẳn sẽ ấm áp hơn nằm *sofa* một mình giữa đêm cuối mùa hạ trong một quán trọ gần một bờ sông hoang dã. Tôi đã ngủ trên chiếc sa lông cũ kỹ phòng khách nhà tôi hơn hai tháng rồi. Tôi nhớ da diết hơi ấm và cái mềm mại đầy quyến rũ của chốn vun cao, của vùng trũng thấp trên thân thể người nữ. Ý nghĩ làm tôi khó chịu. Da thịt tôi nổi gai. Tôi lăn qua phải, nhìn cái vũng tối đen của căn phòng, rồi lăn qua trái nhìn chằm chặp vào lưng ghế xám tối. Mùi hôi mốc thoang thoảng không gian. Cảm giác lạ lẫm khi hình dung có một người đàn bà nằm cách tôi không tới hai bước chân, trong căn phòng lờ mờ ánh sáng từ bóng đèn ngủ cắm ở góc tường làm tim tôi rối nhịp. Tôi bò dậy, bước tới bên cửa sổ. Chân trần cào trên mặt thảm sần sùi. Tôi dán mắt vào những đốm xanh đỏ lập lòe. Lâu lắm không nhìn thấy những con đom đóm. Những đốm sáng chập chờn lượn trong vũng tối. Thuở nhỏ, tôi hay bắt đom đóm bỏ vào lọ thủy tinh. Chẳng biết để làm gì. Những con đom đóm nhập nhòa bóng đêm thời thơ ấu.

"Đẹp quá!" Câu nói nhẹ như tiếng thì thầm làm tôi giật bắn người. Cô gái đứng sau lưng tôi từ lúc nào tôi cũng không biết nữa. Hai con mắt long lanh trong bóng tối. Tôi bần thần đứng tránh qua một bên. Cô vạch tấm màn cửa, bước tới, đứng dựa thành cửa sổ, sát bên tôi. Tôi hít được chút hương dịu dàng. Mùi da thịt thiếu nữ hay thoáng hương đêm, tôi không cách chi phân biệt được.

"Lạnh quá, không ngủ được," cô nói nhỏ.

Cái nóng cuối mùa hạ vẫn còn gay gắt, căn phòng lại luôn đóng cửa mà lúc nào cô ấy cũng than lạnh. Nhưng tôi cũng hùa theo, "Tôi cũng vậy."

Tôi nhìn những đốm sáng lập lòe trên tấm màn đen thẩm của đêm bên dưới, "Nhiều đom đóm quá."

"Bờ sông ở dưới đó," cô thì thầm. "Nước lạnh buốt." Cô nói và khẽ rùng mình, khoanh vòng cánh tay trước ngực.

"Ông đánh xe ngựa cũng nói vậy," tôi nói.

"Có chiếc cầu gỗ thật đẹp," cô nói.

Tôi quay sang nhìn cô, ngạc nhiên, "Sao cô biết?"

Cô nhìn tôi. Không có câu trả lời. Hay là cô đang nói bằng mắt mà tôi đọc không ra. Tại bóng tối hay tại đầu óc tôi u tối tôi cũng không biết nữa. Cô thì thầm, "Chiếc cầu gỗ ấy…"

Tôi thắc mắc, "Chiếc cầu gỗ ấy có gì lạ?"

Vẫn không có câu trả lời. Chúng tôi đứng, lặng im, sát bên nhau, ở một nơi xa lạ, trong bóng tối. Giữa cái quạnh vắng của đêm, tôi nghe được cả tiếng thở của người con gái.

"Không biết trên tàu giờ này ra sao rồi," tôi nói, cố lấp cái khoảng trống ngượng ngùng.

"Cũng vậy thôi," cô lẩm bẩm cái câu tối nghĩa.

"Chắc có chiếc cầu bị gãy," tôi đoán mò.

"Chiếc cầu bắc ngang con sông ngoài kia." Cô chỉ ngón tay vào bóng đêm trước mặt.

"Nếu vậy thì tàu mình ngừng đúng lúc."

"Không có ai chết oan," cô nói. Im lặng một lúc. Tiếng côn trùng nghe chợt xa chợt gần. Giọng cô thì thầm, "Không ai chết oan." Lại im lặng, rồi cô tiếp, "Nhưng mình có sắp chết không?"

Tôi giật mình, quay sang nhìn cô. Nhìn gần, dẫu bóng tối loang loang, tôi vẫn thấy rõ nét một khuôn mặt đẹp. Khuôn mặt ấy mỉm cười, "Cái bà ngồi cạnh ông hay nói câu ấy, nhớ không?"

Tôi lại giật mình. Và tôi nhớ ngay ra người hành khách ngồi cạnh tôi, cái người níu áo tôi trên toa tàu lúc tôi kéo cái va-li ra khỏi gầm ghế.

"Ông có sợ chết không?" Cô gái lại hỏi.

Tôi không tìm ngay được câu trả lời bởi đầu óc tôi bấn loạn. Làm sao cô gái này biết rõ cái câu người đàn bà ngồi cạnh tôi trên tàu vẫn nói. Trừ khi cô ngồi hàng ghế ngay sau lưng chúng tôi. Nhưng suốt đoạn đường trên tàu tôi chẳng có lần nào trông thấy cô. Khuôn mặt xinh xắn này, chỉ thoáng thấy thôi, cũng khó lòng quên được.

"Thôi, ngủ đi, mai còn…" Tôi nói, và ngưng ngang. Ngày mai tôi sẽ phải làm gì? Tôi có gì để làm? Rồi tôi sẽ đi đâu? Toàn những câu hỏi không tìm ra câu trả lời.

"Ngày mai…" Tôi hạ giọng.

Cô thì thầm, "Ngày mai…"

Tôi chờ cô nói hết câu. Nhưng cô không nói gì thêm. Chúng tôi trở về chỗ của mình. Chiếc giường rên kẽo kẹt khi cô trở mình. Tôi co quắp trên *sofa*. Tôi nhắm mắt hình dung thân hình mỏng (và mềm) nằm co như con tôm trên chiếc giường với tấm nệm mỏng, và chăn gối cũ kỹ. Rồi tôi chìm dần vào giấc ngủ.

Nửa khuya, tiếng cửa mở đánh thức tôi dậy. Tôi chống tay, nghển cổ, xoáy con mắt vào bóng đêm. Chiếc giường trống trải. Cái gối và mảnh chăn bông xô lệch. Tôi đứng dậy, bật đèn sáng, nhìn quanh. Va-li của cô ấy vẫn nằm cạnh va-li của tôi. Chắc cô ấy xuống văn phòng tìm mua thứ gì đó ăn đỡ. Tôi nghĩ thế bởi tôi đang cồn cào cơn đói. Tôi luồn tay vào va-li của mình, lấy ra cuốn sách đọc dở dang. Trong khi chờ cô ấy đem thức ăn lên, tôi sẽ đọc truyện. Dưới ánh đèn vàng, những nhân vật níu kéo nhau bước ra từ trang sách. Cuốn tiểu thuyết tôi đọc hoài không xong. Cũng vì những chuyện không vui ở nhà biết bao lâu nay làm xáo trộn đầu óc.

Đang lẩn quẩn với những nút thắt của câu chuyện, tôi giật mình vì tiếng động bên ngoài khung cửa. Tôi bỏ vội cuốn truyện xuống ghế, nghển cổ nhìn. Cánh cửa bật mở, cái bóng nhập nhòe của cô gái lọt vào.

"Tắt đèn đi!" Cô nói.

"Chuyện gì…" Tôi lắp bắp.

Cô bước nhanh tới vách tường, gạt nút công tắc điện. Bóng tối ùa về.

"Ông coi nè." Từ trong bóng tối, cô thở ra giọng reo vui.

Có tiếng loạt soạt của bao ny lông và bỗng dưng trên cái nền đen đặc quánh của căn phòng tỏa ra vô số những đốm sáng xanh, đỏ, vàng lập lòe.

Tôi nín thở. Những đốm sáng xanh, đỏ, vàng ấy tản ra trong khoảng không gian chật hẹp của căn phòng.

"Đẹp không?" Cô nói.

Tôi thở ra, "Đẹp, thật đẹp. Nhưng mà…"

"Những ước mơ đủ sắc màu, ông thấy không?"

Những đốm sáng tôi thấy phía dưới khu vườn. Bầy đom đóm lập lòe chớp tắt như những vì sao bé nhỏ. Trong thoáng giây, cả một vùng ký ức dạt về. Những con đom đóm bay tỏa ra khắp phòng. Trên cái nền đen thẫm của bầu trời những vì sao lấp lánh, những vì sao trôi dạt trong không gian vô tận.

"Đẹp không ông? Đẹp không?" Giọng thì thầm của cô gái mơ hồ như vọng về từ cõi xa xăm nào đó.

Tôi ngẩn người dõi mắt vào bóng tối. Cả một thời thơ ấu tôi nhập nhòe trước mắt. Những lần xe lỡ chuyến, bơ vơ ở một nơi xa lạ, tôi phiêu bạt trên những con tàu mà không hình dung ra được nơi mình sẽ đến, những ước mơ tuổi nhỏ, những khao khát thiếu thời, những hẹn hò lấp lánh tin vui, tất cả mọi thứ chấp chới, nhập nhòe trong cái tĩnh lặng của đêm. Và mơ hồ nghe như đâu đây véo von tiếng sáo trúc. Tôi mê hay tỉnh tôi không còn biết được. Một vì sao lướt qua trước mặt tôi. Vô số những vì sao khác chập chờn trôi nổi bồng bềnh. Tôi chìm sâu vào vũng chiêm bao. Tôi ngây ngất. Chưa bao giờ tôi được sống trong cái thế giới ảo huyền đầy mộng mị như thế. Ông có bao giờ ước mơ đi lạc vào xứ sở thần tiên không. Giọng cô gái mơ hồ giữa những đốm sáng xanh, đỏ, vàng, tím lập lòe chập chờn bay trong vũng đêm ươm đầy ma mị. Ông có bao giờ tin có một thế giới song song với thế giới mình đang sống không? Tôi không chắc. Tôi ngập ngừng câu trả lời bởi trong tôi đang quá đỗi hoang mang. Ông có bao giờ nghĩ hai thế giới song song tưởng như không bao giờ gặp nhau lại có thể tan lẫn vào nhau không. Có lẽ, có thể... Tôi lẩm bẩm. Nếu như có người rủ ông bước sang một thế giới song song khác, ông có đi không. Tôi đưa tay vuốt nhẹ đốm sáng màu xanh vừa đậu xuống trên trán gây cảm giác nhột nhạt. Đốm sáng ấy bay lên cao, vờn quanh đốm sáng màu vàng. Hai đốm quyện quanh nhau. Đôi đom đóm quay cuồng luân vũ. Cô nói chuyện như nhà khoa học giả tưởng, tôi nói nhỏ. Không, ông à, có thật đấy. Cô nói cái gì có thật. Một thế giới song song. Tôi nghĩ đến những phim tài liệu về vật lý lý thuyết một thời quyến rũ tôi, về những không gian đa chiều. Nhưng cô gái này, cái người từ chiều đến giờ không hề nói trọn vẹn một câu, lại bỗng dưng nói không ngừng như người thuyết minh lưu loát, khi màn hình đang trình chiếu đoạn phim chập chờn hàng trăm con đom đóm, thắp thành muôn ngàn vì sao trong không gian chật hẹp căn phòng số 12 của hai chúng tôi. Ông có bao giờ yêu ai đến mù lòa chưa. Cô gái nói tiếp. Tôi nghĩ đến người đàn bà tôi đã chung sống gần hai chục năm. Em từng yêu một người, em đã từng nếm mùi lừa đảo, và em ngã vào thế giới song song. Cô nói tiếp, vẫn cái giọng thì thào. Tôi bối rối, lặng thinh. Tôi không thể hình dung ra điều gì đang xảy ra trong đầu cô gái này. Tôi không hiểu làm cách nào cô dẫn lối được cho hàng trăm con đom đóm từ khu vườn dưới kia, vào khiêu vũ trong căn phòng chật hẹp này. Tôi cảm nhận được cái nặng nề của hai mí mắt mình. Cơn buồn ngủ dán tôi vào lưng ghế. Giọng nói của cô lắng xuống, chìm dần vào tiếng rì rầm của núi rừng, tiếng rì rào của sóng biển, tiếng róc rách của dòng sông. Ông có bao giờ bị lừa gạt trong tình yêu không. Đầu óc tôi nặng nề, hôn ám. Tôi cố nhớ xem mình có khi nào bị phụ tình. Những hình ảnh thiếu nữ chồng chập trong trí nhớ. Tôi không nhận ra được người nào. Ông đã bao giờ phản bội ai chưa. Giọng nói cô mơ hồ như khói, như sương. Tôi nghe lòng mình xoắn lại. Khi bị phản bội, người ta dễ dàng bước chân qua một thế giới song song, bởi thế giới này không có gì cho mình lưu luyến. Cô nói tiếp. Em đã từng bị phản bội. Tiếng thì thầm dập dềnh xa xa gần gần. Và bàn tay nào đó mát lạnh chạm vào cánh tay trần của tôi. Tiếng thở hay tiếng gió. Nghe như giọng nói của một người con gái, "Nước sông lạnh quá. Nằm sát vào, cho em nằm với."

  Tôi buông rơi cuốn truyện xuống thảm, ngoan ngoãn nghiêng người nằm ép sát vào lưng chiếc *sofa* cũ kỹ.

  Thân thể nào đó lạnh băng, nhưng mềm mại, run rẩy dán cứng vào tôi. Thoang thoảng hương da thịt lẫn vào chút gì đó như mùi tanh của bùn đất.

  "Ngủ đi, ngủ đi trước khi những vì sao này tan biến." Ai đó thì thầm bên tai tôi. Tiếng thầm tan vào tiếng sáo trúc nỉ non, tiếng gió núi rì rầm, tiếng sóng biển rì rào, và tiếng nước sông róc rách. Tôi dạt về thơ ấu. Tôi nhào vào con sóng bán đảo quê hương năm lên chín. Tôi nằm trên bãi cát nghe sóng vờn những đầu ngón chân. Tôi rơi vào con sóng cuồn cuộn chiếc xuồng máy lướt qua thả trên dòng sông thành phố tuổi nhỏ. Tôi chìm dần vào giấc ngủ lạnh buốt giữa một trời đầy sao. Những vì sao có cánh, những vì sao lập lòe trong không gian tĩnh lặng phòng số 12 căn nhà trọ không biết được xây nên từ thế kỷ nào.

Hoàng Chính
211115

....
mẹ ơi tết sắp đến
có còn không mùa xuân
những gì đã đánh mất
những gì xa ngàn trùng
con quì xin mẹ nhớ
mẹ chưa đầy bốn mươi
quên một ngày lo nghĩ
mừng xuân cho con vui

để con được chúc thọ
và tự mừng tuổi mình
mùa xuân chắc không nỡ
ghét cuộc đời điêu linh

mẹ ơi giá thấp được
hồn con như nén hương
trên bàn thờ nội ngoại
sẽ sáng hoài nhớ thương | luân

NGUYỄN VY KHANH
Lê Hoằng Mưu, Nhà Tiểu Thuyết Tiên Phong

Lê Hoằng Mưu ký tên thật khi viết tiểu-thuyết và khi làm báo, ngoài ra ông còn dùng các bút và biệt hiệu Mộng Huê Lầu (đảo chữ tên thật, như Khái Hưng), Cao Hiển Vinh, Hoằng Bảo, Lê Hoằng và Lê Hoằng Bút. Ông sinh năm 1879 tại làng Cái Cối, tổng Bảo Hựu, tỉnh Bến Tre và mất tại Sài-Gòn khoảng năm 1941. Ông nổi tiếng trong làng báo Sài-Gòn từ những năm 1910-1915, và là một trong số nhà tiểu-thuyết thuộc giai đoạn ban đầu ở Nam-Kỳ; chủ nhiệm báo *Nông Cổ Mín Đàm* (1912, 1915), chủ bút báo *Lục-Tỉnh Tân-Văn* thời đổi thành nhật báo khổ lớn, sáp nhập với *Nam Trung Nhựt Báo* (từ 3-10-1921 đến 1930) và tổng lý (chủ nhiệm) tờ *Công Luận Báo* năm 1924, cũng như thành lập cùng Võ Thành Bút và làm chủ bút tờ *Long Giang Độc Lập* (*Le Mékong*, 1931-1934). Ngoài ra, ông cũng cộng tác với các tờ *Điện Tín*, *Thần Chung* và *Đuốc Nhà Nam*. Từ khi Lê Hoằng Mưu làm chủ bút, *Lục-Tỉnh Tân-Văn* khởi sắc hơn các báo khác về văn chương nhờ đăng tiểu thuyết của ông, và mặt khác, các tác phẩm xuất bản của ông có ghi thêm được bảo trợ "Sous les auspices du *Lục-Tỉnh Tân-Văn* journal quotidien".

Sau Nguyễn Trọng Quản, Lê Hoằng Mưu cùng Trương Duy Toản đã là hai *tiểu-thuyết gia tiền phong* vào đầu thế kỷ XX. Tác phẩm văn chương của Lê Hoằng Mưu thường được đăng tải nhiều kỳ trên các báo trước khi xuất bản. Cũng trên các báo, ông đã đăng các truyện dịch cũng như các sáng tác. *Nông Cổ Mín Đàm* đăng các **dịch-thuật** của Lê Hoằng Mưu, ông dịch truyện Mỹ, Nga qua bản tiếng Pháp như Chồng Bắt Cha Vợ, Vi Lê Giết Vợ - một truyện ngắn của Mỹ có thể là truyện dịch đầu tay của ông. Sau đó Lê Hoằng Mưu phóng tác từ văn học phương Tây thành tiểu-thuyết, như từ kịch thơ Rocambole Tome V-Les drames de Paris của Pierre Alexis Ponson du Terrail (*Nông Cổ Mín Đàm* số 18, năm 1912), tiểu-thuyết Pháp Le Comte de Monte Cristo của A. Dumas với nhan đề "Tiền Căn Báo Hậu" đăng trên *Lục-Tỉnh Tân Văn* từ số 2054 ngày 18-6-1925 – và nhà Impr. de l'Union xuất bản thành 9 quyển năm 1926.

Ngoài một số sáng tác đăng báo chưa được xuất bản, như Ba Gái Cầu Chồng (*Nông Cổ Mín Đàm*, từ số 55, 13-7-1915), Hồ Thế Ngọc (*NCMĐ*, từ số 85, 17-2-1916), Giọt Nước Nhành Dương hay Hoa Chìm Bể Khổ (*Công Luận báo* từ số 73, 19-2-1924), Nhược Nữ Báo Phụ Thù hay Hiếu Tình Bất Nhứt (*Lục-Tỉnh Tân Văn*, từ số 1877, 13-11-1924), Hoan Hỉ Kỳ Oan (*LTTV* từ số 1942, 3-3-1925), Cuồng Phụ Ngộ Cừu nhân (*LTTV* từ số 2393, 9-8-1926), Thập Báo Niên Tiền Kim Liễu Hàm Oan (*LTTV* từ số 3549, 10-7-1930), Trăng Già Độc Địa (*Long Giang độc lập*, từ số 5, 15-11-1930), v.v. Các tác phẩm đã xuất bản của Lê Hoằng Mưu có thể ghi nhận như sau:

Hà-Hương Phong-Nguyệt "roman fantastique" là tiểu-thuyết đầu tay, ký Le Fantaisiste Hoằng Mưu, đăng *Nông Cổ Mín Đàm* (từ số 19 ra ngày 20-7-1912 đến số 53 ngày 29-5-1915), với nhan đề "Truyện Nàng Hà Hương" đến tháng 11-1914 được Impr. Saigonnaise L. Royer bắt đầu xuất bản trong khi chưa xong đăng báo, thành 6 quyển với tựa là *Hà-Hương Phong-Nguyệt* – 2 tập đầu ghi tên đồng tác giả là "L.H. Mưu & Nguyễn Kim Đính" và tập 6 phát hành tháng 6-1916. Có thể đây cũng là lý do trong hai tập đầu ngôn ngữ sử dụng Việt "ròng" hơn văn biền ngẫu trong các tập sau!

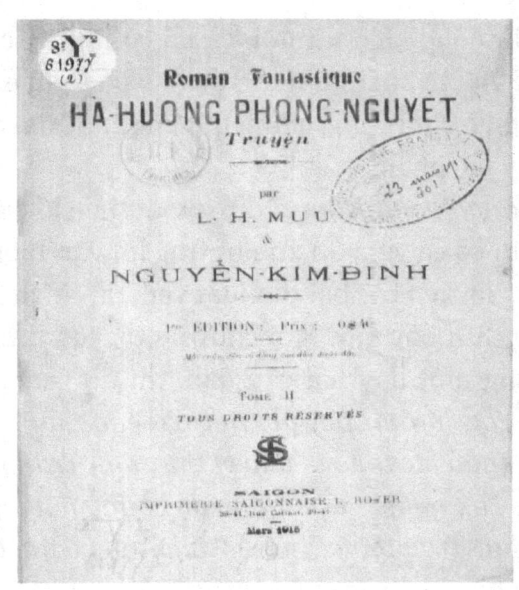

Nghĩa Hữu là một thanh niên hiền lành ở Bến Tre, cưới vợ là Hà Hương, một cô gái con nhà giàu, có nhan sắc, gọi là "gái tân thời" ["*nhan sắc đẹp đẽ, đành cho nguyệt thẹn hoa nhường, hoa đâu kém tuyết Lam-Kiều, tóc chẳng nhường mây Vị-Thủy ...*"], "quen tánh hỗn ẩu với chồng" và không thuận thảo với gia đình chồng, lại sống theo thói buông thả, vì thế dù Nghĩa Hữu "đắm sắc" mà chẳng bao lâu hai người đường ai nấy đi. Nghĩa Hữu lấy vợ sau là Nguyệt Ba – nhà nghèo nhưng cũng nhan sắc mà lại đẹp "tánh ăn nết ở" và theo nàng Nguyệt Ba ra Vũng Tàu rồi Bình Thuận. Trở về quê nhà thì Hà Hương sau một thời gian ăn chơi chán chê, lại dụ dỗ Nghĩa Hữu trở lại với mình, theo xuống Trà Vinh, về Sài-Gòn rồi lưu lạc nhiều nơi khác.

Ở vào buổi giao thời đất Nam-Kỳ rồi ra cả nước bị thực dân Pháp đô hộ, thời mà xã hội Cochinchine dù đã bắt đầu bị Âu hóa nhưng ảnh hưởng Tống Nho vẫn còn mạnh, Lê Hoằng Mưu đưa ra quan niệm hiện thực và tâm lý mới về tình yêu nam nữ và luân lý, đề cao tự do phóng khoáng theo ảnh hưởng từ phương Tây. Táo bạo khi miêu tả những cảnh ăn chơi trác táng nên tác giả đã bị các báo chí khác kết án là xúc phạm thuần phong mỹ tục. Bị một số tờ báo lúc bấy giờ công kích dữ dội, và đã có những cuộc bút chiến luân lý sôi nổi về tác phẩm này – trong số có Nguyễn Háo Vĩnh và Trần Huy Liệu. Và cuối cùng, chính quyền thuộc địa đã ra lệnh tịch thu và tiêu hủy tác phẩm.

Hà-Hương Phong-Nguyệt được viết theo lối văn xuôi có vần có đối và có khi có cả vần, do ảnh hưởng lối văn biền ngẫu truyện Tàu, và thường lại xen các bài thơ luật vào, rất thích hợp với người đọc đại chúng thời bấy giờ. Mỗi chương truyện được tác giả giới thiệu tóm trong một hay hai câu dẫn, thí dụ Quyển 1: *Tráo con những tưởng con hưởng phước, Đổi trẻ nào hay trẻ bất lương* - Quyển 2: *Tam thập lục thao dĩ đào vi thượng - Tránh nợ gặp duyên lòng chưa phỉ, Tìm nghĩa vương tình dạ chẳng nguôi*; Quyển 6: *Lời chưa cạn Ái Nhơn trao thơ cá, Kể sự tình Anh Cô gởi tình nhân*, v.v.

Tác giả giới thiệu truyện trong Tiểu Tự dẫn nhập khi xuất bản: "Đồng bang hằng đọc truyện Tào [Tàu] *diễn nghĩa, thông hiểu tích xưa, chẳng phải là chẳng ích chẳng vui, nhưng mà coi bấy nhiêu đó hoài, lẽ khi cũng mỏi mắt đọc cang qua, nhàm tai nghe binh cách chớ? Xét vậy nên tôi đặt bộ Hà Hương Phong-Nguyệt nầy ra, thật là truyện đặt theo việc tình người đời, chẳng mượn tích ngoại phang gio diễn, để cho đồng bang cơn rảnh mua vui, lúc buồn xem tiêu khiển. Cho hay Hà-Hương là truyện tình, song truyện tình mà đủ nhơn, nghĩa, lễ, trí, tín, tình mà có báo oán nhãn tiền, tình dường ấy cũng nên đọc lấy làm gương, toan giữ mình trọn đạo ...*" (Tome 1, tr. 2). Tác giả nói rõ ông đưa vào tiểu thuyết những chuyện dâm tình để răn dạy *đạo lý* thôi mà!

Toàn truyện là hình ảnh thu tóm của xã hội Nam-Kỳ lục-tỉnh thời trước Thế Chiến thứ nhất, với nhân vật Nghĩa-Hữu chìm đắm trong sắc dục và chỉ sống cho bản thân, bên cạnh một Ái-Nghĩa chung tình, nàng Hà Hương xinh đẹp nhưng sống vội và buông thả bên cạnh một Nguyệt Ba đẹp người, đẹp nết. Xã hội ấy còn có cả người nước ngoài như khách trú người Hoa, anh Bảy Chà Và gốc Ấn, những trạng sư người Pháp. Rõ là các nhân vật truyện ra khỏi truyền thống truyện của văn học Việt-Nam, mê say sắc dục, trọng vật chất hơn lễ nghĩa, đạo lý.

Tô Huệ Nhi ngoại sử (3 quyển, 96 tr.; Saigon: Impr. de l'Union, 1920) là một tiểu-thuyết "diễm tình" thời đó đang được độc giả say mê từ khi các tiểu-thuyết "uyên ương hồ điệp" của nhà văn Trung-Hoa Từ Trẩm Á (1889 – 1937) như *Ngọc Lê Hồn* 1911, từ năm 1919 được dịch đăng báo và sau này được xuất bản trong Nam cũng như ngoài Bắc. *Tô Huệ Nhi ngoại sử* – cũng như *Tố Tâm* 1925 sau đó, kể chuyện ái tình nhưng cái kết tích cực, lạc quan và cả thực tế hơn: chuyện Châu Kỳ Xương yêu nàng Tô Huệ Nhi khi học chung trường, nhưng chàng Châu bị gia đình ép lấy vợ đã đính ước là Tào tiểu-thơ "hỗn quá chằn tinh, dữ hơn gấu ngựa" và bị bệnh chết sớm, nên may mắn tái hợp với Huệ Nhi cũng đã bị cưỡng hôn và bị bọn cướp Hải Lý Tuyền bắt. Vậy cho nên

*"Long vân thiên cổ kỳ phùng;
Loan phụng bách niên túc ước".*

Lê Hoằng Mưu ở đầu truyện đã cho biết đặt câu chuyện trong khung cảnh phong trào Duy-Tân đã bắt đầu ở Trung Hoa: *"Nói về Trung Quốc, từ năm Canh Tý [1900] các đoan tán loạn đạo tặc dấy luôn, nhờ triều đình xuất binh dẹp an mới nổi. Từ ấy triều đình tỉnh ngộ, tân chánh cải hành, xuất của lập trường mở mang đàng học vấn. Nhờ ơn trên nên tỉnh Đình Cảng, tuy chẳng phải đại tỉnh thành mà học đường khai bộn. Nào sơ đẳng tiểu học, cao đẳng tiểu học đều hoàn toàn, duy nữ học đường còn thiếu"* (1)

Oán Hồng Quần hay *Phùng Kim Huê Ngoại Sử* (5 quyển, tổng cộng 260 trang; Saigon: Đặng An Thân; Impr. de l' Union, 1920-1921) ký Mộng Huê Lầu. Chuyện Phùng Kim Huê, một cô giáo tỉnh lỵ Bến Tre vì mẹ chết, cha có vợ sau khắc nghiệt nên tìm cách thoát ly lên Chợ Lớn, nhưng bị lừa đưa vào thanh lâu. Thành hôn với Triệu Bất Lượng là ân nhân cứu nàng thoát khỏi thanh lâu và tố cáo bọn bất lương với Biện Lý Cuộc. Vợ chồng có được hai con thì Triệu Bất Lượng chết vì tai nạn lao động – bị máy xay lúa "máy ăn". Phùng Kim Huê được chủ hãng xay lúa giúp cho việc làm. Truyện kết thúc với chuyện có "tên khách" Năm Xương thương và theo đuổi nàng.

Trích cảnh Kim Huê lần đầu gặp Triệu Bất Lượng tại nhà ga Tân Hiệp: *"Trên chữ đề Tân Hiệp nhà ga, dưới chạo rạo người ta lên xuống. Huê khát nước thấy dừa muốn uống, tính xuống mua mà xuống lại e; may đâu con bán dừa đem lại kề xe, cho hành khách tiện bề mua lấy. Huê mừng dạ mau chơn bước lại, kêu hỏi thăm một trái mấy đồng. Xảy đâu gần bên nàng có một thầy thông, chợt thấy khách má hồng bủn rủn. Trơ đôi mắt, hỏi thầm trong bụng: "Có phải Thúy Kiều xưa, nay sống lại chăng?" Thầy mới lần tay toan mở túi gió trăng, kiếm lời ghẹo ả Hằng cung nguyệt"* (2).

Hoạn-Thơ bắt Túy-Kiều vịnh tích (Saigon: Impr. J. Nguyễn Văn Viết, 1921 – 28 p.). Truyện thơ theo thể thất-ngôn Đường luật.

Oan Kia Theo Mãi tức ba Mươi Hai Đêm Hồ Cảnh Tiên Tự Thuật (chỉ mới xuất bản được 3 quyển; Sài-Gòn: J. Viết, 1922) mang tính cách phân tích tâm lý như *Thầy Lazarô Phiền* của Nguyễn Trọng Quản.

Đầu Tóc Mượn (Saigon: L' Union Nguyễn Văn Của, 1926; 60 tr.) dùng tích "đều tóc mượn" viết thành truyện về "tình ngay lý gian" ở chốn công-đường, *"xem sự chị em họ Hồng, thì rõ đời lắm khúc éo-le; lại cũng rõ nỗi oan của Hồng-Anh, cho hay tang chứng sờ-sờ, mà lòng thiệt không nhơ không bợn. Chớ chi Hồng-Hoa đừng có cưu dạ hoài nghi, tức giận bỏ đi xứ khác, ở mà vấn tra minh bạch, đổi nghi ra quyết sẽ hay, thì có đâu cha ủ-mặt, mẹ châu mày, chị em lạc loài, xẻ-hai chăn gối. Cùn(g) nghĩ, chuyện qua rồi tự hối, hay hơn, trước kia toan lần cởi đa nghi, nghĩa chị-em đã khỏi lối nghi, tình phu-phụ, xướng-tùy trọn đạo"* (tr. iv) – theo lời mở đầu truyện, tác giả gởi cho "hiền-hữu Lê-Quang-Giáp, thơ-ký phòng 'Nô-te', Saigon".

Đỗ Triệu kỳ duyên (1928): kịch thơ.

Đêm Rốt của Người Tội Tử Hình (4 quyển; Saigon: Lưu Đức Phương, 1929. 284 tr.).

Người Bán Ngọc (4 quyển, Impr. Đức Lưu Phương, Sài-Gòn, 1931. 370 tr.) "ái-tình tiểu-thuyết", kể chuyện bên Trung-Hoa đầu thế kỷ XX, có người thanh niên bán ngọc tên Tô Thường Hậu *yêu phu nhân tướng quân họ Hồ*. Lần đầu "gặp gỡ làm chi" tại chùa Bảo Anh ở tỉnh Tô Châu, biết nàng là gái đã có chồng và theo phép phải xa lánh, nhưng cậu "thiếu niên" mồ côi con nhà giàu bị *"cái nết hồng nhan không thuốc mà mê nó khiến cho chàng thấy mặt phải lòng, vội quên cái thân hồ-thuỷ bốn phương, say đắm phù-giun chi sắc, cho ra người mơ bóng tưởng hình, mang mến khối tình triệu-triệu"* (tr. 5). Dò hỏi nhiều người, anh chàng mới biết đó là phu nhân của quan Hồ Quốc-Thanh "Đề-đốc mã-binh Cách-mạng" khi hành quân vắng nhà ra "quân lịnh" "cấm nhặt nam-nhân bất luận lão ấu, không ai đặng vào ra chốn phòng khuê cửa các":

"Giá đành trong nguyệt trên mây,
Hoa sao hoa khéo dã-dày bấy hoa!
Nỗi cơn riêng giận trời già,
Lòng này ai tỏ cho ta hỡi lòng?"

Tô Thường Hậu lập mưu với một lão-bà giả phụ nữ bán ngọc (đủ "nét xuân sang, gương thu thủy" và "thiên kiều bá mị, vạn chưởng phong lưu") để gần gũi và trở thành tình nhân của Hồ phu nhân "trững mỡ" trong hai năm chồng đi xa, trước là đồng tình luyến ái, sau trai-gái thật khi Thương Hậu không cầm lòng được đã để lộ cái "oan gia". Họ Tô dụ dỗ Hồ phu-nhân tìm "chị em bạn gái người nào đẹp đẽ, thích tình, mình đem về làm bạn gối-chăn, sớm khuya chung chạ". Và anh ta "giỡn đào chơi lý", "chung chạ đứng ngồi, gối chăn yêu ấp" được hai năm.

Tác giả "tả chân" dài dòng diễn tiến cảnh ngủ chung, từ ngắm đến đấm bóp, ôm ấp cho đêm đầu tiên, có cả thằn lằn, chuột làm cụt hứng, rồi đi tắm biển, thưởng mai, đi xem hát, cả ghen tuông, v.v. nhưng luôn đêm ngày bên nhau không rời nửa bước: *"hai đàng, mập mờ trong cuộc truy hoan, càng quen thuộc nết càng* dan díu tình, say mê nhau dan díu nhau cho đến đỗi quên sợ lậu tệ tình...".

Hồ Quốc-Thanh trở về, biết chuyện, liền giết con nữ-tì Đào Anh rồi phu-nhân - việc rửa nhục tác giả dài dòng tâm lý, suy tính nên vì ghen ích kỷ hoặc bỏ qua vì nghĩ thân vợ chưa... hao mòn, nhìn mặt vợ "hồng nhan mà đắm sắc, nghe lời thanh nhã mà say tình", cuối cùng không tự kìm hãm được nên dụ vợ vô hầm rượu rồi đẩy vô mái chứa rượu vốn để thưởng quân lính - người chết trồng cây chuối. Xác phu-nhân quàn tại chùa Bảo Anh chờ vì quanh vùng đang bị lụt lội. Trước đó phải xa Hồ phu-nhân vì chồng đã về, Tô Thường Hậu vào chùa xin quy y, "miệng niệm kinh mà lòng luống ngẩn ngơ như người trong mộng *Bâng khuâng đảnh Hiệp non Thần/ Còn nghi giấc mộng đêm xuân mơ màng*" (tr. 184)

Hồ tướng quân gởi bộ hạ Hồ Lăng giả xin vào chùa tu "núp bóng cây chuốt đũa" để dọ thám vì phu nhân đã gặp lại Tô Thường Hậu ở chùa. Khi quan tài để ở chùa, Tô Thường Hậu ôm hòm mà khóc lóc kể lể, bị Hồ Lăng theo dõi báo cáo cho chủ. Bị quan Phủ-doãn tỉnh bắt và tra tấn khảo tội nhưng anh ta vẫn không nhận tội bị vu là ăn trộm vàng bạc trong quan tài Hồ phu-nhân. Hai Phủ-doãn dù nhận của đút lót đều không ép được, phải xin đổi đi. Người thứ ba là Trang-Tử-Minh được tiếng là minh-quan và cuối cùng Tô Thường Hậu khai thật *"tớ có trộm tình không trộm ngọc"* nên "tha giết mà đày đi khỏi xứ", còn Hồ Quốc-Thanh bị lột mặt nạ đã dàn cảnh Hồ Lăng, bị kết tội đã giết con thế-nữ Đào Anh vì "cơn nộ bất cập lượng" sợ "lậu sự" và tội giết "dâm phụ" phu nhân vì ghen tuông và sợ xấu hổ. Hồ Quốc-Thanh bị quan phủ-doãn ghi các tội "chồng bất chánh", "quan bất công" không giải quyết nội bộ chuyện tà dâm của Tô Thường Hậu và "trị gia bất nghiêm": "Mạng-phụ tư thông/ Bất chính gia yên năng chánh quốc", cuối cùng bị Bắc phủ trung ương "đuổi về dân" và Trang-Tử-Minh thăng tam cấp.

Báo chí và dư luận thời ấy đã mạnh mẽ phản đối câu chuyện và cảnh tả dâm tình của các nhân-vật. Cuối thế kỷ XX, nhà văn Thế Uyên trong bài viết về Lê Hoằng Mưu (3) đã cho rằng Phạm Quỳnh và Vũ Ngọc Phan đã "'không chịu nổi' lối miêu tả lối viết về tình yêu và tình dục của những tác giả Nam Kỳ, đặc biệt là Lê Hoằng Mưu", và theo ông, các nhà văn trong Nam tả chân, phản ánh trung thực cuộc đời do đó "*không quan tâm đến đạo lý cổ truyền của Khổng Mạnh, cũng chẳng để ý tới quan điểm thanh giáo của Công Giáo về vấn đề xác thịt và tội lỗi. Những nhân vật nữ của các nhà văn miền Nam là những thân thể của đàn bà, với vú, mông và tam giác sinh dục. Họ khác xa những cô Thúy Kiều, Thúy Vân, hay Tố Tâm, chú tiểu Lan* (của Khái Hưng) *hay cô Loan* (của Nhất Linh)...". Thế Uyên đã phân tích những màn tả chân tình ái và dâm tính của cuốn *Người Bán Ngọc*. Họ Lê còn là tác giả cuốn *Hà Hương Phong Nguyệt* (1914) tả cảnh đời ăn chơi phóng đãng, đã gây bút chiến và cuối cùng bị nhà cầm quyền tịch thu tiêu hủy. Đạo lý Khổng Mạnh mà Thế Uyên nói đến có lẽ không phải là đạo lý làm người căn bản mà con người nơi vùng đất mới Nam-Kỳ đã cố công duy trì, truyền bá, từ Nguyễn Đình Chiểu đến Trương Vĩnh Ký và các tiểu-thuyết gia như Lê Hoằng Mưu, Hồ Biểu Chánh... Nhận định của Thế Uyên chỉ chứng tỏ ông bị ảnh hưởng của thanh giáo và luân lý Tống Nho dù các tác phẩm văn chương của ông đã vẫn chứng tỏ cởi mở về tình dục, từ *Những Hạt Cát* đến tập tiểu-thuyết tự truyện *Không Một Vòng Hoa Cho Người Chiến Bại* xuất bản tại hải-ngoại năm 1998. Thiển nghĩ, những cảnh trụy lạc dâm tình trong *Người Bán Ngọc* khá sơ sài, "dâm" ở trí tưởng người đọc hơn là miêu tả của tác giả. Vấn đề là ở "chuyện" đã xảy ra ở một giai cấp xã hội có những tôn ti, nguyên tắc không thể vượt qua trên phương diện tập thể, xã hội, nhưng là những chuyện "thâm cung" hoặc "tai nạn" khả thể ở bất cứ con người nào có thân xác muốn sống và được thỏa mãn, nghĩa là không còn phân biệt giai cấp, địa vị và cả thời đại.

Ảnh hưởng của **truyện Tàu** thấy rõ nhất là vào giai đoạn đầu thế kỷ 20 trong hình thức và kết cấu các truyện và tiểu-thuyết Việt-Nam. Nhân vật, nội dung, khung cảnh lịch sử Việt-Nam nhưng hình thức, thể loại vẫn bị ảnh hưởng truyện Tàu. Thứ nữa, ảnh hưởng rõ rệt ở thể loại chương hồi của truyện Tàu - có mào đầu và có kết có hậu - và thường mở đầu với hai câu đối tóm lược nội dung như kiểu "abstract" hôm nay; tuy vậy nhiều nhà văn thời ấy đã biết phối hợp Đông-Tây cả trong thể loại, vừa chương hồi vừa hiện đại theo tiểu-thuyết phương Tây, trong số có Lê Hoằng Mưu.

Oán Hồng Quần Phùng Kim Huê Ngoại Sử (1920) của Lê Hoằng Mưu, mở đầu hồi thứ ba:

"*Bỏ vợ góa Triệu lang cam mạng bạc;*
Ôm trẻ thơ Phùng thị tạc lòng son".

Hai câu có thể dùng để chung kết truyện, như: "*Long vân thiên cổ kỳ phùng/ Loan phụng bách niên túc ước*", để chấm dứt chuyện tình của *Tô Huệ Nhi Ngoại Sử*.

Tác giả trong nhiều truyện thường hay xen các bài thơ luật vào câu chuyện đang kể và thêm lời bàn ở những tình huống, biến cố, kiểu "Tay viết truyện bàn rằng..."

Ảnh hưởng còn ở lối viết truyện như kể chuyện, ở văn trơn truột như nói, khiến lắm khi dài dòng, hoặc ở lối văn biền ngẫu, viết như để đọc, để kể với giọng lên bổng xuống trầm, không những trong văn tả mà còn cả trong các mẩu đối thoại. Trong *Oán Hồng Quần Phùng Kim Huê Ngoại Sử* của Lê Hoằng Mưu, nàng Kim Huê sơ ngộ Triệu Bất Lượng tại nhà ga Tân Hiệp đã xưng thiếp gọi thầy như sau: "*Thiếp mới nghĩ thiếp là con nhà gia giáo, lại cũng có chút danh giá với đời; vì ngỗ ngang bỏ nhà cha mẹ mà đi, tưởng lập đặng nên thân, chẳng dè rủi sa nơi bùn lấm. Lỡ vậy thì thôi, phải giữ sao cho 'bạch ngọc di ư ô nê bất năng tham thấp kỳ sắc' cũng như thầy 'quân tử xử ư trược địa bất năng nhiễm loan kỳ tâm', mới phải cho. Không lý đem thân ra mà lót đàng, cho nhục nhã tông môn, hư danh tổ đức. Nghĩ vậy nên thiếp chẳng chịu dạn sương dày gió, theo một phường liễu ngõ hoa tường, thiếp chẳng cam bướm chán ong chường, vui với lũ mèo đường chó điếm. Dầu rủi gặp lòng người nham hiểm, thiếp cũng nguyền gìn chữ trinh một điểm không dời. Thà thiếp cam chín suối ngậm cười, đền tội với đất mười trời chin...*" (4) - một Kiều Nguyệt Nga của những năm 1920 đầu thế kỷ!

Nguyễn Liên Phong trong *Điếu Cổ Hạ Kim Thi Tập* (Saigon: F.M. Schneider, 1915) đã ca ngợi tài năng và sự nghiệp Lê Hoằng Mưu như sau:

*"Khen bấy thầy Mưu dạng mỹ miều,
Có khoa ngôn ngữ nết không kiêu.
Điển Tòa thuở nọ công siêng nhọc,
Nông Cổ ngày nay bút dệt thêu.
Tuổi hãy xuân xanh khuôn phép đủ,
Phước nhờ đầu bạc đắp vun nhiều.
Từ đây báo quán thêm khong ngợi,
Rảng rảng như chuông cả tiếng kêu'.*

Lê Hoằng Mưu đã là một nhà tiểu-thuyết sáng tác và sống thật vào thuở giao thời của xã hội cũng như văn hóa ở miền Nam lục-tỉnh. Ban đầu văn phong hãy còn chịu ảnh hưởng ít nhiều của văn hóa đạo lý Nho-Giáo và bút pháp viết truyện theo chương hồi ảnh hưởng của tiểu-thuyết Trung Quốc, nhưng nội dung và ngôn ngữ đã thử và cuối cùng thoát khỏi không gian cổ thời đó khi đưa vào văn chương lối sống và thái độ mang tính khai phóng, theo phong cách hiện thực Tây phương - kể cả mặt trái, riêng tư, một cách chân thật không màu mè, và cách viết dần theo kết cấu tiểu-thuyết phương Tây. Vì thế một vài truyện của ông đã bị dư luận xã hội và giới thượng lưu, trí thức phản đối. Tuy chịu ảnh hưởng hình thức và cách hành văn cũ, dù văn có vần có đối, biền ngẫu, nhưng ở ông câu văn đã lưu loát hơn và trình-tự câu chuyện hợp lý và rõ ràng hơn nhiều nhà văn khác cùng thời hoặc sau đó, ngoài ra thêm diễn tiến câu chuyện có kịch tính và kết truyện thường bất ngờ. Với *Người Bán Ngọc* xuất bản năm 1931, ngôn ngữ tiểu-thuyết của tác giả đã rời xa ảnh hưởng Trung-Hoa và trở nên tiếng Việt "ròng" như Trương Vĩnh Ký vẫn chủ trì. Năm 1939, Lãng Tử trên tuần báo *Mai* đã nhận xét: *"Lời văn cũng như lý luận đã lôi cuốn, hấp dẫn, chinh phục tất cả xứ Nam Kỳ và cả cái thế hệ thanh niên hồi đó ... Sách truyện hồi đó ông viết ra thiệt nhiều và đều bán chạy như tôm tươi giữa chợ buổi sớm."* (5)

Nguyễn Vy Khanh

Chú-thích

1- Trích theo Bùi Đức Tịnh. *Những Bước Đầu Của Báo Chí Tiểu-thuyết và Thơ Mới* (TpHCM: NXB TpHCM, 1992), tr. 185-6.

2- Trích theo Bùi Đức Tịnh. Sđd, tr. 181.

3- Thế Uyên. "Lê Hoằng Mưu, nhà văn bị bỏ quên". *Văn Lang* CA, 1, 1991; in lại trong *Nghĩ Trong Mùa Xuân* (Los Alamitos, CA: Xuân Thu, 1992, tr 233. X. thêm Thế Uyên & John C. Schafer. "The Novel Emerges Cochinchina" (*Journal of Asian Studies* v. 52 no 4, November 1993, p. 854-884), p. 871. Bản dịch "tiểu-thuyết xuất hiện tại Nam-kỳ" đăng trên tạp-chí *Văn Học* CA (số 152, 12-1998, tr. 20-34). Ngoài ra, tiểu-thuyết như là thể loại văn-chương, khác với từ "tiểu-thuyết" được dùng tới đầu thế kỷ XX ở Việt-Nam và Trung-quốc để gọi những luận văn ngắn - nay gọi là "tiểu-luận", như Minh Tân tiểu-thuyết (1907) của Trần Chánh Chiếu.

4- Trích theo Bùi Đức Tịnh. Sđd, tr. 181-2.

5- "Con voi". *Mai*, số 68, 6-1-1939. Trích theo Bùi Đức Tịnh. Sđd, tr. 183.

mừng tin Nguyên Đán kéo dài
quê ta xuân nhật lai rai nhiều ngày
Sài Gòn còn đó hôm nay
cái tên không để gió bay vẫn là
thành phố lớn nhất nước ta
đông thu hè vẫn cứ là mùa xuân | LH

PHẠM HIỀN MÂY
Luân Hoán, Một Người Thơ, Một Đời Thơ

Căn cứ vào cái tựa bên trên, có lẽ, nhiều bạn sẽ nghĩ, văn bản ở dưới đây, tiếp theo, sẽ là một tiểu luận, hoặc ít ra thì nó cũng là bản tổng kết về cuộc đời một nhà thơ có tên là Luân Hoán.

Xin thưa, không phải như thế đâu ạ. Chỉ vì người viết bài, là tôi, muốn viết một đôi điều, trong giây phút hứng khởi, nhưng không tìm ra tựa nào đẹp hơn như thế, đủ hơn như thế, nên đành mạo muội, làm to chuyện chút.

Ảnh sinh năm một ngàn chín trăm bốn mươi mốt, qua năm hai ngàn không trăm hai mươi tư này, ảnh được tám mươi ba tuổi tây, tức tám mươi bốn tuổi ta.

Nói già, thì, ừ, ảnh già, bảy mươi thì là già rồi. Nhưng lão thì chưa. Ai muốn tranh luận với tôi thì nhứt định, tôi sẽ tranh luận đến cùng ở điểm này. Giờ, khắp đông tây nam bắc, người ta sống thọ lắm. Anh Luân Hoán, ảnh lại minh mẫn đến thế kia, mỗi ngày, ảnh vẫn tận tụy viết, như con ong chăm chỉ làm ra mật, ảnh hút lấy tinh hoa của đất trời, làm ra thơ.

Và, chúng ta, nhờ thế, được đọc thơ ảnh, chưa ngừng, chưa từng bao giờ ngừng, như nước chảy miệt mài, như suối nguồn đổ thác, suốt sáu mươi tư năm nay, và còn sẽ tiếp nữa.

oOo

Nói ảnh thở ra thơ, mở miệng ra thơ, cầm bút ra thơ, gõ computer ra thơ, là kiểu nói chẳng hề ngoa ngôn chút nào. Nếu còn ngờ vực, xin mời các bạn cứ thư thả vào trang facebook ảnh mà tìm hiểu, tìm hiểu về đời sống ảnh, đời sống thơ của ảnh, xem có thực như tôi nói không.

Ngày nào cũng một bài thơ, khi ngắn khi dài, thậm chí, vài ba bài thơ, cũng có. Bài nào bài nấy, ra tấm ra món hẳn hoi. Nghĩa là, không chỉ có nội dung hoàn chỉnh, mà sự sắp xếp câu chữ, vần điệu, đi thành từng cặp với nhau, hoặc bộ tứ, bộ bát, cứ gọi là bậc thượng thừa, mới đích xác.

Nhạc tính ư? Đầy. Chất thơ ư? Đầy.

Nói vui một tí, chớ thiệt là, thơ ảnh làm trong năm phút, chắc còn hơn cả những bài, người khác vặn vẹo cả ngày, mò mẫm cả tuần, thậm chí cả tháng, cả năm.

Đừng vội tự ái, không phải là chuyện dở hay, các bạn ơi. Vì, thơ ấy mà, thơ văn ấy mà, nó thuộc lĩnh vực nghệ thuật. Nó cần cái thứ trời cho, trời ban, ấy chính là năng khiếu.

Người ta nói, năng khiếu chiếm năm mươi phần trăm của chuyện thành bại. Tôi nghĩ khác. Ông Phạm Duy, ổng có học sáng tác ngày nào ở nhạc viện đâu, mà ổng giữ vị trí số một trong làng tân nhạc suốt một thế kỷ qua. Bà Thái Thanh, bả có đi học hát ngày nào trong quốc gia âm nhạc đâu, hay thầy bà nào đâu, mà bả luôn giữ vị trí hàng đầu mỗi khi bả lên sân khấu.

Năng khiếu, với tôi, quyết định bảy mươi phần trăm. Ba mươi phần trăm còn lại, thuộc về duyên thơ, thuộc về nợ thơ, thuộc về số phần, thuộc về định mệnh, tức là, ông Luân Hoán ổng sinh ra vào lúc Sao Thơ xẹt ngang đỉnh trời, nên từ đó, ổng được sắp đặt để trở thành nhà thơ.

Cái chỗ này, là tôi nói vui thôi. Bạn ơi

ba mươi phần trăm còn lại là nhờ vào nỗ lực của bạn. Nỗ lực đây, không có nghĩa là, ngày nào, bạn cũng rị mọ, ráng nặn, ráng nhào cho ra được thơ thì mới thôi. Nỗ lực đây, có nghĩa là, bạn phải cần học, tự học, đọc thêm cho thiệt nhiều, tìm hiểu thêm cho thiệt nhiều chuyện thơ và chuyện làm thơ.

Rồi, sẽ một ngày, thơ bỗng đầy trong túi áo bạn, thơ bỗng ngập trong tâm hồn bạn, thơ bỗng trào lên môi mắt bạn. Thơ bật tuôn ra ngoài.

Tự nhiên. Một cách rất tự nhiên, như trường hợp Luân Hoán.

oOo

Luân Hoán làm thơ với đủ loại đề tài. Sau khi xem một trận đá banh. Sau khi xem vài tấm ảnh nghèo. Sau khi lái xe vòng vòng đi đâu đó, chở vợ đi làm, chở vợ đi chợ, đến nhà thăm bạn, đi uống cà phê với bạn bè, đi khám bệnh...

Trong túi áo ông, lúc nào cũng có cây bút và tờ giấy. Chẳng phải do ông dư thừa thời gian, theo kiểu, thừa giấy thì vẽ voi. Mà ông tự biết ông, cái hứng thơ ấy mà, cái hứng muốn làm thơ ấy mà, nó ập tới, ngang nhiên, chẳng xin phép chủ nhân bao giờ.

Nó bất chợt tới, nên nó cũng bất chợt đi. Nếu không kịp ghi lại, thì sẽ mất ngay lập tức, cái ý, cái tứ, cái từ, xinh xinh, ngồ ngộ, hay hay, mới vừa vụt thoáng qua đầu.

Lúc nhìn tuyết rơi, khi ngủ dậy, một ngày sinh nhật của cháu con, Luân Hoán đều có thể, xuất ngón tay là thành thơ. Những câu thơ ngọt ngào, chở đầy trên chuyến thuyền tình, ngang qua dăm bến thơ, ghé vào, gửi gắm.

Còn ngày xưa ư. Thơ đến với ông lúc khoác lên người bộ chinh y. Khi chiến trường vừa vơi tiếng súng. Lúc bạn bè anh em, còn sống trở về trong bộ dạng, người chống gậy, kẻ xe lăn.

Luân Hoán cũng gửi lại chiến trường một phần của bàn chân, một phần thân thể. Khóc, chắc anh cũng đã khóc rồi. Buồn, chắc anh cũng đã buồn rất nhiều rồi. Giờ thì phải sống thôi.

Sống thôi, nghe thật dễ dàng, nhưng ai từng có đời sống đủ dài thì mới biết, chẳng dễ dàng chút nào, nhất là đối với những người xa xứ, biệt quê.

Ly hương, buồn lắm ai ơi.

Và, hàng loạt những bài thơ, được nối tiếp nhau ra đời, đến nay, cũng chưa có dấu hiệu ngừng, là những bài thơ, anh viết dưới vòm trời, quanh năm, lạnh giá.

oOo

Luân Hoán, cũng như hết thảy các nhà thơ tài danh miền nam thuộc Việt Nam Cộng Hòa khác, anh có tác phẩm đăng nhật báo và các tạp chí tên tuổi từ rất sớm, tuổi anh lúc ấy, đồ chừng, chưa chạm mốc hai mươi.

Anh làm thơ rất hay, và tất nhiên, đa dạng về thể loại. Nhưng như một người tình, anh đào hoa, rất đào hoa, ghẹo nguyệt giỡn trăng, không phải là không có, nhưng cuối cùng, anh chỉ chọn nàng lục bát để trao gởi trái tim mình, trao gởi phần hồn mình.

Nếu nói những người thường làm thơ bảy chữ, tứ tuyệt hay thất ngôn bát cú, là những người hoài cổ, thì, với những người trót đa đoan với nàng lục bát, tôi cho rằng, đó là những người, đã thuộc về, đã mãi mãi thuộc về cái gọi là quê hương Việt Nam. Tuy hoàn cảnh có xô đẩy họ đến chân trời nào đi nữa, thì máu chảy trong thân thể họ, tiếng nói họ, tâm hồn họ, luôn thuộc về cái gọi là bản quán, quê xưa.

Mời các bạn cùng tôi, đọc một bài thơ, mới nhất trên trang, anh vừa viết, lúc năm giờ sáng ngày 01.12.2023

Cùng Đám Bạn Tôi Xưa

luôn đi ngược hướng mặt trời
phơi lưng nắng dọi thấu đời bụi bay
người ta đi, đánh hai tay
tôi tay thọc túi và tay đưa đều

phong lưu trong cuộc luôn nghèo
vốn là cốt cách nhận đeo nghiệp trời
ăn chơi hai vế đủ đôi
dù chơi, ăn, chỉ dựa hơi bạn bè

thật ra có bạn không bè
thân nhau một đám lè phè cùng vui
thằng nào cũng nghĩ hơn người
sống vương giả thở thuốc mồi khói bay

một tuần năm bảy lần say
rượu trong suốt trắng, em mày mặt hoa
triết lý đời: sống nhẩn nha
việc chi cũng biết đủ qua sông dài

"cái tài cõng thêm cái tai"
ý Nguyễn Du nói, Kiều sai được à
vậy nên cả đám tà tà
thằng này thằng nọ tiếp sa sút dần

thằng tôi cúng một bàn chân
riêng đám cúng mạng gần gần một mươi
nhiều thằng sự nghiệp thụt lùi
chửi thề bằng cách nhếch cười bâng quơ

khổ thân đám chữ văn thơ
bị hành đủ cách phơi khô từng thằng
gọi ông nhưng chính thức thằng
hoặc con chi đó, trời trăng không chừng...

oOo

Rất xúc động. Thơ viết mỗi ngày, vậy mà khi đọc lên, rất xúc động. Bài thơ là một văn bản hoàn chỉnh, cả nội dung, cả hình thức. Giờ, mà có ai không ưa anh ấy, muốn vạch lá tìm sâu trên một văn bản vừa hoàn thành tích tắc sau giờ ngủ dậy, nói thiệt, tôi e rằng khó lắm đó, chớ chẳng phải chơi.

Cái tứ của bài thơ đã nằm sẵn trên tựa đề - cùng đám bạn tôi xưa.

Đấy, các bạn thấy không, là tôi vẫn hằng lập đi lập lại, thơ ấy mà, nó khác văn xuôi, nó có quyền không tuân theo bất cứ loại ngữ pháp nào mà ta đã được học ở trường.

Ngữ pháp Việt Nam, một câu hoàn chỉnh phải là câu có đủ chủ ngữ và vị ngữ. Các thành phần khác chỉ là thành phần phụ. Không đủ một câu thì không được sử dụng dấu chấm cuối câu và cũng không được xuống hàng, bla, bla, bla, bla….

Nhưng ở trong thơ, các câu, hoặc không có chủ ngữ, hoặc không có vị ngữ, hoặc không có cả chủ lẫn vị, nó chỉ là một ngữ động từ, một ngữ tính từ, thậm chí, nó chỉ là trạng ngữ…, mà nó vẫn được xem là một câu.

Tiểu luận gia, nhà phê bình văn học Đặng Tiến, khi sinh thời, đã từng tuyên ngôn: "Thơ, là quyền uy tuyệt đối".

Nghĩa là, nó tuyệt đối đúng theo cách của nó, đúng theo kiểu của nó. Bạn đọc, chấp nhận hay không, thì nó vẫn cứ là như vậy. Nó là một văn bản hoàn chỉnh, đối với thơ.

Ví dụ, tựa đề ở trên - cùng đám bạn tôi xưa.

Nếu viết hoàn chỉnh theo kiểu văn xuôi thì phải viết thế này, "tôi cùng với đám bạn xưa". Nghĩa là, "tôi" phải đứng đầu làm chủ ngữ, "cùng với" là từ nối đứng kế tiếp, rồi mới đến vị ngữ "đám bạn" và "xưa" là tính từ, bổ trợ cho "đám bạn", để nói rõ thêm, bạn này, không phải là bạn mới quen, mà là bạn cũ, từ hồi xửa hồi xưa.

Dài dòng như vậy để muốn nói với các bạn, dùng chữ cho thơ, sắp xếp vị trí chữ trong thơ, coi vậy chớ, hổng dễ ăn à nghen. Thơ mà viết giống văn xuôi thì tôi không đề cập ở đây. Còn thơ mà viết theo thể này, thể kia, thì nó là con dao hai lưỡi. Viết hay, thì thành thơ. Viết tào lao, tầm bậy tầm bạ, không có tứ, không có ý, không có tài dùng chữ, thì thành vè. Đọc nghe trơn tru vậy thôi, chớ thiệt ra, là kiểu sắp chữ, bài thơ chẳng chứa đựng được điều gì, và cũng chẳng truyền tải đi được một thông điệp gì.

"Cùng đám bạn tôi xưa", là những lời anh muốn tâm tình riêng, chỉ với những bạn quen từ hồi còn ở quê, cùng trang lứa, hoặc từng cùng trong quân ngũ, hoặc từng trong nhóm bạn văn chương.

oOo

Mặt trời lên ở đằng đông, thì anh đi về hướng tây, hướng

của chiều tà, hoàng hôn bóng xế. Xế, như tuổi anh vậy, phía dốc xuống, bụi bay đầy. Người trẻ thì họ đi nhịp nhàng. Còn anh, mỏi rồi, nên anh đi theo cách của mình, cách của kẻ đã thấu lắm, cuộc đời.

Giọng thơ nhịp nhàng, làm ta dễ hình dung ra tác giả trong cảnh đi bộ đời thường, mỏi thì mỏi chớ không buồn, thậm chí, còn nghe vui vui, bởi giọng thơ mang hơi hướm như tự trào vậy đó:

luôn đi ngược hướng mặt trời
phơi lưng nắng dọi thấu đời bụi bay
người ta đi, đánh hai tay
tôi tay thọc túi và tay đưa đều

Giọng tự trào ấy lại tiếp tục. Sống với cuộc nghèo mà sao như tác giả cảm ra rất phong lưu. Phong lưu ấy là phong lưu của cốt cách, con nhà. Phong lưu ấy là số phần, được ông trời định sẵn, bày sẵn.

Phong lưu nên có nghĩa cũng rất ăn chơi. Từ một từ ghép "ăn chơi" theo kiểu phá phách, thì anh lại ngắt chúng ra làm đôi, và khẳng định, dù là ăn, ăn uống, dù là tụ tập nói chuyện phiếm hay tiệc tùng, cà phê cà pháo, thì, anh cũng chỉ luôn là kẻ được bạn bè rủ, nói khác đi, là dựa hơi bạn bè thôi:

phong lưu trong cuộc luôn nghèo
vốn là cốt cách nhận đeo nghiệp trời
ăn chơi hai vế đủ đôi
dù chơi, ăn, chỉ dựa hơi bạn bè

Rồi anh lại tếu táo, ồ quên mất, là bạn, chớ không phải bè. Các bạn anh, hết thảy, đều là bạn chí thân, chí thiết. Coi lè phè vậy chớ đứa nào cũng có một cái đầu rất siêu, rất giỏi. Đứa nào cũng thành công nơi xứ người. Đứa nào về già cũng có một cuộc đời vương giả.

Anh cũng vương giả chớ sao không. Nhìn cuộc đời anh đi, nhàn hạ thở, với thuốc - thuốc lá hay thuốc uống chữa bệnh, bạn muốn hiểu theo nghĩa nào cũng đặng - mồi lên, khói trắng bay bay:

thật ra có bạn không bè
thân nhau một đám lè phè cùng vui
thằng nào cũng nghĩ hơn người
sống vương giả thở thuốc mồi khói bay

Một tuần có bảy ngày, thì anh đủ bảy lần say. Mà bạn ơi, cái say của ông Luân Hoán, không phải say rượu đâu, mà ổng say cái khác.

Ổng say cái làn da trong suốt như màu rượu trắng, say cái dung nhan tươi như hoa, xinh hơn hoa. Với triết lý sống, từ lâu, đã chọn cho mình, ông quyết không sống vội, không sống gấp, mà sống nhẩn nha, từ từ.

Từ từ, cái gì cũng nhừ. Là người ta hay nói thế.

Chuyện gì vào tay ổng, cũng xong. Chuyện gì, ổng cũng giải quyết trọn vẹn, ngon lành. Bạn đã hiểu điều ổng muốn ẩn dụ chưa. Nghĩa là, gì gì đi nữa, ổng cũng đều rành rẽ. Không dám khoe tài cán chi, nhưng khẳng định, đủ để vượt sông dài:

một tuần năm bảy lần say
rượu trong suốt trắng, em mày mặt hoa
triết lý đời: sống nhẩn nha
việc chi cũng biết đủ qua sông dài

Đủ là đủ của cái thời còn trai trẻ, trung niên thôi. Chớ bây giờ, anh thú nhận, theo tuổi tác, cũng sa sút dần.

Tuy vậy, cách diễn đạt trong thơ vẫn rất vui. Kiểu như, đổ thừa, tại tụi tui có tài, mà, có tài thì kèm theo tai, tai họa. Ông Du ổng nói rồi nên đổ chạy vào đâu cho thoát:

"cái tài cõng thêm cái tai"
ý Nguyễn Du nói, Kiều sai được à
vậy nên cả đám tà tà
thằng này thằng nọ tiếp sa sút dần

Vì là tác giả bài thơ nên ảnh cũng "tả oán" cho mình hơn chút. Rằng thì là, ở tuổi đôi mươi, ảnh đã tình nguyện hiến cho quê hương, đã tình nguyện cúng cho cuộc chiến, một-bàn-chân.

Đó là còn nhẹ đấy. Hồi còn quân ngũ, ảnh đã chứng kiến cả chục cái chết, bỏ mạng ngoài sa trường của đồng đội. Dù muốn dù không, ảnh cũng vẫn đỡ hơn. Những thương tật khác, nhiều khi, mất đến quá nửa người, đau đớn lắm:

thằng tôi cúng một bàn chân
riêng đám cúng mạng gần gần một mươi
nhiều thằng sự nghiệp thụt lùi
chửi thề bằng cách nhếch cười bâng quơ

Không chửi thề bâng quơ thì biết làm gì hơn bây giờ. Số mạng đã định thế thì đành phải thế.

Kết thúc, anh lại trở về với cái ba lơn thuộc tính. Anh ba lơn, không nhằm để chòng ghẹo người khác. Anh dùng nó để cười cợt chính mình và để xem nhẹ mọi điều. Ông ông thằng thằng, xuống chó lên voi, vẫn là cuộc đời xưa nay.

Nói trời nói trăng, nói thiên nói địa, cũng chỉ là tìm vui trong dăm ba phút:

khổ thân đám chữ văn thơ
bị hành đủ cách phơi khô từng thằng
gọi ông nhưng chính thực thằng
hoặc con chi đó, trời trăng không chừng...

oOo

Anh Luân Hoán, cùng Khánh Trường, Nam Dao, Vy Khanh, Trần Vấn Lệ, Đào Hiếu, Du Tử Lê, Đặng Tiến..., là những ân nhân của đời thơ tôi.

Nói ân nhân, là vì, từ ngay những buổi đầu, còn ban sơ, các anh đã tin tưởng tôi mà khích lệ tôi ra sách. Các anh viết nhiều bài để giới thiệu tôi, để làm lời bạt hoặc là làm tựa cho sáu cuốn thơ tôi, lần lượt ra đời.

Công tâm. Bất vụ lợi.

Những ân tình ấy, tôi không thể nào quên. Kiếp này, chúng ta là anh em bạn văn. Xin kiếp sau và nhiều kiếp sau nữa, cũng vẫn là cùng chung ý hướng trong nghiệp viết đa đoan, buồn vui có đủ này.

Phạm Hiền Mây
Sài Gòn ngày 02.12.2023

mùa xuân mùa của đầu năm
trời se se lạnh muốn nằm ngủ thêm
tiếng chim cù rủ ngoài thềm
thật khó trùm cứng cái mền được lâu
lò mò thả bước xuống lầu
búng ngụm nước lạnh vỗ đầu chạy ra
ơi thời lên năm lên ba
tôi như con nít rất là ngây ngô

lhoan

NGUYỄN ĐÌNH PHƯỢNG UYỂN
Hoàng Hôn Rực Nắng

Vợ chú Nguyễn suốt ngày chỉ lo chùa chiền, ăn chay niệm Phật. Cô sốt vó chuẩn bị cho kiếp sau, sợ ăn thịt heo mai mốt sẽ hóa thành heo để người ta ăn thịt, tụng niệm mong hóa giải những xui xẻo, rủi ro mình đã làm từ kiếp trước cho đến kiếp này, hy vọng sẽ thanh thản khi nhắm mắt xuôi tay, sẽ bay lên cõi niết bàn...

Bao nhiêu năm qua, vợ chồng chả nói với nhau câu nào, chả ăn chung bữa cơm. Ăn sao được khi nàng chay trường thanh tịnh còn chàng cứ thịt thà cá mú mà quất. Chẳng thù ăn chay. Lúc đói rách tả tơi, thời Sài Gòn tan nát đời hoa, chả muốn nguyện cầu cho xuôi tay êm ả, chả sợ kiếp sau mình biến thành heo gà, tôm cá... chú Nguyễn vẫn buộc phải tương chao, khoai sắn mấy thập kỷ. Ngày ấy miếng tóp mỡ cũng là niềm ao ước đấy.

Ấy thế mà cô chú Nguyễn vẫn ở chung với nhau đến đầu bạc răng long (chắc vì lời nguyền của hai họ trong ngày cưới cô chú hơn nửa thế kỷ trước) Thế nào là phước, thế nào là họa thật chả ai ngờ.

Các cháu xót xa, bảo sao không giải thoát cho nhau, chú sống được bao ngày, con cái chú ra riêng cả rồi, thà chú ở một mình, đỡ mặt nặng mày nhẹ. Chú cười buồn trên cái mồm móm, mắt nhìn xa xăm vào khoảng nắng trước sân nhà, mái tóc bạc phất phơ trong gió...

Đã quen với băng tuyết gần hết đời người, thêm vài năm nữa, sá gì...

oOo

Chú nhắn tin "Có cô nào giới thiệu cho chú với"
Tôi bật cười ha hả. Gửi liền cho chú một icon mặt cười toét.
Chú trả lời ngay "Miệng rộng, nói nhiều càng tốt"
"Có một em, nói nhiều lắm, ở Việt Nam, vừa đẹp vừa giàu, chú cứ gõ tên trên google là ra ngay."

Hóa ra ông chú thật tình muốn kiếm bạn gái.
Cả đám cháu xôn xao, rúc rích. Ai bảo các cụ không yêu, sai bét.
Chỉ hai hôm sau khi chú Nguyễn gửi tối hậu thư cho đàn cháu, một bóng hồng xuất hiện.

Gần chục năm rồi chị Sao Khuê ra vào côi cút sau khi chồng qua đời vì ung thư. Con cái lập gia đình, làm ăn xa, chị cơm nước dọn dẹp nhà cửa xong là vào nhà thờ làm công quả. Nàng thấy bình yên trong giáo đường, bên cạnh Chúa. Thỉnh thoảng nàng đi ăn với mấy bà bạn già cũng là con chiên ngoan đạo.

"Chú em muốn tìm người tâm sự lúc tuổi già. Em đưa số điện thoại của chị cho chú nha."

Sáu mươi mấy mùa xuân đã trôi qua trong đời trong đó có non chục mùa hoa Đào hoa Mai chị ăn bánh Chưng một mình, gối chăn lạnh ngắt, hôm nay cơ duyên đẩy đưa cứ thử xem sao, không thích thì ngoáy đít, mất gì?

Chị Sao Khuê gật đầu.

Đàn cháu lăng xăng, to nhỏ " Hôm nay đôi trẻ gặp nhau."

oOo

"Chưa gì ảnh đã đòi gặp chị. Chị nói cứ từ từ, mình nói chuyện qua phone đã. Ảnh kêu sẽ đến đón chị đi cà phê. Sao được? Chủ nhà trọ biết có đàn ông đến đây là họ đuổi chị đó."

Chủ nhà trọ thật hay, làm dùm công tác bà mẹ quá cố của chị.

"Chị nói rồi, em không phải là mì ăn liền, em chỉ muốn làm vợ chứ không muốn làm người tình, sao anh cứ nóng vội."

Lũ cháu hốt hoảng. Kiểu này chú Nguyễn lôi chúng nó ra cạo đầu vì tội dí ổng vào ổ kiến lửa.

Nhưng không, hằng ngày chị Sao Khuê vẫn tỉ tê ảnh nói vầy, ảnh làm kia... nhưng chị...

Sau một tuần (tức 7 ngày, tức 168 tiếng) đôi trẻ ứ á, giận hờn, ẹo qua ẹo lại, phone của tôi tít tít "Còn ai giới thiệu cho chú nữa không?"

A, thế là Hồng không đơm nụ, dù có tưới tắm, dù có vun quén. Không nản lòng. Thua keo này ta bày keo khác. Chàng trai "bảy bó" lại xiêm y tề chỉnh, giắt kiếm bên hông, vuốt hàm râu bạc, xoạc chân phóc lên yên ngựa, tình trường thắng tiến.

Nể!

Nguyễn Đình Phượng Uyển
19/11/23

TIỂU LỤC THẦN PHONG
Con Nhỏ Khờ Dễ Sợ

Thằng Jason đi ra đi vào, đụng đâu đập đó, vẻ mặt quạu đeo, gặp ai cũng "shịt" luôn miệng. Cả đám thấy nó là giãn ra, nhiều đứa đứng từ xa lo né trước khi nó bước đến. Xui cho thằng Clay Ripley, xớn xác ở đâu nhào vô, nó chụp liền:

- Good morning Clay, mày tạm dừng việc của mày lại, giúp tao sửa mớ tray bị lỗi này. Con Rebecca nó đi trễ hay sao ấy, giờ này chưa thấy mặt nó! Nó gởi tin nhắn cho tao nó có việc khẩn cấp! Mother f...ck! Làm ăn kiểu vậy thì mất hợp đồng như chơi!

Xổ một tràng làm thằng Clay không kịp trả lời, nói xong vẫn còn chửi thề: Damn!

Thằng Clay cười cười:

- Ok, dễ thôi, tao làm ngay đây! Ở đời cũng có đôi khi xảy ra việc này việc nọ.

- Cảm ơn mầy!

Thằng Jason mới về làm manager được mấy tháng thôi, ở đây người ta thay nhân sự như thay áo, hễ sản phẩm không tăng, thu nhập không lên là đổi ngay! Thằng Jason thay thằng Shawn, tướng tá bậm trợn, tuy da trắng tóc vàng mắt xanh nhưng mũi thấp và ngắn cũn, trán dồ cằm vêu, bởi vậy nhìn cái bản mặt nó như bị gãy cúp ở giữa. Tướng đi thì khuỳnh hai tay ra, nói nhỏ nhẹ nhưng thái độ trịch thượng thấy mẹ! Hổng ai ưa, ưa hay không ưa thì cũng phải cứ yes sir để mà giữ việc. Nó có nói ngang ngược thì cũng ok, đợi nó quay đi thì xúm lại chửi sau lưng, hổng thằng nào dám chửi trước mặt.

Con Rebecca sáng nay thấy có vào hãng kia mà, mọi người gặp nó ngoài bãi đậu xe, vậy sao không thấy vào làm? Thằng Timothy nói chắc nụi:

- Tao chào buổi sáng với nó ngay cửa ra vào. Tao thấy nó ôm con mèo hoang ở bên cửa và quay ngược ra xe.

Thằng Matt cười cười chế giễu:

- Con nhỏ khờ thấy mẹ!

Con Susan xía vô:

- Khờ gì mầy? Khùng quá trời luôn, tao thấy nó khác người khác đời, nhiều lúc trông nó sao sao ấy!

Thật tình mà nói thì con Rebecca hổng giống ai, trông rất lập dị, bầy hầy và lùi xùi lắm! Tóc thì xớt nham nhở nay vàng mai xanh, rồi tím, hồng, cam... đủ màu hết, chỉ có thiếu mỗi màu đen. Hai tai thì cả chục cái khuyên, mũi xỏ như trâu, lưỡi gắn đinh, má cũng có mấy nốt kim loại, hai bên mép cũng có khuyên. Nó lại chuyên chơi thời trang Disco của thập niên bảy mươi thế kỷ trước, quần rộng thùng thình, áo chẽn chít eo, giày khủng bố to đùng cao cả tấc... trông nó cứ như ca sĩ Rock metal hay Rock n Roll vậy. Đã vậy đi đứng cứ lùi lũi, lầm lì làm cho ai cũng mắc cười và bàn tán rất nhiều. Con Rebecca lặng lẽ làm phần việc của mình, cả ngày chẳng nói một tiếng, cũng chẳng giao tiếp với ai, trừ khi phải nói về công việc. Ai có chào thì nó chào lại, bằng không cứ lủi thủi một mình, đôi khi vậy mà hay, nó không có nhiều chuyện hay tám như mấy con nhỏ khác. Rebecca là hình ảnh tiêu biểu cho tụi Mỹ trắng nhà quê, hổng biết nó có theo nhóm Mặc Môn (Mormon) nào không chứ thấy nó là thấy chất Mormon.

Tụi Mỹ trắng làm chung cũng ít giao tiếp với nó, có lẽ nó tự cô lập chứ đâu có lý tụi kia kỳ thị, vì tụi nó cùng là dân da trắng kia mà. Tụi Mỹ đen thì hổng ưa nó rồi, vốn dĩ là thế! Ở cái hãng này mọi người làm việc chung rất hòa đồng, tuy nhiên tinh ý một chút hay có chơi thân với từng nhóm thì sẽ thấy cái tâm lý không ưa nhau rất rõ, bề ngoài thì cười nói như vậy nhưng sau lưng lại khác. Tụi da màu luôn có tâm lý bị kỳ thị, ganh tỵ và hở ra thì ăn vạ. Tuy nhiên với con Rebecca thì tụi đen lại coi thường, cứ châm chọc, trêu ghẹo sau lưng, thậm chí gán ép ghép cho nó với những tay dở hơi nhất. Con Rebecca hoàn toàn không hay biết chuyện bị châm chọc, tuy nhiên việc mọi người xem nó khờ thì nó có biết hay không thì không làm sao biết được!

Thằng Clay sửa xong mớ tray cũng vừa đến giờ ăn trưa, từ phòng ăn nhìn ra bãi đậu xe thấy con Rebecca lầm lũi đi vào. Thằng Jason nói như quát:

- What the hell! Where were you this morning?

- I am sorry! Tao không có ý đi trễ, thật sự tao đến rất sớm nhưng tao thấy con mèo hoang ở ngoài cửa, nó bị thương nên tao đem nó đến bệnh viện thú y.

- What the f...ck! What did you say? Mày đem con mèo hoang đi bệnh viện, thế họ tính mày bao nhiêu tiền?

- Chín trăm năm mươi đồng.

- Oh my God! Mày khùng thấy mẹ luôn! Mày mất toi một tuần lương rồi, coi như cái ngân phiếu tuần này mày trả cho con mèo.

- Ừ, đau thật đấy, nhưng tao không nỡ bỏ nó đau, không thể thấy nó mà không cứu!

- Thôi được, tao không quan tâm việc của mày, mày thương hay ghét động vật không phải việc của tao. Mày có biết sáng nay việc của mày bị dồn ứ lại không? Ai làm việc của mày sáng nay?

- Tao xin lỗi, tao đi làm đây!

- Ok, Tao không muốn thấy chuyện này một lần nữa đấy nhé!

- Ok, I'm sorry.

Thằng Clay nghe đối đáp giữa hai đứa, nó thuật lại cho mọi người. Nó cười ngả ngớn:

- Con nhỏ khờ quá, khờ dễ sợ, vì một con mèo hoang mà mất toi chín trăm rưỡi đô, mất một buổi làm, lại còn bị thằng Jason chửi te tua.

Cả đám mắc dịch cười rần rật, mỗi đứa còn thêm vào tí mắm muối cho câu chuyện thêm mắc cười kỳ dị. Thằng Preston nhái điệu bộ và cái giọng thỏ thẻ của con Rebecca:

- Tao thương động vật mà! Con mèo hoang bị thương và cô đơn tội nghiệp quá, tao không thể bỏ mặc nó.

Con Christina bĩu môi õng ẹo bẹo mông, hai cái mông như cặp thúng úp:

- Shịt! So stuff! Làm việc bá vơ! Mất một tuần lương và một buổi sáng vì một con mèo! Tao không bao giờ khờ như nó!

Steven xưa nay vốn thường đầu têu mấy trò chơi khăm châm chọc để gây cười cho mọi người, ấy vậy mà việc xảy ra sáng nay lại im ru. Vụ này là một đề tài gây cười rất ăn khách, thế mà hắn ta không bày tỏ thái độ, không ý kiến ý cò gì. Thằng Jeremy cà khịa:

- Tao đã nói rồi, thằng Steven thương con Rebecca, tụi bay thấy rồi đó, nó im lặng tức là bảo vệ hay đứng về phe con Rebecca.

Cả đám bạn cười ngả ngốn, thằng Angel khịa thêm:

- How many ladies are you with? Mày thích con Rebecca ở điểm nào? Có phải mày thương vì nó khờ?

Thằng Cumming chọt thêm:

- Nó thích con Rebecca, thích toàn bộ những gì con Rebecca sở hữu.

Cứ thế những lời châm chọc không ngừng phun tuôn ra và tiếng cười không ngớt. Steven cũng cười nhưng không nói gì. Thằng Mauricio đâm thọt:

- Have you lost your damn mind?

Chọc đến cỡ này mà Steven cũng không đáp thì quả là quá lạ, bình thường xưa nay chưa từng có chuyện này. Nó vốn thường chủ động châm chọc mọi người kia mà! Thằng Steven có cái tài nhái giống hệt những nghệ sĩ hài nhái các chính khách trên mấy show truyền hình. Khi thì nó giả tướng đi hùng hổ của thằng Jason, lúc thì giả tướng đi lủi thủi của con Rebecca; rồi những tướng đi chữ bát, đi mũi, đi gót, đi cà giựt cà thọt, đi cà hẩy... nó nhái y chang, dĩ nhiên là những trận cười quặn cả ruột, cười chảy nước mắt, ngày nào cũng cười. Thật tình mà nói thì thằng Steven thích làm hề, thích trêu đùa cho vui chứ nó không hề ác ý với ai, nó rất tốt tánh, tâm nó như đứa con nít, trong bụng có cứt gì cũng hiện hết trên mặt. Sở dĩ nó không hùa với mọi người cười cợt con Rebecca là vì nó thấy phục con Rebecca. Nó thấy cái tánh thiện nguyên sơ ở nơi con Rebecca. Con nhỏ lập dị nhưng tánh tốt vô cùng, nó thương yêu con mèo hoang, nó yêu động vật, nó cứu con mèo với cả tấm lòng mà không toan tính thiệt hơn, không sợ bị chê cười. Việc nó làm tưởng nhỏ bé nhưng không dễ mấy ai làm được, cụ thể ngay ở cái hãng này, cả ngàn con người vào ra nhưng có ai cứu con mèo hoang đâu, ai cũng thấy nhưng làm ngơ. Chỉ có mỗi con Rebeca dừng lại và đưa con mèo đi nhà thương động vật, chín trăm năm mươi đô và tiền công một buổi sáng không phải là nhỏ, ấy là chưa kể bị sếp chửi. Con Rebecca dám chấp nhận, dám vượt qua. Cái tâm của con Rebecca tốt quá, bề ngoài hình tướng lập dị, ăn mặc khác người và cái tâm nó cũng khác người luôn, tâm nó trong sáng chứ chẳng phải khờ như lũ bạn cười cợt. Những người ăn mặc hợp thời trang, hành vi chuẩn mực, ứng xử khôn khéo nhưng có ai dám bỏ buổi làm và một tuần lương để cứu con mèo đâu! Steven nhìn thấy cái tánh thiện không tì vết, không toan tính ở con Rebecca nên phục nó lắm, bởi vậy mà không đem cái chuyện này ra làm trò cười. Bản thân Steven cũng thấy xấu hổ trong lòng vì xét mình không bằng con Rebecca. Ở nhà Steven cũng có đám mèo hoang, Steven cho nó ăn nên chúng kéo đến đông quá, ỉa bậy phá phách chịu không nổi, nhiều lúc xịt nước đuổi chúng đi. Steven nhìn lại mình thì thấy tâm mình còn đầy toan tính chứ không thiện một cách nguyên sơ như con Rebecca. Hình như ở đời những người có tánh thiện như thế thường đi ngược dòng đời, khác mọi người và người đời nhìn thấy họ khờ, cho họ là tưng tửng, khác người, thậm chí là khùng... Những người như con Rebecca là tự nhiên thế chứ chẳng phải cố tình làm ra thế!

Giấc xế, Steven lân la lại gần con Rebecca hỏi:

- Sáng nay vì cứu con mèo mà vào trễ, vậy mày có hối tiếc không?

- Không!

- Mày không sợ sếp à?

- Cũng sợ chứ, nó giận thì mất việc như chơi nhưng tao không thể bỏ con mèo khốn khổ như thế!

- Nếu lần sau có gặp nữa thì mày có dám cứu lần nữa?

- Tao không biết!

- Mày có biết mọi người cười cợt mày về cái chuyện cứu con mèo sáng nay không?

- Tao không quan tâm.

- Mày khờ thiệt đó Rebecca, nhưng tâm của mày trong sáng và tốt quá!

- Cảm ơn mày, nhưng tao không nghĩ vậy đâu!

- Thật đó! Bình thường tao cũng như mọi người thích trêu chọc mọi người để gây cười, riêng việc mày cứu con mèo sáng nay tao rất trân trọng, không dám đem ra để gây cười...

- Cảm ơn mày.

Steven còn muốn nói thêm nữa nhưng thấy tụi bạn đứng đằng xa cứ lấp ló chỉ chỏ và ghẹo nên chào con Rebecca và quay lại chỗ mình. Cả đám bạn vây lấy Steven nhao nhao lên:

- Mày tâm sự gì vậy? Mày thương con nhỏ khờ đó phải không?

- Không, tao hổng có thương và nó cũng không có khờ đâu! Nó tốt quá, tâm của nó rất hiền thiện.

Thằng Jeremy vặn:

- Sao tự dưng hôm nay mày bênh vực con Rebecca? Không phải mọi ngày mày vẫn nhái tướng đi của nó kia mà!

- Ừ, tao nhái tướng đi của nó nhưng việc nó cứu con mèo hoang thì tao không thể nào nhái theo được, tao không đủ khả năng, không đủ tốt để làm như nó!

- Trời, vậy là mày thương nó thật sao?

- Không, chẳng có thương ghét gì ở đây cả, tao chỉ nói sự thật thế thôi!

Lũ bạn càng lúc càng loạn lên, chúng nó nhất định cho là Steven có tình ý với con Rebecca. Dĩ nhiên là Steven cũng hăng hái cãi và cố chứng minh việc con Rebecca làm là đúng. Steven trân trọng hành động của con Rebecca, mặc cho lũ bạn có châm chọc và khích tướng. Steven nhất định không đem chuyện con Rebecca cứu mèo ra để trêu đùa. Steven phục con Rebecca, một con người lập dị, khác thường về hành vi ăn mặc, ngược chiều với mọi người nhưng bên trong là một trái tim nồng ấm yêu thương động vật, dám làm cái việc mà không ai làm, làm một cách tự nhiên. Trong tâm Steven vẫn vọng câu nói của con Rebecca:

- Mọi người nói tao khờ nhưng khờ hay không tao cũng không biết nữa!

Tiểu Lục Thần Phong
Ất Lăng thành, 2023

Hà Nội xứng mặt thủ đô
thành phố văn hóa đỉnh cao nước nhà
vui xuân đón tết pháo hoa
đã thay pháo chuột gần xa đì đùng
nam thanh nữ tú xin đừng
vàng tục ít bữa hồn xuân sáng ngời |lh

HOÀNG NGỌC HÒA
Đi Ăn Cưới

Nếu ai đã có ở Huế hay Đà Nẵng thì cũng biết chỉ có xe lửa dùng đường sắt đi qua đèo Hải Vân bằng đường hầm (1906), các loại xe cộ lưu thông giữa hai thành phố, phải vượt đèo và con đường đèo được xây dựng thời Pháp thuộc nhỏ quanh co theo vách núi, không những nguy hiểm mà các loại xe cộ cũ thời xưa thiếu an toàn, tài xế lái ẩu đã là yếu tố gây ra rất nhiều tai nạn chết người trên con đường này. Từ Huế vào Đà Nẵng hay ngược lại, mất cả ngày đi dù khoảng cách chỉ dưới 100 cây số (60 miles). Ngày nay đã có đường hầm dành cho xe hơi được khởi công từ năm 2000 và hoàn tất 2005 dài hơn 6 cây số và chỉ mất 2 tiếng đồng hồ để đi lại giữa hai thành phố.

Chuyện xảy ra hơn 50 năm trước nhưng đến giờ này tôi mới viết lại, trong trí nhớ câu chuyện vẫn còn như mới vì những gì đã xảy ra, có tâm linh hay không tùy người, khó quên trong đời tuy chỉ còn hai người trong số *"đi ăn cưới"* còn sống. Tôi có ông anh cô cậu (anh gọi ba tôi bằng cậu và tôi gọi má anh bằng O (cô ruột). Nhà anh ở gần đường rầy xe lửa An Lăng nên hay đến nhà tôi chơi. Anh xong Tú Tài rồi học tiếp ngành dự bị Khoa Học, sau đó xin đi dạy và được bổ vào dạy ở trường Nữ Trung Học Quảng Tín tại Tam Kỳ. Sau 9 tháng phải đi nhập ngũ để hoàn thành chương trình quân sự (bắt buộc) dù anh là con trai độc nhất nên không phải nhập ngũ và trở lại trường để dạy tiếp. Tại đây anh quen và hứa hôn với một cô học trò đệ nhị cấp và trở thành vợ anh sau này.

Trước biến cố Mậu Thân 1968, Mạ tôi cùng một số người tại Huế nghe ở Quảng Nam có cái hồ cá Phật Quan Âm hiện lên, nghe nhiều người đi xin nước ở trong hồ về uống lành các bệnh tật nên cũng nghe theo lời đồn đãi, cùng nhau thuê xe để đi xin nước, không may khi xe lên đèo Hải Vân (giữa Huế và Đà Nẵng) là một con đèo nổi tiếng về khó đi và nguy hiểm, xe bị lật, một số người chết và bị thương nặng, rất may Mạ tôi chỉ bị thương nhẹ, trở về lại Huế, bà sợ chuyến đi nên sau đó lúc anh tôi về phục vụ tại phi đoàn trực thăng 213 ở Đà Nẵng, bà chỉ đi bằng trực thăng chứ không bao giờ dám đi lại bằng đường bộ. Vì vậy khi người cháu ngỏ ý mời bà Mợ vào Quảng Tín ăn cưới, bà rất phân vân, đó là năm tôi học đệ Tam Quốc Học 1970. Thấy bà phân vân, tôi nói để con đi thế cho Mạ, bà mừng quá chấp nhận ngay, còn tôi thì tuổi đó chẳng biết sợ là gì, nghe đi chơi thì khoái.

Tưởng rằng sẽ đi xe đò hay tôi xin đi ké trực thăng của ông anh, nhưng số người đi cùng nhau, người em của ông anh cô cậu đang là Trung Úy, nhà có *garage* sửa xe và có xe Jeep quân đội riêng, nên nói rằng em sẽ dùng xe công sở đưa hết mọi người vào Tam Kỳ *(lúc đó dùng xe công sở, nếu là sĩ quan thì như xe riêng, ít ai để ý nếu không lạm dụng quá nhiều hay không xin phép trước của cấp trên)*. Tiết kiệm thời gian và tiền bạc mà với chức Giáo Sư Toán, anh L. cũng không có tài chánh dư dả gì. Chiếc xe đi rước dâu gồm có chú rể, mẹ chú rể, người bác chú rể, anh Bôn em bà con chú rể và tài xế, anh tài xế của trung úy Bôn và tôi, tất cả ngồi băng sau có trần che trừ bác H. và anh Bôn làm tài xế ngồi trước. Xe chạy rất êm, không trở ngại gì khi qua hai cái đèo nhỏ Phước Tượng rồi đến Lăng Cô, chuẩn bị qua đèo. Thời đó ít ai dám đi đêm để qua đèo Hải Vân, phải đi ban ngày để phòng xe hư hay an ninh hơn, khi qua khỏi đèo là Liên Chiểu là xem như đã gần đến Đà Nẵng.

Chiếc xe lên dốc đèo, ngồi sau mà cái trần xe đã bít kín nên cũng không thấy gì trừ cái lắc lư qua trái hay phải khi chiếc xe Jeep phải ôm theo khúc quanh và độ dốc lên của triền núi. Cho đến một khúc quanh thì chiếc xe bỗng rú lên rồi xoay tròn hai ba vòng.

Dừng lại do một tiếng ầm vì một bên chiếc xe đã va vào triền núi bên phải. Mọi người bước ra khỏi xe, tôi thấy gần đó là một khúc quanh và phía bên trái là một vực sâu không có rào cản như sau này. Khi mọi người hoàn hồn, tôi thấy Cô tôi đang đứng vái ở một cái am nhỏ gần đó, như vậy là chỗ này nguy hiểm và đã từng bị lật xe hay có người chết mới có người lập am cúng vái. Xe không bị hư hại, người tài xế đi theo nói với anh Bôn: "Trung Úy để em lái cho", nhưng anh gạt lại, bảo để tôi lái. *(Chú tài xế sau này nói riêng với tôi vì không dám phê bình với cấp trên là chiếc xe tuy mới, không có vấn đề về kỹ thuật, nhưng xe sang số chứ không phải tự động nên có lẽ lỗi tài xế đã vừa đạp thắng vừa đạp chân ga hay vì dây cáp ly hộp số nên xe tăng ga và vì thế xoay vòng).* Chiếc xe tiếp tục hành trình leo dốc cho đến đỉnh đèo mà không có thêm chuyện gì xảy ra. Tiếp tục xuống đèo mà sau này, khi biết lái xe tôi mới biết là xuống đèo còn nguy hiểm hơn lúc lên vì tốc độ xe nhanh hơn lúc lên dốc. Rồi cũng như lần trước, xe xoay tròn hai ba vòng và một bên xe đánh vào dốc núi, ngừng lại. Lần này sau khi xuống xe, mọi người cũng thấy gần giống lúc trước tuy nhiên là dốc xuống và cũng một cái am nhỏ gần đó. Anh Bôn bỗng thốt ra một câu mà tôi thấy chú rể tái mặt, anh nói: *"chị Ốp ơi, van vái chị đừng hại tụi em nghe chị"* (dù vô tình hay cố ý nói ra nhưng trên xe lúc đó chỉ có 3 người là anh Bôn, chú rể và tôi là hiểu ý nghĩa câu nói đó)*. Anh tài xế đi theo chỉ nhìn rồi không dám nói gì nữa như lần trước, thấy mọi người không ai thương tích gì nên cũng lên xe tiếp tục đổ đèo. Đến cuối chân đèo là thành phố Liên Chiểu, tuy không nói ra nhưng ai cũng mừng đã đi qua những nơi nguy hiểm, bây giờ chỉ còn lại con đường bằng phẳng thì rét, rét... tiếng *phanh* thắng lại rít trên đường nhựa và chiếc xe quay ba vòng, lần này không có vách núi cản nên đâm vào cái quán cóc bên đường phía bên phải, hướng Tây, người bác ruột của chú rể ngồi phía trước với tài xế văng ra bên ngoài đường, lồm cồm bò dậy, lúc đó trên xe không ai buộc dây an toàn vì không đủ chỗ, tuy bác chỉ bị trầy da chút xíu nhưng lần này thì hư hại của phía trước cái quán phải bồi thường cho họ mới đi được, chú rể phải lấy hết tiền mang theo để trả cho họ mà sau này anh nói với tôi, vì anh định biếu tôi chút tiền vì đã đi ăn cưới với anh lúc trở về và do phải đền bù, đã hết tiền. Sau lần tai nạn này, không ai nói với ai nhưng ai cũng *hiểu ngầm* khi anh tài xế đi theo tự động lên ngồi chỗ lái, ai cũng biết *"sự bất quá tam,"* thêm lần nữa thì có người toi mạng, không may như ba lần trước. Cũng may hai quả lựu đạn anh trung úy mang theo phòng hờ còn trong hộp nguyên xi không bị ép vào thành ghế chứ nó nổ bung ra thì chẳng còn mạng nào, anh mang theo vì anh nói đi xe quân sự, lỡ bị VC chặn lại thì ném ra bỏ chạy, anh quên rằng có thể chỉ có mình anh là chạy được, mấy người lớn hay tôi là nhỏ nhất thì chạy đi đâu.

Anh tài xế lái hết đoạn đường đến Tam Kỳ, đám cưới diễn ra long trọng vào buổi trưa và sau đó, gọi là đi rước dâu nhưng mọi người ở lại, chú rể *"ở rể"* vì nhà xa chỉ có mình tôi, anh Bôn và anh tài xế lái xe trở về lại Đà Nẵng. Tôi nhờ anh chở đến cổng phi trường quân sự Đà Nẵng rồi kêu anh Châu ra đón về ở lại cư xá Trần Văn Thọ, hôm sau theo máy bay trực thăng của phi đoàn anh ra Huế. Đến nhà, kể lại cho Mạ tôi nghe, tôi nói cũng may bà không đi chứ đi thì cũng bị đứng tim sau ba lần xe xảy ra tai nạn, rất hên là không ai bị gì cả.

Tuy cái đám cưới đã xảy ra những khó khăn ngay từ ngày đầu đi rước dâu nhưng sau đó, mọi thứ đâu vào đó, anh và vợ sống hạnh phúc và chuyển về ở trong căn nhà gia tộc tại Huế, con cháu hạnh phúc cho đến khi anh mất vào năm 2022.

Ghi chú thêm:

*Chị Ốp là tên gọi ở nhà (nickname), tên thật là Trân Châu. Anh L. lúc đến nhà tôi chơi thường hay nói về chị và mấy đứa em anh nhận dạy kèm lúc đang học SPCN tại đại học Huế. Mẹ anh (Cô tôi) sau khi có hai người con, người chị và anh thì chồng đã đi tập kết và theo ra miền Bắc vào năm 1954 trước khi đất nước chia đôi nên anh phải giúp Mẹ bằng cách xin dạy kèm tại tư gia lúc đó rất phổ biến cho các sinh viên Đại Học tại Huế để tiếp tục học vấn tuy anh là con trai độc nhất không phải nhập ngũ theo luật của Bộ Quốc Phòng. Những cảm tình khi anh nói chỉ ở trong phạm vi Thầy trò,

chưa đi vượt qua lễ giáo gia đình và xã hội thời đó nhưng tôi nhận xét cái cảm tình đó không phải bình thường mà có vẻ đặc biệt giữa cả hai người, có thể một ngày nào đó tiến xa hơn. Anh L. rất tài hoa, viết chữ đẹp, kiến thức cao nên nếu các cô gái có cảm tình cũng không lạ gì, còn cảm tình anh đối với một cô học trò trẻ đẹp thì cũng thường xảy ra như mọi người khác thôi. Tôi chỉ có dịp gặp chị một lần là 29 Tết cuối năm Đinh Mùi lúc cả nhà đi xem chợ Hoa Tết ở gần cầu Trường Tiền. Tôi thấy chị đẹp quý phái và có lẽ không có trong danh sách các cô gái Huế đẹp nổi tiếng thời đó phải chăng vì chị "hồng nhan bạc mệnh". Chị là con gái đầu của một gia đình đông con, nhà chị ở gần bên rạp chiếu bóng Châu Tinh ở Gia Hội, ba chị là sĩ quan cảnh sát nên Tết Mậu Thân, VC đã vào nhà bắt ông đi và chôn sống tại Bãi Dâu. Giúp Mẹ và đàn em nheo nhóc, trong một thành phố nhỏ, chị nhận đi làm mà lúc đó kiếm việc làm không dễ nên chị làm cho sở Mỹ tương đối có số lương khá để giúp gia đình đông thiếu Cha là người cột trụ của gia đình, nhất là ở Huế thời đó. Người Huế nói riêng lúc đó cũng không có cảm tình với những người đi làm cho Mỹ, nhất là phái nữ. Không biết có chuyện gì xảy ra cho chị hay không trong sở Mỹ mà một người đẹp như chị chân yếu tay mềm khó có cái gì để bảo vệ cho mình. Áp lực bên ngoài nhất là các mỹ từ dành cho một người con gái trong một gia đình có văn hóa cộng với vấn đề sinh kế có lẽ đã đưa chị đến cái quyết định uống luôn hai hộp thuốc an thần Optalidon để quyên sinh. Lúc anh L. đến nhà để báo tin cho tụi tôi là mấy đứa em bà con biết chuyện và có cho chị tôi xem cái thư tuyệt mệnh để lại, chúng tôi cũng chỉ biết đây là một thảm cảnh của một gia đình mà có lẽ đã bắt nguồn từ biến cố Mậu Thân, thêm vào những lối suy nghĩ quá gò bó thời đó trong cái xã hội nhỏ đã đi theo guồng máy cổ hũ đạo, lễ giáo của Trung Hoa theo tứ đức, tam tòng chứ không rộng mở với cách phân tích, phê bình theo phương Tây tùy từng trường hợp.

Hoàng Ngọc Hòa
2023

NGUYỄN THỊ THANH BÌNH
DẤU ẤN

Cố nhiên ông ta là một kẻ lạ, chỉ tình cờ đến nơi vào một giờ hẹn khá khít khao với tôi. Đó là một buổi chiều đất trời thảm sầu, và cơn mưa tối tăm mặt mũi đã khiến tôi trông tội nghiệp như con mèo ướt. Tôi lại đến trễ hơn mười lăm phút chỉ vì hàng hàng lớp lớp xe cộ thi nhau nối đuôi ở xa lộ (thật tình bao giờ tôi cũng có lý do để ngụy biện).

Ông ta trố mắt thấy rõ khi tôi xẹt ngang qua, và rớt nhanh vào một chỗ ngồi gần đó. Hình như tôi vừa nhận ra đôi mắt của tên Adam này đẹp quá: Mắt gì như mắt con gái, to tròn như muốn hút khoảng không và cái nhìn của người đối diện. Đôi mắt ngập đầy màu đen, và những tròng đen mở lớn quyến rũ, chỉ tiếc là vẻ mệt mỏi trên toàn diện khuôn mặt làm ánh tinh anh như lạc mất.

– Hi, có chuyện gì vậy cô?

Ông ấy lên tiếng trước bằng một giọng Ăng-Lê lõm bõm, lạc điệu.

– Chẳng có gì quan trọng. Xe kẹt đến trễ nên bà ấy bảo chờ xem có thể sẽ phải khất lại ngày hẹn khác thế thôi, tôi trả lời như gắt.

– Hóa ra đi bằng hai chân què như tôi mà đến sớm khỏe ru. Nãy giờ ai cũng chờ cả mà, đôi mắt ông ấy bỗng sáng lên một ánh cười hơi ngỡ ngàng.

– Văn phòng bác sĩ thì có khi nào đúng giờ đâu. Bày đặt, tôi bắt đầu xấc láo.

Người đàn ông ngắm nghía tôi thật chậm, đôi môi có vẻ héo hon ấy chợt lan tỏa một nụ cười bao dung:

– Chiều thứ Sáu ai cũng muốn về sớm cả, nhất là cô thư ký choai choai ấy thì chắc là đã lên lịch cả khối cuộc hẹn. Nếu cô cần gặp bác sĩ hôm nay thì tôi sẽ nhường...

Tôi ném một cái nhìn ngạc nhiên để đụng phải một vũng mắt khá sững sờ của ông ta:

– Ông... ông là ai mà dư lòng tốt với tha nhân vậy. Khi không lại bắt ông nhường thì quả vô lý, nhưng thật sự nếu cuộc hẹn của tôi bị hủy bỏ hôm nay thì tôi sẽ đổi ý không bao giờ đến đây nữa đâu. Chả là...

Người đàn ông bỗng cười lớn. Tiếng cười làm tôi có cảm tưởng như ông ta đang lạ hoắc với chính mình. Cũng hên là bà Mỹ trắng teo như quả mướp khô cứ mải chúm chím cười và ngồi nhìn mưa ngoài cửa kính đã được gọi vào lúc nãy, nếu không chắc bà ta cũng nhột nhạt vì giọng cười man rợ này.

– Chả là... sao hả cô. À, tôi là ai có trời mới biết, sao cô hỏi chi cắc cớ vậy làm tôi buồn cười quá chừng. Mình là người đồng hương không được sao cô.

– Ờ, thì ra là vậy. Tôi nhỏm người đổi lại thế ngồi để nhìn kỹ xem ông ta có nhận lầm không.

– Thì ra ông chỉ tốt với người đồng hương thôi sao, tôi nói lùng bùng và chặc lưỡi tiếp – Ờ mà sao ông biết tôi là người đồng hương chứ. Nãy giờ tôi và ông chỉ sử dụng Ăng-Lê.

– Đừng la hoảng lên cô nhà văn. Tôi còn biết nhiều điều về cô nữa kìa. Ông ta mỉm cười bí mật, trả lời nhỏ nhẹ như cố nuốt một nỗi bí mật nào đó vào bên trong lòng.

– Nhà văn? Ồ, vậy mà tôi cứ ngỡ ông là người Mễ.

– Đời sống là tổng hợp của những ngỡ tưởng, ngỡ này ngỡ nọ, càng thú vị thêm chứ sao, phải không cô văn sĩ Nguyễn Thị Yên Bằng?

– Trời ơi, sao lôi hết tên họ cúng cơm của người ta ra vậy. Nhà văn nhà viết gì cho mệt. Có gì hay ho đâu, tôi không dám nhận.

– Hay ho chứ. Tôi "ế mộ" cô lắm đấy. Có ai vô danh tiểu tốt như tôi. À mà cô biết tôi định nghĩa nhà văn như thế nào không. Họ là những người thích làm ra vẻ bí mật, như thể không bao giờ họ thích nói hết một điều gì.

Tôi cười, cảm giác sắp bị khai thác chạy dọc sống lưng rồi xốc tung cả trái tim.

– Ông nói nghe cũng thú vị chán. Văn chương mà nói trắng ra hết thì thuộc hạng văn sĩ tồi rồi phải không.

– Chứ sao, phải để độc giả dự phần suy nghĩ cho nó vui chứ. Phải là những tìm tòi khám phá của những dự cảm nào đó, về đời sống của nhân vật cũng như đời sống của chính hắn. Mà thôi, tôi không dám múa rìu...

Tôi nghĩ thầm, ông ta chắc cũng không vừa gì, một người hẳn không phải hời hợt và dễ tính.

– Sao ông cứ có lối nói như châm chích người khác vậy. Tôi thì có là cái quái gì đâu. À, cô ấy gọi tên ông kia kìa.

Người đàn ông quay ngoắt người lại, nói chắc nịch với cô thư ký: Cho cô này vào trước đi. Nếu không kịp thì cứ đổi ngày khác cho tôi cũng được. Và như để đánh tan nỗi ngập ngừng thắc mắc, ông ta tặng cho tôi cái nhìn nửa như ra lệnh nửa như khẩn khoản van nài: Cô cứ vào trước đi mà. Tôi dời ngày hẹn lại được. Lần nào tên bác sĩ này cũng cứ bảo là tôi có vấn đề nhưng có chữa trị được gì đâu nào. Cô có thấy đầu óc tôi bị trục trặc không vậy.

Câu hỏi của ông ta là câu trả lời sau đó không lâu. Sự việc diễn ra ngoài sức tưởng tượng (khá phong phú) của tôi.

Hình như tôi cũng thầm hỏi như thế. Đầu óc tôi đang có vấn đề? Tỷ như tôi nói với ông bác sĩ tâm thần là tôi bị mất ngủ kinh niên, tối nào cũng cần một hai viên thuốc ngủ hạng nặng mới qua khỏi đêm dài; và tôi không thể yêu thương cuộc đời được nữa, hay đúng hơn tôi đang bất mãn tột cùng đến chỉ muốn bóp cổ một ai đó, thì có lẽ ông ta cũng cười thôi.

Cái "tỷ như" ấy thoạt đầu làm ông ta nhìn như tôi là E.T. hay quái vật thật, sau đó ông ta cứ để tôi lắm nhắm cho hết nửa tiếng (chỉ lâu lâu đặt vài câu hỏi vớ vẩn đưa tôi về với những hồi ức) Tôi bảo ông ta đừng hòng chữa được bệnh của tôi (vì thật ra có ai biết tôi đang bệnh gì không nhỉ).

Rốt cuộc ông bác sĩ khuyên tôi nên về trút những giận dỗi của trần gian lên đầu những chiếc gối. Ờ, rồi thì tôi sẽ làm nát tất cả mọi chiếc gối ở nhà. Những lúc mình muốn nổ tung. Trái đất nổ tung. Và bất kỳ một sự giải thoát nào cũng là một tai họa (kể cả đam mê, tình yêu...).

Khi tôi bước ra khỏi cái văn phòng "trời đánh, thánh đâm" này thì cơn mưa vẫn chưa chịu bỏ đi. Bãi đậu xe trước cửa phòng mạch vắng tênh hếch, chỉ còn vỏn vẹn hai ba chiếc xe đứng ủ dột đầm đìa. Thôi cũng được đi, lâu lắm mới thấy trời đất da diết như vậy – Trời đang xối xả vào đất những lời tỏ tình ướt rượt, không phải sao – Cơn mưa càng lúc càng lớn hơn – Vậy là hỏng một chiều cuối tuần của thiên hạ, tôi vừa đi vừa ngửa mặt lên trời hứng ran rát những hạt mưa nặng hột.

Đang loay hoay định mở bóp kiếm chìa khóa xe, thì chợt nhớ ra lúc nãy lo chạy vội nên để cửa mở – Hóa ra trí nhớ cũng có lúc làm việc tùy hứng chứ bộ, tôi thật thà nghĩ.

Trời mưa. Không gian như hắt vào mắt tôi màu tím bầm của những giọt rượu sót cạn. Khác với mọi lần, những buổi chiều như thế này thường khiến tôi dở chứng thích lang thang, lếch thếch ở một góc phố nào đó. Chiều nay, tôi bỗng phá lệ. Bỗng ao ước được trở về nhà tức khắc, được có một chút gì âm ấm trên tay, trên môi...

Tôi lạnh. Chui vô xe rồi vẫn nghe như có tiếng mưa gào gió thét muốn nhảy vào chung. Sấm chớp bỗng nhì nhằng một hồi rồi lóe lên như ánh thép, cắt thẳng một đường tình của không gian gió. Không dưng trong tôi lại mọc lên ý nghĩ: thần trí sáng tạo cũng ví như những ánh chớp, xẹt ngang một chiều không gian thứ tư sâu ngoắm của ngôn ngữ. Tôi có chờ đợi không, ở những giây phút hiếm hoi bất ngờ như thế của trí tuệ, của những cơn khủng hoảng nội tâm...?

– Hi cô văn sĩ. Xin lỗi vì tôi biết việc tôi ngồi trốn trong xe cô chẳng đáng khuyến khích một chút nào hết.

Giật mình quay lại, đã thấy gã đàn ông đồng hương lúc nãy ngồi thù lù ở hàng ghế sau. Khổ một nỗi hễ đụng phải hai con ngươi của ông ta, là tưởng như tôi bị tước đoạt đi những lời mắng mỏ: Hay. Hay thật. Sao ông biết xe tôi mà chui vô?

Người đàn ông cười khẽ: Đã bảo tôi biết khá nhiều điều về cô cơ mà. Chỗ đậu xe vắng, may ra chỉ còn chiếc xe của tên bác sĩ và con nhỏ thư ký. Kìa, họ cũng đang đóng cửa để về. Xe của cô lại quên khóa, có bảng số xe đặc biệt ghi cả tên mình sao tôi không chui vào được. Dễ thôi.

Tôi chặc lưỡi: Trời mưa lớn quá, hạt nào hạt nấy mọng đầy như vậy, bộ ông không có xe sao?

Kẹt thật! Xe tôi nằm ụ rồi, người đàn ông cười nhạt, giống như tôi vậy, chắc phải đến lúc phế thải thôi, có gì cô dang tay cứu độ một chuyến quá giang được không?

- Cứu độ ông rồi ai cứu độ tôi bây giờ, bản chất tính toán của con đàn bà trong tôi nổi dậy, kể ra cũng có phiền thật đấy nhưng ít ra ông đã nhường cuộc hẹn cho tôi.

- Nhà tôi cũng ở Springfield, cánh-đồng-xanh nghe thơ mộng như nơi cô ở, nhưng mà hang động của con đười ươi này tồi tàn lắm. Gần Springfield Plaza đó cô, được cái là cũng tiện đường phải không?

- Thôi được, tôi sẽ đưa ông về. Giữa đường nếu cơn mưa chấm dứt tôi sẽ mời ông ra khỏi xe nhé, tôi nói nửa đùa nửa thật.

- Cô đừng dọa tôi như thế, không nên. Một thằng điên như tôi thì ngán chi mấy cơn mưa chiều hay mưa lũ này. Cô đi với tôi có thấy ghê không, giọng ông ta hạ thấp như cơn mưa hốt dưng đổi nốt trầm.

- Ghê thì sao mà không ghê thì sao chứ. Ông quên là tôi cũng vừa ở phòng mạch của bác sĩ tâm thần ra như ông vậy thôi. À, cái đầu ông bị sưng tấy khoảng nào vậy?

- Cô hỏi ngộ thật. Một khoảng nào chơi vơi trên cao làm sao tôi biết được. Chỉ thấy bị lỏng lẻo, bị hỏng một phần nào đó làm nó cứ như mắc vướng trong tấm lưới u sầu chán nản. Không biết họ còn nghi hoặc điều chi mà không nhốt tôi vào nhà thương điên cho rồi cô nhỉ?

- Ông tưởng vào trỏng vui lắm sao mà lại đòi vào? Bước vào thế giới của những vị lúc nào cũng bị trói chân vào giường, canh giữ từng cơn đập phá thì dễ chừng không điên mình cũng hóa khùng theo thôi. Ở ngoài này chung đụng với những vị tỉnh táo mà nhiều lúc mình còn muốn nổi điên lên nữa là.

- Không hẳn như thế đâu cô. Không hiểu sao tôi yêu những người điên vô cùng. Tôi yêu những cái cười khờ khạo, chỉ biết toét miệng ra suốt ngày thật hồn nhiên của họ. Ở đó không hề có những nụ cười nham hiểm cô à. Đôi khi họ còn dang tay ra tập bay đến té bể đầu bể trán, mà cũng không nhớ nổi mình đang là con người nữa cô ơi.

- Ông nói như thế ông cũng vừa sống từ trong đó ra vậy, đùa thôi, không phải có lúc ông mang cảm tưởng như bị đi lạc hay sống vào đời từ một tinh cầu xa lạ?

- Cô nói đúng, một người ly hôn hai lần: Lần đầu bị vợ bỏ và lần này bỏ vợ hay suýt nữa tôi cũng định cho bà ta nốc một chai thuốc chuột thì có gì vui đâu. Bà ấy gian ác với tôi lắm cô ơi... Tôi là một người đi lạc không tìm ra đường về, dù đã chán ngấy những cảnh đời mình đang sống. Còn cô không sao chứ?

- Sao ở trên trời, mắc mớ chi đến ông mà hỏi. Ông đặt câu hỏi khác đi, may ra tôi còn chịu khó trả lời.

- Không phải tôi tò mò đâu. Tại thấy cô cũng đến gặp tên bác sĩ đó nên tôi đoán mò.

Giọng tôi bỗng ráo hoảnh như cơn mưa đang dần dà im lìm, tạnh hẳn.

- Tiếc là tôi không giúp được gì. Đầu óc tôi cũng là một mớ bòng bong. Hay là ông viết đi... Tôi nghĩ chắc ông sẽ viết được lắm.

- Cảm ơn cô đã làm tôi ngờ mình có thể trở thành một văn sĩ hạng ruồi. Mỗi khi bị thôi thúc, tôi vẫn viết lăng nhăng đó chứ, nhưng mà chỉ có bức tường câm là độc giả của tôi thôi. Cô à, tại sao cô lại cầm viết?

Tôi ngập ngừng.

- Đây là câu hỏi đã có nhiều vị đặt ra và trả lời om sòm. Đơn giản nhất có lẽ là vì tôi thích viết thế thôi đâu cần tìm biết lý do. Tôi đeo đuổi nó như một món nợ tiền kiếp vì nó có khả năng làm tôi hạnh phúc hay khổ đau. Điều hạnh phúc không nằm ở tiếng tăm, tham vọng, vật chất mà chính là cái ước muốn kỳ diệu (hay kỳ dị?) của một nghệ nhân được trình bày ra những điều mình thích, giải tỏa một phần nào những ẩn ức tâm lý.

- Như vậy là cô chỉ muốn thỏa mãn những nhu cầu nội tâm. Thích thì viết, không thể thoát khỏi những dày vò đam mê. Vậy thì tôi biết ngay cô sẽ chối phăng đi những danh từ lớn lao như thiên chức, sứ mệnh, trăn trở, dấn thân... Có điều cái ý đồ sáng tạo (nếu có) hay đúng hơn là hành động viết hoặc cái ý đồ sáng tác của bài thơ hay truyện ngắn đầu tiên được đăng lên báo của cô chắc chắn sẽ khác xa thời gian này.

- Có lẽ. Bài thơ đầu đời đăng trên Tuổi Ngọc tôi viết chơi chơi thôi mà. Thuở ấy mới học lớp đệ lục, mình thấy vui vui vì bắc lại nhịp cầu với cô bạn thân xa. Rồi càng viết càng như bị lạc vào mê hồn trận, thấy văn chương lung linh biến ảo khôn lường, vô bờ vô bến. Nhất là ngôn ngữ thơ, nói hoài nói mãi vẫn không hết nổi.

- Tôi không muốn lạm bàn thi ca ở đây, nhiêu khê lắm. Chỉ biết là có những đội ngũ đang muốn cách tân thi ca đáng được cổ võ vô cùng. Đó là những nỗ lực cần thiết, cần kíp cho thời tiết chuyển mùa. Tôi cũng có đọc thơ cô đó chứ và cô cứ tiếp tục đi nhé. Còn tôi không hiểu sao chẳng bao giờ làm nổi một câu thơ. Sợ xúc phạm đến nàng Thơ chăng?

- Ông giàu tự trọng như vậy cũng tốt thôi, thiên hạ đỡ phiền hà vì cỏ dại mọc tùm lum. Buổi tối quay cuồng với những con chữ, đôi khi tôi nghĩ đến trò chơi múa rối ông à. Không lẽ lại gọi văn chương là trò chơi múa rối của những con chữ? Tôi cười lùng bùng ở bảng Stop.

- Nói chuyện với cô vui quá, chắc tôi phải yêu đời trở lại hoặc là yêu viết. Người đàn ông bắt đầu dở trò tinh nghịch rồi bỗng thở dài – Mà thôi, lang thang trong đời lâu rồi, cỗ máy thời gian của tôi cũng sắp ngừng quay tới nơi mà còn bắt đầu cái nỗi gì. Mấy mươi năm ở Mỹ có nhiều điều muốn viết lắm chứ, sao tôi chẳng chịu bắt đầu nhỉ?

- Vâng, mới đó mà đã hơn nửa đời người. Từ những ngày tôi vừa đi học và đi làm, vừa khó chịu thấy sách báo phải sắp hàng chung với những kệ đồ ăn. Ông không bị chữ nghĩa níu áo thì cứ việc hy vọng vào thế hệ con cháu về sau thôi, lớp trẻ này họ sẽ thi đua nhau nhập vào dòng chính của văn học xứ người, chứ không là những nhà văn Việt Nam thuần túy nữa đâu ông ạ.

- Còn những nhà văn Việt Nam hải ngoại hay những nhà văn lưu vong như cô thì sao hả. Không phải họ cũng đang được tiếp cận với văn học thế giới và liệu luồng không khí này có giúp họ giành lấy một chỗ đứng khiêm tốn hay góp được một tiếng nói nào không cô.

- Chà, câu hỏi này là cả tiểu luận đấy ông à. Văn học thuộc nhóm thiểu số như mình có lẽ chỉ mới gợi được một chút tò mò. Cùng lắm chúng ta chỉ mới giới thiệu được một chút cộng đồng người Việt, xen lẫn giữa những cộng đồng của người bản xứ. Muốn gây được những chú ý nổi bật có lẽ phải chờ đến lớp trẻ sau này, bởi họ xem chừng nặng nợ hơn với đất nước này nên tiếng nói của họ sẽ phải là tiếng nói đại diện được cho nền văn học Mỹ. Nói chung là vẫn phải chờ đến những tài năng lớn may ra mới xô ngã được những rào cản kỳ thị. Tôi nghĩ thế không biết có đúng không. Đúng hay sai, hình như người đàn ông chẳng muốn đi tranh luận với đàn bà.

- Có lẽ cô nói đúng. Chúng ta đi đâu cũng cứ kè kè theo mớ di sản văn hóa hoặc quá khứ dân tộc... thì khó lòng hướng tới tương lai được. Năng lực sáng tạo của tuổi trẻ lại dồi dào, hấp thụ mọi vấn đề lại nhanh chóng thì cớ gì mà chúng nó không đi thẳng vào "dòng chính" chứ.

- Cái điệu này có lẽ chúng ta nên lo lắng ngược lại. Càng ngày lớp trẻ này càng xuất hiện càng đông vui thì lớp già hay trung niên cũng phải đến lúc tiêu hao dần. Sẽ không còn ai viết và đọc tiếng mình ở xứ người nữa sao?

- Cô đừng nên bi quan quá, đừng vội nhìn đến viễn tượng của một hai thập niên tới làm gì. Tôi tin nếu vẫn còn người viết thì vẫn còn người đọc. Tám mươi triệu dân ở bên nhà nữa chi.

Quá nửa đời người. Có điều gì cần nhớ và có điều gì muốn quên. Nhớ nhớ quên quên, bồng bồng bềnh bềnh như nỗi bất lực của nhà văn trước trang giấy trắng. Nỗi bất lực hay sự bí ẩn của ngôn ngữ mỗi đêm vồ chộp lấy tôi trong những tìm kiếm phiêu lưu.

Nhà văn là người luôn luôn bị đày ải trong cuộc hành xác trăn trở mãn tính, có phải? Tôi là nhà văn thật sao hay chỉ là một-cảm-xúc-gia, một người mang bệnh hoang tưởng? Đêm đêm đối diện với khoảng trống không thể lấp đầy và trang giấy trắng, là nỗi hoang rợ của thứ tiếng nói thầm kín: Im lặng.

Tôi nói nhỏ nhẹ như những lời độc thoại. Sao ông ấy không biến mất đi cho rồi. Tôi thích được một mình. Tôi chỉ còn những lời im.

- Mai kia mốt nọ biết đâu tôi sẽ gác bút. Khi không còn mấy ai thích đọc sách báo Việt. Khi những nhu cầu đòi hỏi của tinh thần trở thành một thứ xa xỉ phẩm. Chỉ còn lại cơn mơ trắng và những bày tỏ không lời với hư vô.

- Cô cứ nên thích viết đi, vì nếu còn có một người đọc cô như tôi thì cũng... cứu sống được một linh hồn rồi. Ông ta lúc nào cũng có lối vừa lừng khừng vừa tha thiết như thế.

Tôi cười nhẹ, định lách một đường lả lướt, ông ta chợt ra dấu cho xe ngừng lại.

- Nhà của tôi ở ngay cái dốc này đó cô, căn nhà màu xám nằm chênh vênh một mình kia kìa. Có gì trước khi "nhân vật" trong một truyện ngắn sắp tới của cô xuống xe, cô làm ơn cho hắn xin một ân huệ được không?

- Lại thế nữa, tôi kêu lên, ông sao lắm trò thế không biết.

- Trò gì, tôi đã dở trò gì ra đâu. Nãy giờ tôi ngồi yên trong xe cô, đứng đắn đàng hoàng và hơi nhà quê như một chính khách, cô không thấy sao. Nói nữa nha, cô bảo công việc viết lách, chữ nghĩa của cô là "trò chơi", thì cũng phải đọc láy là "trời cho" mới được đấy nhé.

- Nói là trò chơi, trò đùa chỉ là một cách nói. Nhiều vị cũng đang cầm bút cả đó chứ, vậy mà có khi cả đời cũng không sắm nổi cái vé văn chương để bước vào cuộc chơi. Khó thế.

- Phải rồi, nên chi tôi chỉ muốn làm "nhân vật... có thực ngoài đời", nếu cần cô cứ hư cấu, sửa đổi thêm những chi tiết cô không thích ở hắn. Thật ra nhân vật thực tế này cũng hấp dẫn chán, cô miễn thêm thắt. Đỡ mệt... mấy thần công lực sáng tạo.

- Ông này... nghèo mà ham, tôi bĩu môi, nhất là cái chuyện ân huệ này nọ; tôi đâu phải Thượng Đế từ tâm mà ban phát cho tha nhân chứ.

- Cô ơi, đừng nói vậy. Ai không biết nhà văn là Thượng Đế. Mỗi nhà văn là mỗi ông trời con, có quyền sinh sát tái tạo đời sống cũng như định mệnh của mỗi nhân vật.

Người đàn ông còn nói liên tu bất tận về một điều gì nữa. Hình như là cứu chuộc một nỗi gì đó mông lung lắm và tôi bắt đầu ngồi run như bị nhiễm lạnh. Không biết rồi ông ta sẽ làm gì mình. Người điên điên rồ rồ thì cái nhìn cũng khác. Lửa rực trong mắt ông ấy thật lạ. Không rõ vì sao những tàn lá mỏng trước vườn cứ rạp mình xuống run run theo chiều gió. Nhìn đâu cũng thấy hết lá rồi hoa lắt lay, hoa lá dường như cũng biết rúng động vì môi ru của gió.

- Này cô, sao cô nhà văn không chịu nói gì cả. Tôi định mời cô vào trong nhà "tham quan" và uống một chút gì được không. Giọng ông ta ngọt lịm trong một môi cười hơi khó hiểu.

- Mưa đã tạnh. Công việc tôi cũng đã xong. Tôi phải về. Ai cũng chỉ có một đời để sống, Nhà văn là người chúa tham lam, đã có vô số đời của những nhân vật để sống.

- Chưa chi cô đã vội ném cái truyện ngắn có nhân vật là tôi vào đời sống. Báo trước cô làm như vậy nó sẽ èo uột cho coi. Người đàn ông vẫn tíu tít pha trò, trong khi tôi bối rối thấy rõ.

- Ông không nên nhầm lẫn giữa biên giới của mộng và thực. Trong văn chương tôi sôi nổi lãng mạn biết bao nhưng ngoài đời tôi... nghiêm túc hơn nhiều phải không?

- Tôi tưởng... chất lãng mạn ấy có khi cũng nên đi chệch ra ngoài đời cho vui. Như thế nhập thần hay nhập vai ấy mà.

- Ông đừng xúi dại, tôi không nghe lời đâu. Đừng xem văn biết người kiểu đó nguy hiểm lắm. Một thoáng cười, lắc đầu, người đàn ông đặt tay lên vai tôi.

- Xin lỗi nhé. Tin tôi đi, nhà văn muốn viết hay tức phải sống. Tôi thật tình không hiểu cô lấy ý văn, đào chất liệu ở đâu ra nếu cứ quanh quẩn ở xó bếp. Đành rằng sự tưởng tượng của nhà văn phong phú lắm, nhưng mà phải... sống cô à.

– Sao ông cứ phỏng vấn tôi hoài. Làm sao ông biết hậu trường sân khấu của một nhà văn như thế nào, cũng như cách chọn lựa đề tài của mỗi người mỗi khác. Nếu một nhà văn có tài thì họ sẽ viết như là sống thực, còn không thì kể chuyện mưa cũng ra chuyện nắng thôi. Có lẽ ông ta vừa nhận ra tôi là một kẻ lắm lời. Lắm lời như khi phải viết một tự truyện để bộc bạch tâm sự. Lắm lời nên một người cứ ngồi yên quay cửa xe xuống và một người cứ thế đứng ngoài đối đáp.

– Cô ơi còn một điều này nữa cho tôi nói nốt, người đàn ông cúi người xuống nhìn sâu vào mắt tôi rồi tiếp, vì ít khi tôi có cơ may được gặp riêng như thế này. Cái mà tôi thích nhất chính là tính cách cá biệt của cô. Khi đọc tôi nhận ra được ngay cái giọng nữ tính trong văn thơ ấy. Và như thế cô đã để lại được một cái dấu ấn. Mỗi nhà văn đều cần cái khuôn dấu đó, cái khuôn dấu của riêng mình.

Nghe ông ta nói, lòng tôi bỗng lấp lánh một niềm vui. Ít ra cũng có một người bắt cùng một tần số. Tôi cười cười: Cảm ơn ông, hy vọng là ông thành thật.

– Tôi còn cảm thấy một điều thành thật hơn thế nữa, ông ta dừng lại chậm rãi, nhưng tôi không nói ra đâu. Nói hết sẽ mất hay, còn gì hồi hộp nữa phải không. Cứ để hồi sau, rồi hồi sau nữa sẽ rõ.

Người đàn ông chỉ nói bằng thoáng mắt quyến luyến khờ dại. Và ngoài sự sắp đặt, chuẩn bị của người đối diện là một cái kéo cửa thật nhanh, rồi đôi môi ấy bốc lên môi tôi một rực cháy. Phải chăng đó là dấu ấn... văn chương mà người đàn ông đã si ngây để lại...

Nguyễn Thị Thanh Bình

LÊ MINH HIỀN
Nụ Môi Non

Có một người ta không quên
gìn trong tiềm thức giữ tình khôn khuây
có một người có một người
nửa khuya tỉnh mộng mưa ngoài sông tương

Có một người ta không quên
trăm năm chớp bể mưa nguồn sầu vây
có một người có một người
tinh sương tỉnh giấc mưa cài tây hiên

Có một người ta không quên
café giọt rụng giọt còn đọng ly
có một người có một người
café thơm nhớ nụ môi non mềm

Có một người ta không quên
ngày lên bước xuống cồn hoang hương hoài
có một người có một người
lối về mộng mị đường đi một lần

Dòng thơ như dòng dung nham
khởi từ lõa thể nghê thường một đêm... ■

(4:15 AM) Stanton Nov. 5th, 2023

LÊ HỮU MINH TOÁN
VÔ ÂM

Không là nắng
Chẳng phải mưa
Chỉ là
Im ỉm cho vừa vặn đau
Chỉ là
gió chướng qua cầu
Oằn vai gánh nặng vực sầu ảo hư

Sao không buông bỏ
cơn mơ
Chỉ là
diệu ảo chỉ vờ vịt đêm
Chỉ là
dư ảnh vô hình
mà còn nuôi mộng
rước tình
viễn phương

Tình tang, ơi! Khúc tình tang
Cung đàn loạn nhịp
điệu đàn
vô
âm …! ■

HUỲNH LIỄU NGẠN
Lạc Giữa Mùa Xuân

mùa xuân thả nắng lên trời
cho bờ vai chút mộng đời đắm say
tôi làm đôi cánh mà bay
qua rừng qua núi theo mây cùng về

xóm nghèo tôi ở miền quê
mỗi năm chim én trở về báo xuân
cành mai chưa kịp phong vân
thế mà cũng rộ vàng ngân sang mùa

đầu xuân mơ thấy gió lùa
trên đôi tay để đón đưa xuân thì
miền quê tôi ở rồi đi
bao lâu cứ đợi người đi rồi về

đến mùa lá rụng ngoài khê
bầy chim có giữ lời thề hay không
tôi nghe xao xuyến trong lòng
khi nhịp thở đã cuộn vòng hơi xuân ■

TRẦN VẠN GIÃ
Thơ Xuân

Tết về quê nghe hát bài chòi

Làm sao quên điệu dân ca
Bài chòi tôi đã thiết tha suốt đời
Tôi đi và đến nhiều nơi
Cũng không quên lúc thiếu thời ở quê

Ở quê mỗi độ Tết về
Bài chòi âm vọng hồn quê thuở nào
Đừng bao giờ hỏi tại sao
Lời dân ca cũ ngọt ngào trong thơ.

Mùa xuân hoa đào nở
Gởi Đất Sét

Mùa xuân hoa nở đầu làng
Sông Chò êm ả chảy sang làng mình
Làm sao phai nhạt nghĩa tình
Cúc vàng rực rỡ bình minh nơi này

Nhìn lên Hòn Dữ mây bay
Càng thương tôi với đường cày năm xưa
Chị về ăn Tết hay chưa
Gió mùa xuân vẫn đong đưa đợi chờ ■

TRẦN DZẠ LỮ
THƠ

Nắng sau vườn
Thương ngọn nắng sau vườn
Thơm mùi em xuân cũ
Anh giờ đây, nhớ dữ
Lúc bên trời một phương...

Buồn buồn
Buồn buồn nhìn hoa nở
Lòng chợt thấy an nhiên
Thuở đất trời rộng mở
Ngan ngát dấu hương thiền !

Cuối năm
Cuối năm, chưa về Huế
Ta đất Trích ăn thề
Hạnh phúc phải tử tế,
bên biêng biếc tình quê...

Đầu năm
Đầu năm đi hái Lộc
Phải hái đủ buồn, vui
Lỡ khi đưa mặt mộc
Còn lồ lộ tình tôi... |12.2023|

TRẦN HUY SAO
Mùi Hương Tết

qua nửa con Trăng là Nguyên Đán
hoa Đào trổ nụ hoa Mai nở
mùa này mùa Tết ta làm Thơ
em không làm Thơ em làm mứt

chim Én bầy đàn bay náo nức
quê nhà đang dịp vào cuối Đông
chẳng biết bây giờ có còn không
thức trắng đêm canh nồi bánh Tết

đi lâu rồi nhớ lâu không hết
cứ mùi hương Tết bám theo hoài
mỗi độ Xuân đi Xuân về lại
vẫn cứ làm Thơ cho đỡ buồn

em vẫn chờ chảo mứt tới đường
thơm lựng ngạt ngào mùi hương Tết
đâu có như ta ngồi thấm mệt
tìm mùi hương Tết vẫn chưa ra

không lẽ vì quê nhà quá xa
hương đưa nỗi nhớ chưa kịp về
có thể Thơ ta làm quá tệ
nên chưa đủ nóng để... tới đường

em ơi mùa Tết nhớ mùi hương
ta bỏ trong Thơ tìm không thấy
chờ tới khi nào tìm thấy lại
thôi ghé cùng em miếng mứt gừng ∎

NGUYỄN SÔNG TRẸM
Theo Mùa Xuân Về

Tôi về theo mùa Xuân
Mảnh vườn xưa vẫn đầy bóng mát
Gót chân đã mòn đời phiêu bạt
Một góc trời xanh thơm hương nắng quê nhà

Tôi về sau bão táp phong ba
Như cây lúa vừa qua mùa nước lụt
Nương lớp phù sa phủ màu cho đất
Mùa lại xanh ve vuốt những nhọc nhằn

Tôi về cùng với mùa Xuân
Ngày nắng ấm còn pha mùi gió chướng
Miền ký ức lạc giữa đất trời vô lượng
Dòng thời gian như con nước lững lờ…

Ngày cuối năm nhớ mùi khói bếp khi xưa
Khói hòa bóng mây giữa chiều rơm rạ
Nhìn dòng sông nhớ tiếng chèo của má
Lặng lẽ đời – lặng lẽ những bến sông

Nắng lên đầy miền sông nước mênh mông
Tôi về tìm chút hương Xuân miền quê cũ
Sưởi ấm lòng người con xa xứ
Mải mê đời chưa hết cuộc mưu sinh! ■

LÂM BĂNG PHƯƠNG
Lục Bát Giêng Hai

Xuân rơi vào tháng Giêng Hai
Nắng phơn phớt nhẹ ban mai ửng hồng
Đất trời nghe thoảng hương bông
Thơm ngon ngọt mật môi hồng nàng xuân.

Vườn sau hoa cải vươn mầm
Hoa Quỳnh trổ nụ như thầm mong ai
Trăng rằm tỏa sáng Giêng Hai
Thắp đầy nỗi nhớ bờ vai thon gầy.

Thu tàn đông mãn xuân lai
Vườn hoa muôn sắc vui vầy bướm ong
Lẩy bừng xuân khẽ buông đông
Tình nhân chan chứa ấm nồng đắm say

Tóc mây áo lụa trâm cài
Bên bờ xuân thắm Giêng Hai hẹn hò
Dịu dàng từng bước đường mơ
Giêng Hai lục bát đan tơ kết tình ∎

DUNG THỊ VÂN
Còn Mãi Một Mùa Xuân

Ta vẫn vẹn nguyên
- tình hai mươi niên cũ
Ta vẫn bên trời
- đón gió mỗi mùa xuân

Ta vẫn vẹn nguyên
Một mối tình chở nặng
Người chẳng quay về
Ta quay quắt mỗi mùa sang

Ta vẫn vẹn nguyên
Lời xưa hương ca tận
Ru mãi buổi đầu đời
Giọng hát trói thơ ngây

Ta vẫn vẹn nguyên
Màu áo trắng học trò
Trưa cháy nắng
- bâng khuâng vội vàng loang tận

Là ánh mắt sau cùng
Còn mãi một mùa xuân...
Là ánh mắt người buồn
Vọng mãi bến nguyên tiên! ∎

TÔN NỮ MỸ HẠNH
Khúc Xuân Ca 2024

1. Đã nghe hương cốm

Khi lá bàng thắp lửa
Ngọn chướng non phập phồng
Tháng giêng về ngang cửa
Có thấy lòng băn khoăn.

Nghe tiếng chày giã cốm
Rộn ràng lúc nửa đêm
Dẻo ngon từng hạt nếp
Nhịp chày càng vui thêm.

Mẹ trở dậy từ sớm
Nhen lên bếp lửa hồng
Mùi hương chừng dịu ngọt
Từng miếng cốm thơm nồng.

Màu vàng tươi dân dã
Ôm ấp hạt ngọc trời
Khói nào vương sợi tóc
Con thương quá mẹ ơi.

Nắng cuối năm rất lạ
Hồng trên từng búp tơ
Nhớ khi ngồi đợi tết
Hương cốm của ngày thơ.

2. Đậm đà Tết quê

Cuối năm én đã xập xòe
Nghe hơi xuân thoáng về qua hiên nhà
Cội mai vừa mới chớm hoa
Dưa hành hong nắng vào ra ngập ngừng.

Rau xanh nấm mọc sau vườn
Tép sông soi sói vẫn còn tươi trong
Khói cay làm mắt ướt ròng
Bánh xèo mới đổ vàng cong thơm lừng.

Ngày xuân hát bội tưng bừng
Trống chầu lễ hội nghe chừng nôn nao
Em tôi áo xống tươi màu
Ước ao được tặng phong bao làm quà.

Lá dong xanh quá đậm đà
Ấm nồng bếp lửa quê nhà bâng khuâng
Bàn tay mẹ vẫn ân cần
Chắt chiu năm tháng qua dần tuổi xuân.

Tết quê em nhớ gì không
Tôi thao thức mãi chờ mong giao thừa ■

THANH TRẮC NGUYỄN VĂN
Thị Thành Cuối Năm

Nhâm nhi trà đá vỉa hè
Bỗng vang một tiếng còi xe giật mình
Lề đường bụi bặm mưu sinh
Bàn tay sạm nắng nhắc mình dân quê.

Bao năm bươn bả chưa về
Miếng cơm, manh áo đam mê thị thành
Mưa Xuân chợt rắc long lanh
Hứng vào năm tháng mát lành ước mơ.

Đèn cao xanh đỏ, tỏ mờ
Loanh quanh trăm nẻo vẫn lơ ngơ buồn
Kìa ai đàn dưới trăng suông
Thả dây vọng cổ vọng nguồn cố hương... ■

VÕ DƯƠNG HỒNG LÂM
Mùa Xuân Ơi Tha Thiết Đến Vô Cùng

Em cứ đến như cây vừa trổ nhánh
Đêm tần ngần mưa thắm nụ tầm xuân
Hãy hò hẹn như bài thơ em viết đó
Ngàn thiết tha huyền diệu đến vô chừng...

Em cứ đến và em cứ đến
Rượu đầy môi say đắm giữa mùa hồn
Hoa đã nở bên trời khoe sắc thắm
Thơ đầy trang tràn ngập cả tâm hồn

Em cứ đến Và em cứ đến
Trái tim hồng tha thiết giọt tình xuân
Môi em nở như tình em hé nở
Giữa hương khuya ngào ngạt trắng trong ngần

Em cứ đến Và em cứ đến...
Chào nhau đi em ơi Xuân tha thiết vô cùng... ■

VŨ TRỌNG QUANG
Cam Ranh Xuân Năm Ấy

Nơi nhận Texas

Cái phao ký ức thị xã bồng bềnh trôi
gió bán đảo lùa vào tơ tóc em đáy hồn trỗi dậy
chuông Linh Sơn Tự vang hồn núi
bếp lửa quán xưa nồng nhiệt
lửa nơi tôi ôm ghì tuổi em
thao thức trong hơi thở em đã từng
quyện vào nhau cộng hưởng
thảng thốt đừng... anh đừng đừng... anh tỉnh táo
cái đẩy tay bên dưới tích tắc
nụ hoa khôi không sẵn sàng hé nở
đêm đầu tiên đêm cuối...

Từ buổi mai An Nhơn chạm mặt giữa đêm Ba Ngòi quấn chặt
chiều Sài Gòn dự báo ngày mưa lớn
con đường nào hai ta lạc mất nhau
bảo mang cánh chim bay biền biệt
bảo mang đôi môi bốn mươi mùa tinh khiết
bây giờ mắt pha màu biển...

Nhớ lang thang vườn bách thú
tấm ảnh chung đôi nụ cười rơi xanh bờ cỏ
tôi thèm như uyên ương dã nhân nép tựa vào nhau
nhớ khủng khiếp tay trong tay...

Trở lại ngôi nhà của em không còn em
em mang mùa xuân in dấu chân thoát chạy
gọi tên câm nén
đợi từ không hẹn hoàng hôn thế kỷ... ∎

SAN PHI
SẮC HOA

Vườn hương nắng sớm mưa sa
Nắng mai mắt biếc ngàn hoa muôn màu.
Em về ươm nụ hồng đào
Mai vàng mật ngọt xin chào Nguyên Xuân.

Vàng mơ một chuỗi Lan Rừng
Nhu mì Ngọc Nữ rưng rưng mắt buồn
Vươn mình lộng lẫy Vàng Chuông
Mười Giờ sớm nở người buồn rưng rưng.

Pháo Hoa sáng rực tưng bừng
Tử Đằng hồng phấn dặm đường nửa khuya
Hoa Đào cánh mỏng phôi pha
Những nàng Trinh Nữ mù sa dặm ngàn.

Vô ưu đỏ rực mấy tầng
Mẫu Đơn lộng lẫy người chừng âm hao
Đèn khuya gió nhẹ lao xao
Vàng tay Vạn Thọ xin chào nguyên tiêu.

Thủy Tiên nắng sớm mưa chiều
Kim Đồng lỗi hẹn mộng kiêu lạ lùng
Bài thơ nhỏ những sơ nguyên
Ngàn hoa từ những nụ Hoàng Hương Trăng.

Em về phố thị mưa ngàn
Chân dài bước nhỏ phiêu nguồn Nguyên Thu ■

THIÊN DI
Khúc Ca Xuân

Mùa xuân hỡi! Bay về cùng cánh én
Nắng cài trâm vàng óng mái tóc thề
Mắt mơ huyền một trời xanh e lệ
Bụi kinh kỳ huyền bí phủ hương xưa

Tà áo xuân thơm trong chiều lộng gió
Đợi anh về chắp cánh mộng đường hoa
Vẽ nét tiên lên những dòng thi tứ
Cả bầy sao thắp ánh sáng Ngân hà

Nâng chén rượu em mời người năm ấy
Hỏi bây chừ tim còn chút nồng say?
Nụ hôn ấm gởi lời yêu chiều ấy
Còn lưu hương hay nhạt giữa tháng ngày?!

Cây đời biết qua mấy mùa thay lá
Rêu trăm năm trò chuyện với trăng mờ
Mây loạn bóng như chập chùng hư ảo
Khép vòng tay giữ trọn mối tình thơ

Xin gảy lại ngàn âm thanh tơ lụa
Nguyệt cầm rung trầm giai điệu cung thương
Niềm yêu dấu đừng vương mầu tục lụy
Cánh én vàng chở đến vạn mùa hương ■

NGUYỄN NGUYÊN PHƯỢNG
Tình Xuân Tạ Đời

Nhành hoang mùa lặng cuối
khúc tàn chừng không rơi
thôi chờ phu đường hát
lá về đâu ngậm ngùi.

Xanh rêu màu nhung nhớ
chưa phai cuộc tình tan
nụ hồng thơm tiếng thở
quyện vào nhau nồng nàn.

Đóa mơ vàng ảo ảnh
mộng dữ sầu chênh chao
cơn mê đời ngộ hạnh
ơn em sóng ba đào.

Nhịp tàn năm chào biệt
đón tinh cầu mai khôi
trôi tan niềm tưởng tiếc
thơm tình xuân tạ đời ∎

22:00 Núi, 31/12/2022

HOÀNG XUÂN SƠN
Xuân

vịn hờ
vai áo em
xưa
ngỡ chòm mây trắng bay qua
vực hồng
có đôi chim vợ chim chồng
hót tràn khe lãnh
rừng thông
nắng trào
ửng mùa xuân
tới non cao
du hồn tiểu lụy
hòa vào đại ân
chín rồi
quả mộng trầm luân
áo em trắng giữa muôn phần
cỏ
cây ∎

TIỂU NGUYỆT
NHỮNG NGƯỜI BẠN CHÂN TÌNH VÀ TÔI

Hôm qua, tôi tình cờ bắt gặp hình ảnh một người bạn (đã ra đi từ năm 2012), do cô con gái đưa con và cha mẹ chồng về quê thăm mộ bố, trên FB, khiến tôi bàng hoàng, bao cảm xúc chợt dâng tràn. Nhìn tấm ảnh trên bia mộ, tôi như thấy một Lê Hoàng Vũ đầy tự tin, nhiệt huyết tuổi đôi mươi, thuở em là một thanh niên chưa lập gia đình như trước mắt. Nói là bạn, nhưng thật ra Vũ là một người em tình nghĩa gắn kết với vợ chồng tôi, khi em trôi dạt từ vùng biển Thuận An (Huế) đến đất Phú Yên này. Vũ có giọng nói nhẹ nhàng, dễ thương của người xứ Huế, có giọng hát hay, truyền cảm, thích thơ văn, đàn hát, ngâm vịnh; thêm cái khiếu kể chuyện, nhất là chuyện vui, hài hước, khiến ai nghe cũng cười đến chảy nước mắt. Nhiều lúc nghe em tâm sự vì sao em rời làng ra đi và vì sao em dừng lại ở mảnh đất này? Giọng em trầm buồn, rưng rức, làm chúng tôi cũng rưng rức buồn theo em. Và giọng em chợt chênh chao trong tôi như từ cõi nào xa xôi vọng về: "Anh chị biết không, người dân quê em quanh năm sống cùng sông nước, họ đi trên biển như đi trên đất vậy. Họ coi tàu thuyền, biển khơi là nhà, cả một đời họ gắn liền với đánh bắt, chài lưới. Vậy mà, trong thoáng chốc tất cả phải vào hợp tác xã, tàu bè lưới chài sung vào của công, ngày ngày ra khơi theo sự chỉ đạo của ban quản trị gì gì đó mà em không hiểu; bà con chi tiêu như thế nào, phải sống làm sao, khi mỗi ngày chia được mớ cá nhỏ? Cái đói khổ vây bủa lấy họ, và dần dà bà con rời làng đi tìm đất sống khác, dù không biết mảnh đất ấy có chào đón, bao dung họ hay không?"

Chúng tôi quen nhau, thương nhau, những mảnh đời trôi nổi như chiếc lá lênh đênh đầu ghềnh cuối bãi, khó khăn lắm mới kiếm được miếng ăn nói gì đến ấm no, hạnh phúc. Không biết chúng tôi có duyên như thế nào từ tiền kiếp, mà mới gặp nhau là quý mến, mà thương yêu; không chỉ mình Vũ, mà nhiều người ở làng Thuận An vào đây cũng vậy. Chồng tôi thường nói rằng, chắc kiếp trước mình là người Thuận An, là anh em với những người bạn này, nên gặp nhau là như gặp lại người thân vậy. Họ chân tình, cởi mở, có lẽ họ sống trên sông nước nên lòng họ cũng tràn đầy, mênh mông theo con nước chăng? Nhiều người trong xóm thường nói với vợ chồng tôi rằng: "Ông bà quen toàn người Huế, họ nói ríu rít như chim tưởng hiền lắm, nhưng lòng họ không hiền lành như người quê mình đâu, coi chừng đó"; nhưng dù ai nói gì, chúng tôi vẫn gắn kết với nhau như người một nhà vậy.

Khi tôi về sống ở ngã ba đèo Cả, Vũ và Cường rời Nhiễu Giang, anh Nhuận, anh Hàn và một số anh em nữa rời Đông Tác vào Vũng Rô lập nghiệp theo chúng tôi, thật nghĩa tình. Những năm sống giữa đèo heo hút, tôi mới thấy hết sự chân tình, quý mến của họ. Đi câu có con cá gì ngon, vui buồn đều chia sẻ. Thương nhất là buổi sáng sau cây bão số mười hai năm 1993, Cường, Vũ và Nguyên từ Vũng Rô vượt dốc lên đèo nhìn thấy căn nhà chúng tôi đổ nát, chỉ nói hai tiếng "chị ơi!" làm tôi tủi thân khóc sướt mướt, cả ba cũng rưng rưng theo tôi. Chỉ hai tiếng như vậy, mà tôi như thấy hết tâm can, sự chia sẻ, yêu mến, lo lắng của các chú ấy - chúng tôi kết nghĩa anh em, vợ chồng tôi lớn tuổi hơn nên làm anh chị; dù vậy vợ chồng tôi vẫn xem họ là những người bạn đồng cam cộng khổ chân tình. Nguyên an ủi tôi "của đi thay người chị ơi, đêm qua nếu em và Cường không bỏ bè chạy vào bờ, thì giờ chắc gì còn gặp anh chị được". Sau đó, cả ba mỗi ngày hễ rảnh là chạy lên ngã ba đèo phụ tôi gỡ từng viên gạch từ đống vữa đổ nát, xếp lại ngay ngắn để chuẩn bị xây lại căn nhà mà tôi luôn khát khao, mơ ước.

Dòng đời đưa đẩy tôi về lập nghiệp ở Nha Trang (bên dòng sông Tắc) để tiện việc nuôi dạy các con bước vào đại học, Cường và Vũ có ý muốn đi theo chúng tôi. Ngày tôi về nhà mới, Vũ vác một chiếc xuồng câu, dẫn theo một số anh chị em vào mừng nhà mới (em tính đem ghe vào đi câu, nếu thấy được sẽ đưa vợ con vào luôn); tìm không ra nhà, cho đến xế chiều mới gặp người quen đưa về. Chiều hôm ấy, với sự hài hước của Vũ làm cả nhà cười chảy nước mắt. Vũ vừa cười vừa học bộ anh Cẩn (anh rể của Vũ) - có ai như ổng không, gặp thằng nhỏ đâu mười lăm, mười sáu tuổi, ổng hỏi thăm, cháu có biết ở đây có cái nhà nào ngang năm mét, dài mười lăm mét, trên lợp tole không cháu? Cả nhà biết thằng nhỏ đó nói gì không, nó cười ngất rồi hỏi lại, tole mấy zem hở chú? Mọi người cùng cười rộ lên, như chưa từng được cười vậy. Nhìn thấy anh Cẩn lúng túng, ngượng ngùng vì lời Vũ nói, tôi cười vui với anh, ở đây nhà nào cũng ngang năm, dài mười lăm, trên lợp tole hết, trừ những nhà lầu anh à. Anh cười ngượng ngập, ai biết đâu, tui nghe anh Hai nói vậy nên tui hỏi thăm vậy thôi; làm Vũ càng cười, càng chọc anh - Cả nhà biết không, lúc anh Hàn vào sống ở Nhiễu Giang, tui với ổng vào sau. Trên đường vào nhà anh Hàn bắp đang vào mùa, bạt ngàn bắp là bắp. Ổng nói, cậu chờ chút tui vô hái trái bắp ăn, đói bụng quá. Ổng vô đám bắp, một lát ra, đưa tui một trái, còn một trái ổng lột ra gặm ngon lành, còn nói, bắp chưa có chín, cứng ngắc hà, bữa chị mày mua bắp chín anh ăn mềm, ngon lắm. Tôi ôm bụng cười lăn ra sàn nhà, cứ nghĩ Vũ nói cho vui, làm gì có chuyện như vậy, nên quay sang hỏi chị (vợ anh Cẩn), có thiệt vậy không chị? - Có chớ sao không, ổng giống như thằng khờ trong truyện cổ tích vậy. Tôi không biết nói gì, thấy thương anh chị ghê. Vui thật. Và cũng xót xa lắm. Quanh năm cứ lưới chài, biển khơi, không biết xe cộ là gì, đi đâu cũng cuốc bộ, trở nên khờ khạo là vậy.

Nguyên từ Huế vào Nha Trang thăm chúng tôi, thấy trước mặt nhà tôi là dòng sông, vội quay về mang vào một cái rớ, nói rằng đây là "cần câu cơm" cho anh chị nuôi các cháu. Trải cái rớ ra giữa sân, Nguyên, Cường, anh Cụng cặm cụi vá hai ngày, vợ chồng tôi chạy tới chạy lui lo cơm nước, kể chuyện vui góp phần (mà đây là công việc cho chúng tôi chứ không phải của họ). Mọi người cùng vào xã Phước Đồng tìm mua tre, hì hục vác về, cùng nhau đóng cái rớ trước nhà cho vợ chồng tôi. Tiền mua tre, dây điện, bóng đèn đều của Nguyên bỏ ra, còn ở lại nửa tháng trời tập cho chồng tôi kéo rớ, giữ cá, chèo xuồng, cho đến khi thành thạo mới ra về.

Lâu lâu, Nguyên nhớ chúng tôi, gọi điện thăm hỏi; những lời hỏi thăm nghĩa tình, dễ thương không bao giờ tôi quên. "Em muốn vào thăm anh chị và mấy cháu."

- Chú vào đi, nay sắp giàu rồi, sẽ có tiền cho chú về xe đó.
- Vậy à chị? Mừng cho anh chị quá! Chị cho tiền xe nhé!

Vậy mà lần nào vào, chú ấy cũng cho tiền tôi đi chợ, còn đưa thêm để đóng học phí cho các cháu nữa, làm gì có chuyện chú lấy tiền về xe. Tình nghĩa này làm sao chị quên được Nguyên ơi! Giờ đây em đã là người thiên cổ, chị không biết nói gì hơn, xin gởi theo hương linh em lời biết ơn, thương quý một người em nghĩa tình chị đã gặp trong cuộc đời này. Làm sao chị quên được gương mặt xanh xao, hốc hác khi em vừa mổ xong ở Sài Gòn về ghé lại Nha Trang thăm anh chị. Bệnh như vậy mà còn ghé thăm, em sợ sẽ không còn cơ hội ngồi ở cái chòi rớ ngắm dòng sông đêm êm đềm, thơ mộng này à?. Làm sao chị quên được giọng hát của em đầy cảm xúc lần cuối cùng ấy? Em hát. Em nói. Em cười. Như sợ không còn được ngồi ở đây, không còn được nói chuyện với anh chị nữa vậy Nguyên ơi!

Về Huế được hơn một tháng, Nguyên trở bệnh phải nhập viện. Nghe Cải (vợ Nguyên) báo tin, lòng tôi như lửa đốt, giục chồng tôi ra thăm chú ấy ngay thử có thể giúp được gì không? Chồng tôi và Cường ra thăm, chơi cùng Nguyên một tuần, thấy Nguyên khỏe lại nên về. Về được vài ngày, Cải lại gọi điện báo tin Nguyên vừa ra đi. Tôi đau đớn biết chừng nào, cứ trách thầm, tại sao ông trời lại bắt những người thiện tâm, hiền lành dễ thương như Nguyên phải ra đi sớm như vậy? Chồng tôi và Cường vội vã lên xe ngay trong đêm để kịp tiễn đưa em ấy về chốn vĩnh hằng. Tôi không biết phải làm gì, nói gì, chỉ biết khóc và nguyện cầu cho em được về chốn An vui, Tịnh độ của Phật A Di Đà. Tôi đâu ngờ lần em từ Sài Gòn ghé lại thăm là lần gặp cuối cùng? Và hình ảnh Nguyên trong lần cuối cùng gặp nhau ấy, cứ chờn vờn, chênh chao trong tôi và tôi càng thương nhớ em nhiều hơn.

Mấy năm sau, Vũ lại theo Nguyên sau một cơn bạo bệnh. Ngày em ra đi, vợ chồng tôi lên Hòa Quang tiễn đưa - một cuộc sinh ly tử biệt, vĩnh viễn cách xa nhau, nhưng chúng tôi không mất nhau (tôi nghĩ như vậy), bởi hình ảnh chúng tôi đã trộn lẫn vào nhau, khó mà mất nhau được. Phải vậy không Nguyên? Phải không Vũ thương mến?

Lại một lần nữa phải chứng kiến cuộc sinh ly tử biệt. Anh Cụng thương mến! Sao ông Trời cứ bắt những người hiền lành ra đi sớm như vậy, hở anh? Làm sao tôi quên được những tháng ngày chúng ta cùng gian khổ chạy ra chạy vào từ Nha Trang ra Tam Đảo làm nò, nuôi vẹm? Sóng gió, bão bùng, nước lên, nước xuống, vợ chồng tôi có biết gì cuộc sống sông nước, lưới chài? Vợ chồng tôi biết gì vá lưới, thay cổng, gỡ rớ, giặt rớ, thay rớ? Nếu không có anh chị, không có Nguyên, không có Cường làm sao chúng tôi làm nghề sông nước, thuyền chài? Sao anh không đợi chờ một ngày nào đó các con cháu của chúng ta thành đạt, không đợi để được an nhàn đôi chút rồi mới ra đi? Sao anh vội vã vậy, hở anh? Tôi luôn thấy hình ảnh anh đau đớn phải chống chọi với bệnh tật những ngày cuối cùng ấy, nhưng không biết phải làm gì? Cũng như lần tiễn đưa Vũ, tiễn đưa Nguyên, vợ chồng tôi tiễn đưa anh bằng thương đau và những lời cầu nguyện, mong anh về cõi Phật. Và tôi chắc chắn cả anh, Vũ và Nguyên đều về cõi Phật, bởi cả ba là những người con Phật, sống chân tình, hiền lành, luôn giúp đỡ người khác dù quen hay không quen. Cả Vũ, Nguyên, anh Cụng đều đã đi xa rồi, còn lại Cường (cũng may Cường đã đưa vợ con vào Nha Trang) sống gần; mỗi lần ngồi cùng nhau, nhắc nhớ lại chuyện cũ, người xưa, ngậm ngùi, thương cảm. Mới đấy mà như xưa, xưa lắm, thời gian cứ trôi đều đặn từng ngày, từng giờ, từng phút giây, đôi khi chị em chúng tôi muốn níu kéo những ngày tháng nghĩa tình qua lời nhắc nhớ ngậm ngùi, tiếc thương. Không biết rồi mai đây, Cường và vợ chồng tôi, ai là người ra đi trước; nhưng dù ai trước, ai sau, chúng tôi luôn dành cho nhau những gì tốt đẹp nhất. Làm sao tôi quên được những ngày gian khổ, lận đận mà đầy ắp nghĩa tình này? Làm sao tôi quên được mình hạnh phúc thế nào khi Cường chạy tiền cho tôi mượn đóng học phí cho con, lúc hết đường mượn mõ. Xin cảm ơn cuộc đời đã cho tôi gặp được những tấm chân tình nặng nghĩa. Xin cảm ơn Nguyên, Vũ, Cường, anh Cụng đã làm anh em với chúng tôi, đã cho tôi thấy được cuộc sống này tươi đẹp, ý nghĩa dường nào!

Thường năm, cứ chiều ba mươi Tết, tôi và con gái luôn có mặt ở xóm "Núi" sau lưng ủy ban xã Phước Đồng, thăm chị Chắn (vợ anh Cụng), thắp cho anh Cụng nén hương và thăm vợ chồng Cường. Chúng tôi ngồi bên nhau, thăm hỏi nhau, nhắc chuyện xưa, người xưa; thăm hỏi chuyện làm ăn của các cháu và mừng cho các cháu (con của những người bạn nghĩa tình) có cuộc sống hạnh phúc, tốt lành. Tôi thấy mình thật ấm áp, hạnh phúc một chiều cuối năm đầy ý nghĩa. Tôi bước ra ngồi trên bờ kè sông Tắc, (nơi trước kia là chiếc cầu tre gập ghềnh từ bờ sông ra chòi rớ) thả lòng theo con nước lững lờ trôi xuôi xuống cầu Bình Tân. Một vùng ánh sáng lung linh, bập bềnh rồi sáng rỡ mỗi lúc một rõ ràng hơn. Trước mắt tôi là chòi rớ ngập ánh trăng trong của ngày tháng nào xa lơ, huyền ảo, cùng tiếng cười nói, hát ca, tiếng đàn guitar trầm bổng hòa quyện nhau. Và Nguyên, Vũ, Cường, anh Cụng cùng chiếc chòi rớ chênh chao, bềnh bồng trong tôi.

Tiểu Nguyệt
Bên dòng sông Tắc, Những ngày đầu tháng 5.2023

cầu Rồng Đà Nẵng đón xuân
bốn đêm nước lửa tưng bừng thành hoa
thương ông Nguyên Ngọc ngồi nhà
ngậm ngùi buông tách nước trà thở ra
tôi ở xa mà không xa
tôi thấy mà nhận chưa ra quê mình...| LH

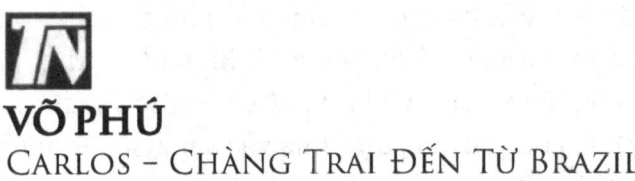
VÕ PHÚ
Carlos – Chàng Trai Đến Từ Brazil

Tôi bóc miếng thịt bò Brazilian picanha bỏ vào miệng nhai. Mùi thịt thơm, mềm mại, mọng nước với hương vị ngọt ngào tự nhiên. Khi cắn một miếng, nước thịt ngọt thơm chảy tràn vào miệng, tạo cảm giác rất tuyệt vời. Mỗi lần chúng tôi đi cắm trại, khi có mặt Carlos, là chúng tôi được hắn đãi món thịt bò này. Carlos là anh em cột chèo với Tony, một người bạn của chúng tôi thời đại học. Carlos người gốc Brazil. Hắn cao khoảng một mét bảy, dáng người thon gọn. Nước da ngăm đen. Đôi mắt to tròn với lông mi dài và cong. Sóng mũi cao. Khuôn mặt chữ điền với hàm râu quai nón nhìn phong trần, lãng tử.

Tôi biết Carlos hơn ba năm nay, kể từ khi chúng tôi mua chiếc camper (căn lều di động) và thường đi cắm trại chung với Tony. Những lần đi cắm trại chung, Carlos đều dựng căn lều nhỏ kế bên camper của chúng tôi. Nhiều lần Tony và cả tôi đều mời Carlos vào camper ngủ cho thoải mái, nhưng lần nào hắn cũng từ chối. Carlos nói hắn quen với cuộc sống ngủ bờ ngủ bụi nên thích được tự do như vậy hơn là chui vào trong camper. Thật vậy, có những lúc tôi thấy Carlos nằm trên đất, trên lá khô, hay trên cỏ và ngủ ngon lành. Những lúc đi cắm trại chung, nửa khuya, khi chúng tôi đi ngủ hết, một mình Carlos ngồi bên bếp lửa đốt củi. Khi buồn ngủ, thích thì hắn chui vô lều ngủ, còn không thì nằm cạnh bếp lửa và ngủ say sưa cho đến sáng hôm sau.

Cuối tuần này là lễ Lao Động, chúng tôi đi cắm trại ở công viên tiểu bang Lake Anna, cách thành phố Richmond, nơi chúng tôi ở khoảng một giờ đồng hồ. Sau khi Carlos giúp chúng tôi dựng lều võng xong, hắn lái chiếc xe van, chiếc xe làm việc của một người thợ lát gạch như hắn, chạy vòng quanh công viên để tìm củi đốt. Những gốc cây dài hơn hai mét có đường kính khoảng chừng 30 centimet là hắn khiêng lên xe chở về khu đất trại cưa ra làm củi. Trong xe Carlos lúc nào cũng có cưa, đục, búa và cả máy phát điện, nên việc kiếm củi đốt cho những ngày cắm trại của nhóm chúng tôi đều do Carlos đảm trách. Những lúc Carlos bận việc không đi cắm trại chung, chúng tôi chỉ biết ra camp store mua vài bó chừng năm, mười đô một bó - để đốt cho vui.

Đêm nay, sau khi ăn tối xong, chúng tôi ngồi quanh bếp lửa nhâm nhi lon bia lạnh cùng với món thịt bò Brazilian picanha và tán dóc. Chúng tôi nói đủ mọi đề tài từ việc làm, đến thời sự, chính trị, câu cá, cắm trại...

Nói chuyện trên trời dưới đất một hồi, một người bạn trong nhóm hỏi Carlos:

- Này, Carlos... Bạn đến đất nước này khi nào?

- Năm tôi mười tuổi.

- Bạn đi cùng gia đình? Ba? Mẹ?

- Ồ không, tôi đi cùng người cậu. Khi đó tôi còn nhỏ và cùng cậu đi vượt biên đến đất nước này.

Tôi nhìn Carlos rồi ngó sang Tony nói:

- Vậy hai anh em cột chèo nhà you có điểm giống nhau rồi, cùng là dân vượt biên. Hèn gì tao thấy hai đứa thân nhau...

Tony nhìn tôi, cười. Hắn nói:

- Giống nhưng khác. Tao đi vượt biển là thuyền nhân. Còn Carlos vượt biên đường bộ. Đâu giống mày đến Mỹ bằng máy bay, sướng như tiên.

Nói xong, Tony nhìn qua Carlos rồi tiếp:

- Hey, Carlos! Hay là mày kể lại cho mọi người nghe về cuộc hành trình của mày đến Mỹ cho mọi người nghe đi.

Chúng tôi đồng thanh:

- Ừa... Có lý!

Chúng tôi nhìn Carlos chờ đợi.

Carlos bóc một miếng thịt bỏ vào miệng, hớp một ngụm bia. Mắt hắn nhìn qua chúng tôi. Hắn đưa mắt nhìn lên bầu trời. Đêm nay trăng tròn và sáng. Có lẽ trăng rằm tháng Tám. Giữa nơi rừng núi yên tĩnh, Carlos hồi tưởng lại những chuyện ngày xưa rồi hắn rồi bắt đầu câu chuyện. Hắn kể:

- Năm đó tôi chừng mười tuổi, một lần người cậu, em trai của mẹ tôi, đến nhà chơi. Rồi tôi không biết cậu bàn tính với ba mẹ tôi ra sao. Cho tới một hôm ba mẹ tôi bảo tôi đi theo cậu để vượt biên đến Mỹ cùng với ông ấy. Cậu tôi có những người bạn đã từng đi vượt biên đến Mỹ và làm nghề lát gạch men. Họ kiếm được rất nhiều tiền gửi về cho thân nhân nơi đất nước chúng tôi còn nghèo khổ. Họ hứa với cậu tôi sau khi đến nơi, họ sẽ giúp cậu tôi làm việc trong công ty của họ. Ba mẹ chúng tôi phải bán mảnh đất bên hông nhà trả tiền cho người trung gian để mua vé đến Mỹ. Mỗi vé chúng tôi gọi là một "package deal". Package deal này bao gồm vé máy bay từ Brazil đến thành phố Mexico. Rồi tại thành phố Mexico, chúng tôi được đón bởi những người trung gian mà chúng tôi gọi là "coyotes"; (tạm dịch: sói đồng cỏ). Những người này sẽ chở chúng tôi đến một nhà trọ bằng xe buýt hoặc xe van rồi chúng tôi đợi đến tối để vượt sông Lớn (Rio Grande) qua biên giới nước Mỹ. Lẽ ra khi đến biên giới chúng tôi được đón bởi những người "sói đồng cỏ"; để đưa đến nơi tạm trú, nhưng vì chúng tôi bị phát hiện bởi cảnh sát biên phòng, nên chúng tôi chạy tán loạn vào rừng rồi lạc đến tiểu bang Texas. Hơn hai mươi năm trước, như bạn cũng biết đó không có những phương tiện liên lạc như bây giờ nên chúng tôi không liên lạc với những người bạn của cậu tôi để giúp đỡ. Chúng tôi lang thang ở các tiệm Home Depot để tìm việc làm và dành dụm tiền tìm cách đi đến tiểu bang Virginia này.

Tôi cắt ngang câu chuyện, rồi hỏi Carlos:

- Xin lỗi Carlos nhé, cho tôi hỏi một package để đi từ Brazil qua Mỹ hồi đó khoảng bao nhiêu?

- Không hề rẻ. Hồi đó khoảng hơn hai ngàn đô một người. Sau này em gái tôi và gia đình cô ấy chi hơn 14 ngàn đô một người.

Vừa nói Carlos vừa nhìn qua gia đình của người em gái mình, những người vừa vượt qua biên giới để đến Mỹ gần hai năm nay.

Thịnh, một người bạn trong nhóm, hỏi tiếp:

- Khi đến Virginia, you bao nhiêu tuổi rồi có đi học không?

- 11 tuổi. Không đi học vì cậu tôi sợ chúng tôi bị bắt lại và trả về nước. Nên tôi đã theo cậu của mình phụ việc. Tôi theo cậu tôi giúp việc gần mười năm đến khi tôi được 20 tuổi, mẹ tôi bệnh nặng nên cậu tôi dắt tôi về nước thăm mẹ. Sau khi về nước thì tôi không được qua lại Mỹ. Cũng may cho tôi là nhờ Hà bay qua Brazil để làm thủ tục giấy tờ bảo lãnh tôi trở lại đất nước này. Nếu không có Hà, chắc giờ tôi không ở đây để kể chuyện cho các bạn nghe.

Kể chuyện xong, Carlos nắm lấy tay vợ vỗ nhẹ lên mu bàn tay Hà. Hai người nhìn nhau tình tứ. Hà nhìn chúng tôi rồi tiếp tục câu chuyện thay Carlos:

- Để được bảo lãnh hắn qua lại Mỹ cũng trầy da tróc vảy lắm chứ không vừa.

- Chuyện thế nào mà trầy da tróc vảy?

- Thì Hà phải bay qua Brazil rồi về Việt Nam làm để bổ túc giấy tờ hồ sơ này nọ. Cứ đi qua đi lại hơn ba năm trời mới bảo lãnh hắn qua lại Mỹ được đó chứ. Mà hắn có hiếu và thương gia đình hắn lắm. Làm có bao nhiêu tiền là hắn cắc ca cắc củm gửi về cho gia đình lo cho anh em nhà hắn. Nếu không tính thời gian trở lại Brazil thì hắn sống ở Mỹ cũng hơn hai mươi năm. Vậy mà trong nhà băng hắn không có được chục ngàn.

Carlos nhìn qua Hà, hắn hỏi:

- Em lại nói xấu tôi nữa phải không?

- Sao anh biết?

- Tuy tôi không hiểu, nhưng tôi biết em đang nói gì.

Chúng tôi cười. Carlos nhìn qua Tony cầu cứu. Tony làm thông dịch viên bất đắc dĩ và tóm tắt những chuyện mà Hà kể cho chúng tôi nghe. Nghe xong, Carlos nhìn Hà rồi nhìn sang chúng tôi. Hắn giải thích:

- Gia đình chúng tôi ở Brazil còn nghèo khó, nên tôi giúp được bao nhiêu thì giúp. Họ là người thân trong gia đình, nên không thể không giúp.

- Em biết, nhưng còn em?

- Cám ơn em. Cám ơn em đã vì anh làm rất nhiều việc. Giờ thì gia đình em gái anh qua bên này rồi, họ sẽ thay anh lo cho gia đình. Và anh hứa sẽ yêu thương em nhiều hơn.

- Anh nói hãy nhớ lời đó nhé. Có mọi người ở đây làm chứng.

- Vâng, anh xin hứa. Anh hứa sẽ yêu em.

Chúng tôi nhìn hai vợ chồng Carlos rồi mỉm cười chúc phúc cho họ.

Nghe xong câu chuyện của Carlos và Hà kể, tôi nhìn qua vợ tôi rồi nhìn lên bầu trời. Ánh trăng sáng, trong xanh, không còn nằm trên đỉnh đầu của chúng tôi nữa. Ánh trăng đã chếch về hướng Tây Nam với những vì sao lấp lánh trong đêm, nơi núi rừng như minh chứng cho câu chuyện tình của Carlos và Hà. Tôi nắm lấy tay vợ và nói với mọi người:

- Thôi chúng tôi về lều ngủ đây. Chúc mọi người ngủ ngon. Hẹn gặp lại sáng mai!

Võ Phú

năm nay năm tuổi con rồng
mấy thằng lên tuổi lão ông hơi buồn
nhất là đã nhận quê hương
tết ngồi nhìn tuyết, uống suông nước trà
thật tình khó thấy mình già
thơ văn còn rất ba hoa chích choè
thong dong tự tại lẻ phè | vẫn còn nhấm nháp rượu chè, hương thơm { LH

LETAMANH
VỤ ÁN THƠ!

Thi Bá Vũ Hoàng Chương

Đang buồn bực quanh quẩn cả ngày trong nhà vì con virus Vũ Hán khốn nạn thì nhận được một Email của Ông Đồ Gàn Trần Vấn Lệ gởi cho một bài thơ. Bài thơ không phải của Ông Đồ mà là bài thơ của Nhà Thơ Vũ Hoàng Chương viết trong thời "Kháng Chiến". Nội dung nói đến ngày sinh Hồ Chí Minh. Đồ Gàn còn "tô vẽ" thêm một câu: "Nhiệt Liệt Chào Mừng Sanh Nhật Chủ Tịch Hồ Chí Minh Vĩ Đại Sống Mãi Trong Sự Nghiệp Của Chúng Ta."(?)

Cục tức trong người của kẻ viết bài này lên đến nghẹn cổ! Ông Đồ Gàn kỳ này muốn gì đây, hay là chàng Nhà Thơ Già gàn bướng này chán sống chọc tức thằng tôi! Suy nghĩ mãi cơ sự thế nào mà "Hắn" chờ đến cận ngày 19/5 "khều" thử lửa! Moi trong trí nhớ, hình như bài thơ này mình có đọc ở đâu đó rất lâu. Cả tiếng đồng hồ sau mới nhớ ra là mình đã đọc nó trong thư viện của Trường Đại Học Chiến Tranh Chính Trị Đà Lạt năm 1974, khi thụ huấn sáu tháng trời Khóa 9 Trung Cấp CTCT. Hôm đó đi chung với mấy Sĩ Quan cùng khóa vào Thư Viện nghiên cứu tài liệu để viết một bài về Hoàng Sa (Thời gian nầy Trung Cộng đánh chiếm Hoàng Sa trong lúc tôi đang trong Đại Học CTCT). Nhưng hình như bài thơ Đồ Gàn Trần Vấn Lệ gởi cho tôi có cái gì đó không ổn, chẳng hạn lời lẽ bài thơ?

"Đồ Gàn" còn sơ tôi không tin, còn cho thêm mấy câu dẫn chứng phía dưới có liên quan đến Giáo Sư Trần Huy Bích. Thời gian này "Vụ Án Nguyễn Xuân Nghĩa" đang làm bận rộn nhóm Môn Đệ trường Chu Văn An, Đồ Gàn muốn gì đây nhỉ? Hồi đọc bài thơ này ở Thư Viện, tập thơ in ấn hình như rất là đơn sơ theo dạng quay roneo thì phải, thuộc loại chỉ để tìm hiểu.

Hồi đó, 1974, tôi đọc xong có vài suy tư: Thế sự thời phát động phong trào kháng chiến chống thực dân, cái đuôi của con cáo Cộng Sản dấu rất kỹ. Cho nên tất cả các Đảng Phái chính trị thời đó như QDĐ, Đại Việt... và toàn thể mọi người đều hướng về. Lực lượng học sinh và sinh viên yêu nước thiết tha đều tập họp lại hăng hái gia nhập không phân biệt được thế nào là chủ nghĩa dân tộc hay chủ nghĩa Cộng Sản. Miễn sao cùng lòng đánh đuổi Thực Dân Đế Quốc, giành lại độc lập cho đất nước!

Thế hệ Vũ Hoàng Chương toàn những nhân tài xuất chúng chạy theo "ngọn cờ Cách Mạng". Xét cho cùng bài thơ này, với thời gian đó cũng không có gì sai. Thời gian và con người nằm trong chuỗi vo tròn bóp méo thời cuộc! Nghĩ thế tôi bèn viết một đoản thơ gởi cho ông Đồ Gàn, đồng thời chuyển cho GS Trần Huy Bích có ý hỏi bài thơ có đúng nguyên bản hay không.

Email của nhà thơ Trần Vấn Lệ:
Nhiệt Liệt Chào Mừng Sanh Nhật Chủ Tịch Hồ Chí Minh Vĩ Đại Sống Mãi Trong Sự Nghiệp Của Chúng Ta!

NHỚ VỀ HÀ NỘI VÀNG SON
Ôi ngày mười chín ngày oanh liệt!
Sông đỏ hoa vàng khắp bốn phương
Hà Nội tiếng reo hò bất tuyệt
Vang sang bờ nọ Thái Bình Dương.

Ba mươi sáu phố ngày hôm ấy
Là những ngành sông đỏ sóng cờ
Chói lọi sao vàng, hoa vĩ đại
Năm cánh xòe trên năm cửa ô.

Xôn xao hành khúc xây Đời Mới
Tráng khúc du dương "Ngọn Quốc Kỳ"
Tóc bạc má hồng mê vận hội
Cùng trai nước Việt hát "Ra Đi".

Chen tiếng hoan hô này khẩu hiệu
Muôn Năm Chủ Tịch Hồ Chí Minh!
Muôn Năm Người Lính Già Tiêu Biểu
Vì Giang Sơn Quyết Bỏ Gia Đình.

Ôi ngày mười chín ngày sung sướng
Vạn ước mong dồn một ước mong!
Ôi mùa Thu ấy, mùa Tin Tưởng!
Một tấm lòng trong vạn tấm lòng

Ba kỳ hỡi hỡi người dân Việt
Mau võ trang cùng tiến bước lên
Cùng tiến bước lên! Thề một chết
Đòi hoa Hà Nội, sóng Long Biên

Cho hoa kia nở vàng như cũ
Cho sông này dâng đỏ gấp xưa...
Ôi lá cờ sao từng đã ngự
Giữa lòng dân tộc, giữa kinh đô!

Kinh đô ngàn thuở, đòi cho được
Và quét hôi tanh sạch đất này!
Trả hôm mười chín mùa Thu trước
Về cho mười chín Thu mai đây!
Vũ Hoàng Chương, 1947

(Rút ra từ cuốn Thơ Việt Thế Kỷ 20 Chọn Lọc Và Bình NXB Thanh Niên năm 1999 tác giả Trinh Đường, bổ sung bài dẫn của Giáo Sư Từ Mai Trần Huy Bích đăng trên báo Văn Hóa Việt Nam The Vietnamese Culture Magazine số Mùa Xuân 2020 xuất bản tại Texas Mỹ)

Email của letamanh

  Trần Vấn Lệ Huynh ơi!
  Bài thơ này thời gian ấy!
  Chủ Nghĩa mù mờ
  Lý tưởng đuổi thực dân
  Biết bao thế hệ thanh niên
  Vì thế đã vong thân
  Cuồng mê thiên đường Cộng Sản!
  Thời gian ấy ngập tràn người mù quáng
  Ma lực quyết giành "Độc lập Tự do"!

  Gần thế kỷ Việt Nam vẫn tối mò
  Muốn thoát khỏi chẳng còn đường chui lọt
  Lưới Cộng Sản bủa vây không lối thoát
  Nếu vẫn còn mấy chữ "Hồ Chí Minh"!
  Letamanh

Tôi rất đỗi ngạc nhiên về phản ứng rất mau lẹ của Thầy Trần Huy Bích về Email tôi gởi. Phải công nhận Giáo Sư rất uyên bác và trí nhớ vẫn không suy giảm về lý luận và nhận định. Xin cám ơn Giáo Sư đã kịp thời trả lời một cách minh bạch số phận bài thơ của Thi Bá Vũ Hoàng Chương như sau:

  Nhà thơ Lê Anh Dũng thân,
  Tôi xin xác nhận ba đoạn đầu, 3 câu của đoạn 5, và đoạn chót, đúng là của thi sĩ Vũ Hoàng Chương.
  Tôi tin chắc đoạn thứ 4, với câu:
  "Muôn năm Chủ tịch HCM"
  không phải của cụ.
  Đó là khẩu khí và lời của Tố Hữu.

Trong những năm 1946, 1947, ở vùng VM, chúng tôi phải học bài thơ sau đây của Tố Hữu:
Hồ Chí Minh
Người lính già
Đã quyết chiến hy sinh
Cho Việt Nam độc lập
Cho thế giới hoà bình!

Người đã sống năm mươi năm vũ bão
Vì nhân loại
Người quyết dâng xương máu
Vì giang sơn
Người quyết dứt gia đình!

https://www.thivien.net/T%E1%BB%91-H%E1%BB%AFu/H%E1%BB%93-Ch%C3%AD-Minh/poem-I8tBHWFcxYhMSu6H1c7eUw

Trong những năm chiến tranh, thi sĩ VHC sống ở vùng VM từ cuối 1946 đến cuối 1949, đầu năm 1950 mới về thành (Hà Nội).
Khi ở với họ, cụ cũng phải làm thơ kháng chiến. Cụ có đọc cho tôi nghe 2 bài. Nhưng bài này, hồi cụ đọc cho tôi nghe khoảng năm 1958, 1959, chỉ có 5 đoạn thôi, chắc chắn không có đoạn:
"Chen tiếng hoan hô này khẩu hiệu
"Muôn Năm Chủ Tịch Hồ Chí Minh!
"Muôn Năm Người Lính Già Tiêu Biểu
"Vì Giang Sơn Quyết Bỏ Gia Đình."
Anh Dũng thấy mấy tiếng "người lính già" và "vì giang sơn quyết dứt gia đình" là những từ Tố Hữu đã dùng. Thi sĩ VHC rất giàu từ ngữ, có bao giờ cụ phải đi mượn từ của Tố Hữu? VHC có ca tụng kháng chiến, nhưng không ca tụng HCM.
Hơn nữa, bài thơ này, cụ làm nhân kỷ niệm ngày 19 tháng 8, ngày VM cướp được chính quyền (CS gọi là "Cách mạng 19

tháng 8" hay "Cách mạng mùa Thu"). Họ đã xuyên tạc thành 19/5, sinh nhật HCM.

Trong bài có câu cuối:

Trả hôm 19 mùa thu trước

CS kỷ niệm sinh nhật HCM ngày 19/5, sao gọi là "mùa thu được"?

Cuốn sách của Trinh Đường được in ở trong nước. Các sách của Tự Lực Văn Đoàn được in ở trong nước gần đây, bị cắt xén, xuyên tạc rất nhiều.

Họ cũng in lại cuốn Ta Đã Làm Chi Đời Ta của thi sĩ Vũ Hoàng Chương nhưng bỏ hẳn một chương, và cắt xén nhiều chỗ khác.

Bài thơ này đã bị xuyên tạc. Sau 3 đoạn đầu của thi sĩ VHC, họ đã bịa thêm đoạn thứ 4 để khoe khoang rằng thi sĩ VHC cũng từng ca ngợi Hồ Chủ tịt của họ.

Tôi biết điều ấy, nên trong một buổi nói chuyện về thơ VHC mấy tháng trước đây, tôi chỉ đọc có 2 đoạn đầu của bài thơ ấy.

Trong cương vị một học trò thân của thi sĩ VHC, tôi xin xác nhận với anh Dũng:

Đoạn thứ 4 trong bài thơ phía sau là CS bịa ra gần đây để gán cho thi sĩ VHC.

Dù đã từng ở với VM một thời gian, cụ đã không làm những câu thơ ấy.

Trong bài thơ phía sau, những câu tôi highlight màu xanh là những câu tôi từng được cụ đọc cho nghe, tôi tin đúng là của VHC.

Những câu khác, tôi hoài nghi.

Riêng đoạn 4, tôi cương quyết phủ nhận.

Nếu có dịp trao đổi với nhà thơ Trần Vấn Lệ, xin nhờ anh nói hộ với anh ấy như thế.

Cám ơn anh rất nhiều.
Thân,
TH Bích

Kính thưa quý vị độc giả, bài thơ của một người nổi tiếng (Thi Bá Vũ Hoàng Chương) đã sớm nhận ra ("ngộ") con đường lạc lối đầy ảo tưởng một thời đã nhiệt thành gia nhập vào. Sau này ông đã về lại con đường của chính ông, để lại cho chúng ta bao nhiêu tác phẩm đầy ắp giá trị tuyệt tác! Bài thơ của Cụ Vũ Hoàng Chương ("Cụ" nói theo GS Trần Huy Bích) bị thêm bớt, bị chỉnh sửa, bị gán ghép những đoạn thơ ca tụng đầy áp đặt là một vụ án mà chúng ta cần phải tìm hiểu thêm!
Ngày 18 tháng 5 năm 2020
letamanh

Tái Bút:
Vừa viết xong về vụ án THƠ của Thi Bá họ Vũ bị sửa và thêm mấy đoạn để ca tụng HCM thì nhận tiếp Email GS Trần Huy Bích. Xét thấy rất hữu ích để bạn đọc hiểu chuyện "chữ nghĩa" quan trọng như thế nào trong câu thơ bị thay chữ "đồn" thành chữ "đồi" mà GS Bích có nhã ý gợi lên, tôi cho là một vụ án thơ tiếp theo. Xin cám ơn Giáo Sư trần Huy Bích:

Cám ơn nhà thơ Lê Anh Dũng.

Chắc anh cũng nhớ chuyện chúng sửa một câu trong bài thơ của Vũ Hữu Định.

Nguyên văn của VH Định trong câu áp chót bài "Còn chút gì để nhớ" là:

*Mai xa lắc trên **đồn** biên giới*

Khi cho in lại bài thơ ấy ở trong nước (NXB Trẻ, năm 1996), chúng bắt sửa, phải in là:

*...... bên **đồi** biên giới*

https://www.thivien.net/V%C5%A9-H%E1%BB%AFu-%C4%90%E1%BB%8Bnh/C%C3%B2n-m%E1%BB%99t-

ch%C3%BAt-g%C3%AC-%C4%91%E1%BB%83-
nh%E1%BB%9B/poem-r8LKhD8vol6-pv-B2m073Q

Nhiều người cho là giữa "đồn" và "đồi" không có gì quan trọng. Có người lại thích chữ "đồi" hơn. Nhưng từ "đồn" biên giới ghi lại một chứng tích cuộc chiến tự vệ của VNCH trước năm 1945. Chúng muốn xóa những dấu tích thời VNCH

Điều đáng lo là thế hệ sau không biết những sự thật ấy. Khi in lại bài thơ của VH Định hai năm trước đây (16/8/2018), nhật báo Người Việt đã dùng bản in ở trong nước, tức bản sau khi CS đã sửa đổi:

Mai xa lắc bên **đồi** biên giới

https://www.nguoi-viet.com/vuon-tho-nguoi-viet/ok-bai-tho-cu-nha-tho-vu-huu-dinh/

Khi thấy Người Việt in sai như thế tôi đã định lên tiếng. Nhưng sau vì... bận quá, tôi tự nhủ "hãy để đó," đợi khi có thêm một trường hợp tương tự sẽ lên tiếng một thể.

Nay chúng sửa thơ Vũ Hoàng Chương, ghép thêm vào những câu ca tụng HCM, chắc đến lúc chúng ta phải lên tiếng rồi.

Tôi rất cám ơn lòng sốt sắng của anh Dũng, và sẽ xin tiếp tay anh trong chuyện này.

Trần Huy Bích

oOo

Bài viết này nhằm mục đích "thăm hỏi" nhà thơ Đồ Gàn Trần Vấn Lệ về mục đích "chọc ghẹo" thằng tôi nhân ngày 19/5. Có thể, nếu tôi chưa già, với tuổi 78 (nhỏ hơn Đồ Gàn), hăng tiết vịt thì tức khí xông thiên sẽ có chuyện lớn! Nhưng cũng rất là vui khi được những lời "Giải ảo" (mượn chữ dùng của tên khốn nạn NXN) của GS Trần Huy Bích, chúng ta lại có một VỤ ÁN THƠ hấp dẫn về một thời "chinh chiến cũ"! Cám ơn Ông Đồ Gàn, nhà thơ Trần Vấn Lệ - Cám ơn Giáo Sư Trần Huy Bích đã đem anh sáng cho bài thơ của thi bá Vũ Hoàng Chương được gội rửa vết nhơ!

letamanh

NGUYỄN LÊ HỒNG HƯNG
Về Trại Lu Xi Măng

Chuyến về Việt Nam vừa qua Hùng có ghé thăm Thúy, cô bạn thuở nhỏ ở Bạc Liêu. Chiều hôm ấy Thúy dẫn Hùng đi dọc bờ kinh xáng, đoạn đường xuống khu vực nhà máy Bạc Liêu. Thúy hỏi Hùng:

- Về thăm chốn xưa anh thấy sao?

Hùng cười hì một cái và nói:

- Hơn bốn mươi năm mà đã xưa rồi sao?

Thúy day qua nhìn Hùng và vừa cười vừa nói:

- Tánh dí dỏm của anh cũng y chang ngày xưa.
- Ừa, vậy thì nói chuyện ngày xưa nghe đi.
- Vâng, theo em cái gì cũ là xưa à, Bạc Liêu mình ngày xưa là tỉnh lẻ, nay được nâng lên thành phố. Dù sao thì thành phố Bạc Liêu nghe nó mới mẻ và hiện đại hơn tỉnh Bạc Liêu, phải không anh?
- Phải rồi, Bạc Liêu bây giờ cái gì cũng đồ sộ, mới mẻ và mọi vật đổi thay hổng còn dấu vết nào của những ngày xưa hết.

Hùng chỉ tay về chiếc cầu bắc ngang kinh:

- Anh nhớ hồi đó đâu có chiếc cầu treo này.
- Dưới đầu cầu đó là bến đò Trà Kha, anh quên rồi sao?
- Em hổng nói thì anh quên mất tiêu luôn rồi, anh nhớ hồi đó trên bến kinh này xuống, ghe tấp nập và đi ra là gặp người quen chớ

đâu có như bây giờ, cũng có xuồng, có ghe và có nhiều người mà lạ hoắc lạ huơ.

- Đúng rồi anh, ngày xưa ngoài ghe xuồng mua bán và xay xát lúa gạo của nhiều nhà máy lớn, nhỏ còn có các trại sản xuất lu xi măng nữa.

- Ừa, anh nhớ rồi, ngoài những gia đình làm lu lẻ tẻ ra có vựa lu xi măng của ông Năm Cư cũng lớn?

- Anh còn nhớ ông Năm Cư hả.

- Ủa! Hổng hiểu sao tự nhiên anh chợt nhớ ra, lúc đó mần chung với ông Năm còn có ông Tư Hý mà anh quên tên cúng cơm của ông ta rồi.

- Ờ... ờ... anh nói em mới nhớ lại, ông Lý Văn Huy, mắt lươn nên người ta đặt tên ông là Tư Hý.

Hùng bâng khuâng nhìn cảnh vật đổi thay chợt nhớ về một nghề thủ công đã từng có mặt trên xứ sở Bạc Liêu này, đó là nghề sản xuất lu xi măng. Hùng nói:

- Hồi đó còn ở quê, anh cũng hay suy tư thời cuộc và hay phân biệt tốt xấu. Những năm tháng ở xứ người hình ảnh quê hương luôn ở trong lòng, lúc đầu anh nhớ từng chi tiết, dần dà anh chỉ còn nhớ có hai tiếng Việt Nam nằm bên kia bờ Thái Bình Dương xa lắc. Nay trở về muốn ôn lại nhưng thấy quê hương thay đổi hổng còn dấu vết quen thuộc nào nữa, làm đầu óc anh lúc nhớ cái này khi nhớ cái nọ giống như khúc phim bị đứt ráp từng đoạn vậy đó.

- Giờ anh nhớ được gì?

Hùng khoa tay một vòng:

- Mọi vật thay đổi hết, thí dụ bây giờ con người ta sanh sản ra nhiều quá, nhà cửa chen lấn chật chội, dòng kinh hình như cũng hẹp lại. Trại làm lu hồi thời chiến tranh, tuy không phải là khá giả, trông có vẻ nghèo nàn nhưng cũng giúp nhiều người có công ăn chuyện làm, có lẽ vậy mà nó đều đặn sản xuất ra lu từ lúc anh còn nhỏ cho tới ngày anh đi nó vẫn còn, vậy mà bây giờ cũng mất tiêu luôn. Nếu hông có em nhắc chắc anh quên hết rồi.

Thúy nói:

- Vâng, từ năm một ngàn chín trăm năm tư trại lu xi măng sản xuất bền bỉ, cho đến sau năm bảy lăm vô hợp tác xã được một thời gian không hiểu sao người ta dẹp luôn.

- Lu là đồ dùng quen thuộc của người Việt mình thời đó, bây giờ chắc bị lỗi thời nên người ta hổng xài nó nữa.

Nghe Hùng nói vậy, Thúy ra vẻ nghiêm túc kể:

- Vâng, anh nói đúng, lu là đồ dùng quen thuộc, thường dùng để đựng nước hoặc đựng muối hay đựng gạo. Người miền Nam trước thời giải phóng ngoài loại lu sành làm bằng đất nung do các làng gốm miệt Đồng Nai, Bình Dương sản xuất, người dân còn biết đến một loại lu làm bằng xi măng pha cát ở Bạc Liêu.

- Em còn nhớ nhiều quá vậy?

- Nhớ chớ, em có viết một bài chính luận về trại lu xi măng nhưng gởi báo mà người ta hổng đăng.

- Chắc tại em viết dở quá.

Hùng cười làm Thúy cũng cười theo:

- Vâng, chắc là vậy.

Rồi Thuý kể tiếp:

- Những năm năm mươi, nghề làm lu xi măng bắt đầu hình thành ở Trà Kha, Trà Khứa và phát triển cho đến sau năm bảy lăm, đồng thời đáp ứng nhiều nhu cầu khác trong đời sống của cư dân vùng Cà Mau - Bạc Liêu.

- Ờ anh nhớ rồi, dân mình thời đó nhà nào cũng xài lu chứa nước, anh còn nhớ hồi đó nhà anh có năm cái lu xi măng tổ bố đựng nước mưa để bên hè, hai lu sành dành muối cá làm nước mắm, nhưng đựng gạo và muối thì bằng khạp sành. Còn một cái lu xi măng tổ bố chôn giữa nhà để mỗi khi mấy ông Việt Cộng pháo kích cả nhà chui xuống trốn, nhưng lúc đó anh không để ý phân biệt lu xi măng và lu sành loại nào tốt hơn.

Nghe Hùng nói cô ngước lên cười và nói:

- Mấy chục năm rồi em mới nghe lại cụm từ "Việt Cộng pháo kích".

Hùng cũng cười một cái rồi nói:

- Em chỉ nghe Mỹ-Ngụy bỏ bom, bắng phá đốt nhà dân thôi. Phải hông?

Thúy cười ra tiếng và nói tiếp về chuyện lu xi măng:
- Lu xi măng rẻ hơn và bền hơn lu sành và tiện lợi hơn vì khi chẳng may bị bể, bị nứt người ta có thể vá lại một cách dễ dàng. Thực tế, bây giờ vẫn còn những chiếc lu làm từ hơn bốn chục năm trước, trông rất cũ kỹ nhưng vẫn còn xài được đó anh.

Thật ra thì người ta xài lu xi măng vì nó rẻ hơn lu sành, tiện đựng nước mưa và đồ đạc khô thôi, chớ làm mắm bằng lu xi măng thì không được, vì nước muối lâu ngày thấm làm mục xi măng nước mắm sẽ rịn ra, còn lu sành thì không sao, với lại lu sành nhẹ hơn, mỗi lần di chuyển cũng dễ dàng hơn lu xi măng. Hổng hiểu sao Thúy hứng thú về chuyện lu xi măng, trong bụng cô như sắp sẵn câu chuyện và sẵn sàng tuôn ra.

Hùng hỏi:
- Sao em rành về lu xi măng quá.
- Anh quên rằng ngày xưa nhà em cũng sản xuất lu xi măng sao.
- Hèn chi.

Đoạn Thúy kể tiếp:
- Em còn nhớ, từ những năm năm mươi, có hai người thợ từ Nam Vang qua mướn đất, lập lò sản xuất lu xi măng tại xóm Hàng Me. Sau đó được một số người dân xóm Trà Kha, Trà Khứa học hỏi. Cũng từ đó nghề làm lu xi măng trở thành nghề thủ công của nhiều gia đình, mỗi nhà tự làm một ngày được ba bốn cái lu, đủ tiền mua gạo. Ông Năm Cư vốn người xóm Hàng Me tản cư vào vùng nông thôn Phước Long, rồi qua Vĩnh Hưng, sau đó ông về Trà Kha A lập nghiệp, ông mua lu của những người thợ xóm Hàng Me và Trà Khứa, dùng ghe lườn chở đi rao bán trên các miền sông, rạch. Dạo đó, lu xi măng chưa phổ biến, ông Năm phải giới thiệu, quảng bá để người mua xài thử. Dần dà, người dân Bạc Liêu thấy rõ ưu điểm của loại lu bằng chất liệu mới này.

Hùng nói chen vào:
- Anh còn nhớ năm sáu tám, sáu chín gì đó thương lái chở lu xi măng đầy nhóc ghe lườn xuống tới miệt Cà Mau và Năm Căn.
- Vâng, thời gian sau này thấy lu xi măng bán được, Ông Năm Cư tập hợp những thợ làm lu xi măng ở Trà Kha A thành lập lò lu và

kêu gọi những nông dân khá giả, những nhà có ghe vùng Gành Hào, Xóm Lung, Chủ Chí, Cà Mau thành những thương lái chuyên mua lu chở đi bán.

- Ờ người mình lúc đó chịu cực, chịu khổ mà cũng biết cách làm ăn quá chớ.
- Vâng ạ, người mình cũng biết xài lu nữa, nhứt là trong thời gian chiến tranh ở U Minh, nơi đó quanh năm sình lầy, lu xi măng ngoài việc sử dụng thông thường người mình cũng sáng tạo một cách thông minh. Như bộ đội trong vùng hồi đó, họ đem lu xi măng chôn trên những bờ ruộng, vườn dừa hay trong rừng rồi đậy nắp lại, ngụy trang trên mặt lu làm hố tránh bom, pháo và làm kho chứa lương thực, vũ khí, đạn dược.

Hùng cười ha ha, làm Thúy ngạc nhiên hỏi:
- Anh cười gì?
- Nếu trong thời chiến tranh mấy ông nhà nước phát hiện ra tiện ích của cái lu xi măng, chắc mấy ông phải tuyên dương mà gọi lu xi măng là "anh hùng lu xi măng" và bây giờ trong danh ngôn anh hùng của cách mạng có thêm cụm từ "lu chống Mỹ."

Thúy cười và nói:
- Bây giờ nhà nước cởi mở nhiều, nên anh nói không sao, chớ trước kia anh nói vậy công an nghe được là anh tàn đời.

Hùng ngó quanh ngó quất rồi dùng mình, rụt vai một cái và nói:
- Ờ, cao hứng nói giỡn với em chút thôi, hổng khéo là tàn đời thiệt chớ hổng phải chơi, nghe em nhắc làm anh ớn xương sống rồi đây.

Thúy day qua nhìn Hùng, thấy mặt anh nghiêm túc không có vẻ giễu cợt, cô mới cười nói:
- Miệng mồm to vậy mà nhát gan, nhưng em hổng báo công an đâu mà anh lo.

Hùng nhìn cô em bạn nhớ lại sau bảy lăm, Thúy học trung học cô ta bỏ học hồ hởi phấn khởi nhập vào thanh niên xung phong, đi vào vùng quê hẻo lánh dạy cho những người mù chữ. Lúc đó người ta gọi mỉa mai là "cách mạng ba mươi". Còn Hùng thì ở lại với chế độ mới được ba năm rồi đi vượt biển. Bặt tin hơn mười năm anh mới liên lạc được với gia đình, có hỏi thăm nhưng không biết Thúy ở đâu, chỉ nghe lúc đó Thúy đã thực thụ là giáo viên cấp hai. Sau này nhờ có Facebook mà Hùng gặp lại Thúy, hai người trao đổi với nhau cũng đã hơn mười năm rồi. Bây giờ Hùng mới về nước, Thúy cũng đã về hưu và chồng cô đã chết cách đây mấy năm rồi. Như vậy Thúy cũng là người trí thức của chế độ mới, nên nhận thức về lịch sử đất nước và con người nơi đây có hơi chủ quan. Tuy thâm tình, nhưng không hiểu sao nói chuyện với nhau có hơi lấn cấn. Có lẽ vì thời cuộc hay là vì ba của cô ngày trước cũng là thợ lu nên cô nói tiếp chuyện lu xi măng:

- Nhưng rất tiếc nghề làm lu xi măng đã mai một, nhứt là khi đồ nhựa lên ngôi như hiện nay, dẫu gì đó cũng là cái nghề thủ công đã một thời hưng thịnh ở Trà Kha và trên thực tế, chiếc lu xi măng đã đồng hành cùng người dân Bạc Liêu - Cà Mau suốt mấy chục năm trường thì làm sao có thể dễ dàng quên được.

Ánh mắt cô em bạn lấp lánh niềm vui nhưng cũng thoáng chút u buồn khi nhớ về chuyện xưa:

- Em biết những thợ làm lu xi măng có đức tính cần cù, sáng tạo và có đạo đức nghề nghiệp với lối sống chuẩn mực, không rượu chè với tinh thần trách nhiệm để đưa đến người tiêu dùng những chiếc lu bền và đẹp đúng ra nó mãi mãi cần được giữ gìn và phát huy trong xã hội hôm nay và mai sau mới phải.

- Đúng là giọng giảng bài của cô giáo.

Thúy nhẹ giọng nói:

- Vâng, em là cô giáo mà. Chắc những người thợ lu chất phác ngày xưa, họ không biết rằng nghề lu xi măng sẽ bị mất dấu theo thời gian, phải không anh?

- Ừa, có thể là vậy vì đây cũng là một trong những nét đẹp truyền thống. Nhưng thời đại mỗi ngày một tiến bộ, cái nào hổng còn quan trọng nữa thì bị đào thải, mình phải chấp nhận chớ biết làm sao.

Hai người vừa đi vừa nói chuyện một hồi thì phố đã lên đèn. Hai bờ kinh về đêm đèn sáng chiếu lấp lánh trên mặt nước và có rất nhiều màu sắc, trông cũng tráng lệ huy hoàng. Hùng định rủ Thúy tìm một nơi nào bên bờ kinh ngồi chơi, nhưng thấy không

tiện nên rủ cô vô một quán cà phê, quán giờ này chưa đông khách. Thúy chọn chiếc bàn trong góc, kêu Hùng ngồi xuống và đưa túi xách qua qua cho Hùng, nói:
– Anh giữ hộ em cái này.

Bây giờ Hùng mới ra vẻ ngạc nhiên trố mắt nhìn Thúy, nói:
– Giữ hộ!

Thúy tưởng Hùng thắc mắc chuyện cô đi đâu nên mới nói:
– Em vô toa-lét.

Thúy đi vô trong rồi Hùng mới hiểu ra. Vì sao nói chuyện với Thúy anh bị lấn cấn? Vì từ đầu tới cuối nghe giọng nói Nam hổng ra Nam mà Bắc hổng ra Bắc của Thúy, Thúy xài chữ "vâng" thay cho "dạ" và "giữ dùm" thành ra "giữ hộ" làm Hùng nghe có hơi chướng tai. Nhưng chắc có lẽ là do tiếp xúc năm này qua tháng nọ với ra-dô, ti-vi và quan chức Bắc Kỳ riết rồi chữ nghĩa đàng ngoài nó lân la vô chiếm chỗ trong lời ăn tiếng nói ở tuốt miệt dưới này hồi nào không hay. Hùng nhớ lại những lời Thúy vừa nói với anh và nhận ra nhiều chữ cô dùng thoải mái như 'chất liệu', 'chuẩn mực', phát huy'… nhưng anh vẫn thấy kỳ kỳ sao đó. Anh chặt lưỡi:
" Chặt, thây kệ đi, đây là cái hậu quả người làm "cách mạng ba mươi". Chung chạ lâu ngày thì phải ra con lai, biết đâu ngôn ngữ lai kiểu này không chừng cũng có cái hay.

Nguyễn Lê Hồng Hưng
Bắc Đại Tây Dương 27-11-2023

* Hạnh Ngộ

gặp em đang độ hồi xuân
giật mình gắng đứng thẳng lưng đàng hoàng
toàn thân máu chạy rộn ràng
nóng da nóng thịt vội vàng lắng nghe

chào em, mắt liếc tay che
lòng muốn đáp lễ ai dè cứng môi
thuật nịnh em học giả đời
bỗng đứng run quá làm tôi trời trồng

ô hay thơ dại vẫn còn
nguyên si như thuở tươi non xuân thì
mươi giây ngỡ ngắn trôi đi
em cười khúc khích tức thì hồi dương

hít thầm xuân sắc tỏa hương
thở ra mây khói nhớ thương bất ngờ
không biết làm thơ, thành nhà thơ
hẳn là bất tử may nhờ gặp em - luânhoán

NGÔ SỸ HÂN
Vườn Chim

Từ cái bàn ăn nhà bếp nhìn ra ngoài chỉ thấy bãi cỏ và cây hoa anh đào Nhựt Bổn trồng từ mấy năm nay mà cao chừng hơn khỏi đầu một chút. Chỉ khi ra ngoài cái sàn gỗ mới thưởng thức được khu vườn thiết kế theo gợi ý của một người bạn. Nguyên thủy đây là ngọn đồi nhơn tạo dọc theo cái đại lộ nối hai con đường nhỏ, một dẫn vào trường Trung Học Đệ Nhứt Cấp Larson và một chạy vào trong xóm Windmills. Có lẽ hồi xưa công ty xây dựng đào hầm mà không có chỗ đổ đất nên ngọn đồi nhỏ này mới thành hình.

Nhờ vậy ông mới biến nó thành khu vườn có hòn non bộ tân thời như ngày nay. Ban đầu, chỉ chừa một vuông đất nhỏ dành cho rau sống, ông trồng đủ loại hoa hồng cho bà xã thưởng ngoạn vì bà tên Hồng và thích loại hoa cùng tên. Sát hàng rào bên ngoài là lãnh địa của một cây táo tây và một cây mận tây - quê mình không có, và dọc theo hàng rào là giang sơn của dải dâu rừng.

Cái ao cá - không phải ao cá bác hồ của mấy đứa nhỏ bên Việt Nam - do ông bạn phụ đào mà đất lấp thêm ngọn đồi làm cái thác nước cũng do ông bạn chở đi mua đá và vật liệu. Sau khi hoàn tất, khu vườn thành một nơi vui cảnh già của ông bà mỗi buổi chiều ra ngồi trên cái sàn gỗ ngắm hoa hồng.

Lúc này táo và mận đã trổ bông phủ lên bức tượng hai chị em đứa nhỏ từ đó nước chảy róc rách xuống nhiều nấc đá mới tới cái hồ nuôi cá koi, trên bờ đặt một cái băng đá xi măng để cho chúng nó ăn và ngồi nhìn bàn tán trống mái và chừng nào đẻ cũng như phải úm cá con như thế nào. Phía bên trên hồ ông dựng cái giàn mướp dã chiến để coi chơi cho vui mắt hơn là kết quả thu hoạch. Gie ra phủ bóng lên hồ là tàn cây đào được treo cái lồng cho ăn sặc sỡ để chiêu dụ chim, bất kể loại nào cũng được. Hầu như không có nhiều loài khác ngoài những con bình dân nhứt. Nhưng thỉnh thoảng cũng có những con đen to lớn làm bọn chúng sợ bay tán loạn khiến ông phải can thiệp.

Ba mươi năm nay chưa bao giờ xuất hiện con chim robin mào đỏ tiêu biểu của tiểu bang Michigan, cũng như loại cây thông trắng, chỉ thấy mùa hoa táo tây và cây mận rộ nở trắng xóa mà từ lùm ấy chúng hiếm khi đậu. Nhưng từ cây thông sau nhà lô chúng sà xuống các nhánh đào trước khi dùng bữa mỗi ngày ba lần đặng ông bà trong phòng ăn thưởng thức cảnh sanh hoạt sống động của thiên nhiên bên ngoài.

Vậy mà niềm vui không kéo dài như ông bà muốn. Không biết do ông bà hay gợi ý của đứa con nào, ông bà tự cảm thấy không kham nổi bằng tiền hưu trí chưa tới một ngàn, mà chi phí cho căn nhà từ điện nước ga ăn uống cho tới điện thoại cùng internet... đủ thứ. Đó là chưa kể còn phải trả tiền nợ mua nhà, thuế thổ trạch, bảo hiểm xe cộ và nhà cửa nữa, bèn bán căn nhà đi. Bà tiếc khu vườn cứ trù trừ hoài không muốn bỏ, ông hứa về nhà mới sẽ xây dựng cho bà khu vườn chim khác đẹp hơn.

Mà thật vậy, mặc dù nhỏ xíu chưa tới mười mét vuông nhưng ông trồng gần như đủ thứ hoa quả giống như vườn bách thảo. Trước khi vào hạ, bà đã ương hột ổ qua lấy giống từ năm ngoái mà cả tháng không lên dây nào. Kế đó lại bị dịch cúm viêm phổi Vũ Hán phải cấm trại một trăm phần trăm không kiếm được giống khổ qua nên ông trồng đại mấy dây bí Mỹ vào hai cái chậu lớn nhứt mà mọi năm dành cho ổ qua.

Bà than phiền, "Bầu bí không trồng trồng chi giống đó có ăn được đâu." Ông cãi vẫn ăn được theo lời của một người bạn chuyên làm bếp. Nếu không thì sao người ta vẫn bán ở chợ nhưng đối với người Á Đông mình thì xào hay hầm hoặc nấu canh đều được cả. Nhìn sáu trái chừng non bắp chuối đã ngả đậm màu... màu kaki lợt cả tháng nay không lớn thêm chút nào, ông già lả, "Bất quá nhìn coi chơi cũng vui mắt mà em." Một số hoa cái đã nở vàng.

"Có một đợt mới ra hoa nữa, ba bốn đứa con gái mà thiếu con trai. Rồi nay mai bọn nó tự sát hết."

"Anh nói gì con gái con trai?"

"Không có con trai nó sống không được, bèn tự sát. Để em coi vài ba ngày nữa mấy bông cái đó tàn hết. Cây cối hoa cỏ cũng có đực cái trống mái như động vật."

"Ờ giống như người ta. Nhưng không có đàn ông, đàn bà vẫn sống được mà!" Bà tự đắc.

"Không có đàn bà, đàn ông vẫn sống phây phây!" Ông phản biện. "Nhưng buồn chết được!"

"Anh cho chim ăn chưa?" Bà chợt hỏi khi thấy một nhóm đậu trên hàng rào.

Như con mèo, mặc dù nhỏ vậy mà gia trưởng của cọp beo sư tử; giống chim sẻ là gia trưởng của hơn một nửa loài chim trên trái đất này, gồm hơn 140 họ và 6.500 loài. Ông nghĩ, bây giờ mình già nua và nghèo nàn thì vui thú với loại chim tầm thường nhứt, màu xám tro như đàn sẻ ở Sài Gòn lúc trước cũng được. Coi vậy chớ con trống cũng có chút màu mè đen trắng để dụ con mái. Sách nói bọn nầy sống có cặp chớ không trăng hoa lộn xộn. Bà xã thắc mắc hỏi rủi một con qua đời thì sao? Ông trả lời, "Chắc nó ở vậy cho đến khi có một con single parent khác mới ráp lại."

"Một đợt rồi, lúc 8 giờ, trước khi em ra đây. Em dậy trễ quá bọn nó chờ không được."

"Dậy sớm đâu có làm gì, nướng một chút."

Ông hớp một chút café xong đứng lên lấy một ca - loại ca lường gạo nấu cơm ra rải đều trên khoảng trống trong cái vòng hulahup màu xanh lá cây dưới giàn bí. Tức thì một con trực làm tiền sát viên đang đậu trên máng xối vội bay đi báo cáo rồi chừng mươi mười giây sau nguyên một đàn chừng hơn hai mươi con sà xuống. Tụi nó chờ đợi trên và trong tàn cây trước nhà ông hàng xóm chớ có đâu xa.

"Năm ngoái có tới năm chục con chớ đâu có ít. Không biết họ sợ cái gì mà cấm mình cho nó ăn," bà than phiền. Hồi đầu năm ông nhận một tấm giấy cảnh cáo từ Văn phòng Condos Wexford, bắt phải tường trình vì có ăng ten mật báo. Ông nói trớ có cho ăn thực phẩm của nó trong cái cái lồng thức ăn nhưng tới vụ cúm corona tàu không mua được nên thôi. Ông dẹp rửa cái lồng đem cất rồi lén cho ăn trên sân gạch nhỏ sát thềm. Phía ngoài lối đi, ông che nhiều chậu hoa; lúc trước thì huệ tây, thược dược, và mẫu đơn, còn bây giờ thì vạn thọ cùng với nhiều loại cúc đủ màu để từ trong nhà nhìn ra thấy đàn chim xuống ăn mà người đi ngoài đường không biết.

"Anh coi kìa con chim đút mồi cho nhau." Bà Hồng vui vẻ nói.

"Cũng tình quá hả!" Ông đáp lời. "Con mập bụng bự lưng có sọc nâu nâu đang rung rung cánh là con mái, còn con kia ngực trắng đen lớn hơn một chút là con trống."

"Tự nó mổ ăn được mà đợi đút!" Bà cười.

"Coi vậy chớ nó cũng khôn," ông nói khi quan sát con trống mổ ăn hai ba hột rồi mới mớm cho con mái một lần.

"Khôn như anh vậy."

"Cũng biết nhỏng nhẽo há," ông nhìn bà, lờ đi câu bình phẩm. "Cũng như con gái thường hay nhỏng nhẽo với con trai vậy mà. Phái đẹp có cái quyền ưu tiên đó."

"Chim nhà không chăm sóc mà chỉ lo nuôi chim trời," bà cười nhìn ông.

Trong thâm tâm ông tự trách tạo hóa bất công. Dù nhan sắc bên ngoài có vẻ già trước tuổi nhưng ông còn rất khỏe; đi đứng cứ như người năm mươi và làm việc lẹ làng như trai trẻ. Ông đâu có nằm liệt giường như những người bị tai biến mạch máu não vậy mà mấy năm nay thằng nhỏ bất hiếu không còn nghe lời ông nữa. Tánh khí nó bất thường lắm lúc nắng lúc mưa muốn làm thì làm muốn nghỉ thì nghỉ không còn kỷ cương gì nữa!

Bỗng nhiên đàn chim vụt bay đi mất. Thì ra có tiếng chiếc xe rác từ ngoài đường lớn chạy vào.

"Bữa nay lấy rác hả?" Bà nhìn ra đường.

"Sao em biết?" Ông hỏi lại.

"Thấy bà già đứng ở ngoài."

"Bà già nào?"

"Bà giáo bên kia đường."

Bữa nay bà mặc toàn đen, *lady in black*, đứng chỗ cột đèn chờ xe đổ đồ tái chế tới. Trăm lần như một cứ đến ngày thứ Năm vào giờ đổ rác là y như rằng bà già có mặt tại chỗ này. Anh nhơn viên da đen mở nắp màu vàng trao cho bà rồi bưng thùng đổ vào xe, xong anh này quay lại nhìn bà rồi đưa cái thùng màu xanh nước biển có in chữ Troy Michigan và hàng dưới ghi *Troy Residents Recycle*... Ai cũng nghĩ có lẽ bà sợ nhơn viên quăng thùng tứ tung phải đem vô rửa lại hoặc bà sợ mất. Thấy bà nói gì đó với anh công nhơn da đen, chắc là cám ơn.

Khi nào mình bỏ những thứ bậy bạ không đúng thì nhơn viên dán một tờ giấy nhỏ kể tên những thứ tái chế là giấy, hộp nhôm thiếc, chai lọ thủy tinh... Bà Hồng để ý thấy trong xóm này chỉ có ba nhà - nhà bà và nhà kế bên cùng bà giáo già bên kia đường là có lựa đồ tái chế. Ngoài ra số còn lại đều dồn tất cả mọi thứ vào thùng rác cho tiện. Bà Hồng thường nói, "Đa số người ta không ý thức. Đồ nhựa phải cả trăm năm nó mới tan được, rất có hại cho môi trường."

"Coi bả còn khỏe, không biết bao nhiêu?" Bà Hồng hỏi.

"Lớn hơn anh một tuổi."

"Sao biết lớn hơn anh một tuổi? Tâm sự vụn hả?"

"Bả nói. Bây giờ về hưu rồi chớ hồi trước làm cô giáo." Ông lờ đi câu thắc mắc của bà.

Chừng nửa tiếng đồng hồ sau chiếc xe khác giống y chang chạy đến nhưng kỳ này là xe đổ rác. Hai chiếc cùng một công ty giống hệt nhau chỉ khác ở chỗ đối tượng việc làm: rác rến và đồ tái chế. Mỗi khu vực quy định ngày giờ khác nhau đặng tránh trùng lấp. Lúc trước, chỗ để rác ở hai bên ngay gốc trụ đèn, so le nhau để tiện cho xe chạy vô lấy bên phải và lúc ra lấy bên trái rồi đi luôn. Nhưng dần dà rồi hầu như căn nào cũng đem ra để trước nhà mình gây bất tiện cho xe đổ rác vì nó phải dừng lại từng khoảng cách rất ngắn.

Chiếc xe đi qua một hồi lâu thì bọn nhỏ mới quay trở lại. Có mấy con trước khi đáp lên bãi đang đậu trên giàn bí ngó xuống. Từ hồi ông dựng cái giàn dã chiến lên là gây khó khăn cho bọn chúng. Lúc trước bãi trống đáp tự do đông tây nam bắc; bây giờ chỉ còn ba hướng. Hướng thứ nhứt bay qua sắp hàng trên máng xối ngó quanh quất rồi mới đáp xuống. Hướng thứ hai đậu trên giàn bí như đã nói ở trên, còn hướng chót là thông qua trạm chuyển tiếp trên hàng rào rồi theo lỗ trống giữa cây bông bụp và chậu dây bí phóng xuống.

"Bí còn trái nữa hôn?" Bà hỏi.

"Thấy còn nhiều bông mà không biết có kịp hôn. Gái nhiều hơn trai. Trai thiếu gái thừa."

"Mới giữa tháng Chín mà."

"Nhưng lúc này sáng ra trời hơi mát rồi, chừng sáu mươi mấy bảy mươi độ."

"Trái thứ sáu lớn gần bằng năm trái kia rồi. Trồng trong chậu thì chắc vậy thôi chớ không lớn nữa đâu. Ngoài chợ nó lớn gấp rưỡi." Ông nói.

"Trồng để coi chơi cũng vui!"

"Tiếc là thược dược và mẫu đơn tàn sớm chớ nếu còn chung sống với các loài hoa khác còn vui mắt hơn nữa."

Năm nào cũng trồng hai loài hoa đẹp này với cái tên tây mà mãi tới năm nay ông mới biết tên Việt Nam của nó. Mặc dù sách về hoa nói nhiều màu nhưng theo ông biết thì ở vùng này chỉ có loại mẫu đơn màu trắng trinh nguyên thôi, cũng như có hàng trăm loại thược dược mà loại ông trồng màu tím ngả hồng tía - không biết tả là màu gì cho đúng. Lúc trước, sau khi nó ra bông đợt một ông tưởng hết rồi đem ra để chung với luống hoa trước nhà đợi tới mùa đông sẽ dọn dẹp, không ngờ sau chừng nửa tháng mươi ngày nó lại nhuốm hoa mới, bèn đem vô lại thì nó nở đợt hai. Nhưng tới hạ tuần tháng Tám thì vĩnh viễn ra đi chỉ còn để lại ít vết tích cho tới mùa lạnh. Bên cạnh là cây huệ tây còn vài bông đỏ điểm tô vườn hoa.

"Nè! Hết chỗ đậu sao nhè bông huệ người ta mà đậu? Nó yếu xìu coi chừng gãy bây giờ." Bà Hồng phản ứng ngay khi một con sà xuống đậu lên bông huệ. Mùa này huệ tây chỉ còn lẻ tẻ vài bông chắc cầm cự được tới đầu mùa thu thì cũng ra đi. Phía dưới chân nó là cây mâm xôi năm nay tuyệt tự cũng như cây bông bụp lấy giống từ nhà cô Lành về. Còn một loại bông bụp khác nữa có ba màu hồng trắng đỏ, trồng mấy năm rồi mà mùa này cây phía trước nhà không trổ bông. Chỉ cây màu hồng trong vườn cao vượt khỏi hàng rào cho hoa sum suê được coi như chủ lực của khu vườn này và làm chỗ chuyển tiếp cho đàn chim.

Sẵn dịp, bà Hồng nói loài chim này sống từng bầy và có cặp chứ không nhảy rào. Chắc cũng có luật lệ hay đạo đức riêng của nó mà mình không biết. Mà mỗi lần như vậy bà trách ông không chung thủy bằng loài chim sẻ. "Coi vậy chớ đâu phải vậy!" Ông phản biện bằng khoa học thực nghiệm. Các nhà khoa học xét nghiệm gene di truyền bằng phương pháp DNA cho biết nhiều khi một ổ hai ba trứng do một mẹ đẻ ra mà không phải cùng cha. Do đó, họ kết luận bọn nó không chung thủy như người ta tưởng đâu.

Ngoài ra, nói về cuộc sống thì mỗi năm một cặp đẻ bốn lứa, mỗi lứa chừng một hai đến năm con. Trứng của nó màu mè lắm, ấp chừng mười lăm ngày nở ra chim con chưa mở mắt nhưng liền biết há họng đợi cha mẹ mớm mồi. Vậy mà chừng nửa tháng sau chim non có thể tự lực cánh sanh không còn biết cha mẹ là ai. Chim trống tìm rơm rác cỏ khô đem về làm ổ ở những nơi kín đáo và an toàn như dưới mái nhà hay gầm cầu hoặc cả trong bụi cây để dụ chim mái. Em nào chịu thì góp một bàn tay xây dựng tổ uyên ương.

Tại vì cái nguyên do người ta đồn mạnh sinh lý nên gây ra không biết bao nhiêu thảm họa cho *nhơn loại của chúng* mà những ai từng trưởng thành ở quê mình không thể không nghe hay không biết. Cái tập quán truyền khẩu này không những do đàn ông mà phần lớn là do các bà bày đặt ra để hưởng lợi, chỉ xảy ra trong từng lớp rủng rỉnh xu hào chớ dân lao động chân tay nghèo hầu như không biết. Trước khi dùng bữa chánh bao gồm chim sẻ rô ti, cánh nam nhi phải khai vị món huyết chim sẻ hòa rượu đế. Không biết thực hư ra sao nhưng người ta đồn bữa đó thế nào chim nhà cũng được quan tâm và chăm sóc tốt hơn mọi khi.

Một tù nhân chánh trị Việt Nam kể chuyện cho chim ăn hồi mới bị bắt giam ở Phan Đăng Lưu - tên này chắc cũng là hung thần côn an Việt Cộng nên mới được lưu danh trong ngành hắc ám. Nó kể khi được cai tù mở cửa xà lim cho ra ngoài hóng nắng, đàn chim dạn đến mức tới bu quanh mổ đồ ăn trên tay mình. Ở quốc gia cầm thú, nhứt là thú cưng được nâng niu như trứng mỏng mà hễ nghe lớn tiếng hoặc ho một cái là bay đi mất, chẳng bằng ở cái xứ người ta ăn thịt bất cứ con gì nhúc nhích, thậm chí chết rồi còn bị đem về nhà bếp, mà bọn chúng dạn quá - tại đói ăn chăng! Vậy tại sao không đề cao cảnh giác mà lại để bị lưới bắt chết chùm?

Hồi nhỏ ở quê nhà ông có đi theo người lớn bẩy chim sẻ. Họ dùng hai cái lưới đóng khung bằng nhau hình chữ nhựt bề dài cỡ chừng hai ba thước bề ngang nhỏ hơn một chút. Một tấm đóng cố định xuống đất, bên trong rải một ít lúa, ở giữa cột hai con chim mồi cho nhảy tự do mà không bay đi mất được. Giữa chiều dài khung kia cột sợi dây dài kéo tới chỗ núp chờ đợi đến khi bọn chúng xuống đông họ nghĩ là tối đa mới giựt nhanh thì nó ụp lại nhốt chim ở giữa. Khi đã cộng nghiệp chết chùm thì đây là lúc chúng tùy theo biệt nghiệp mà phân tán đi nhà hàng để trước sau từ giã cõi đời; đứa nào chưa tới số thì đi chùa để được phóng sanh.

Chuyện này ông cả gan dám chống lại bà mặc dầu tất cả mọi thứ ông đều chiều theo để bà vui. Khi nào mình thấy hay bắt gặp con vật bị bắt ăn thịt hoặc đem bán mà mua lại rồi thả cho nó về đời sống thiên nhiên thì mới là phóng sanh. Đàng này vô tình hay cố ý khuyến khích người ta đánh bẫy đem bán cho mình - cá chậu chim lồng. Rồi mình đem vô chùa đợi ngày rằm mùng một hay lễ lộc gì đó cho sư tụng kinh ban phép lành rồi thả, đa số ngất ngư bay không nổi thậm chí có con chết trong lồng mà ông đã chụp hình được làm bằng chứng đặng bà khó chối cãi nhưng bà nhứt định không chịu thua mà cho rằng ông bôi bác.

Ông nói dù như thế cuộc sống của nó cũng không chắc thọ. "Mặc dầu chim trời sống tự do nhưng nguy cơ bị bắt bất cứ lúc nào. Coi vậy chớ sanh mạng nó cũng bị rình rập ở mọi nơi mọi lúc." Tất cả các hành động bạo lực con người đối với xử với nhau đều học từ loài chim muông thú vật. Chẳng những như thế, loài người thế kỷ hai mươi mốt còn tiến bộ hơn loài thú ở chỗ biết dùng mánh lới và ru ngủ nữa. Trong rừng có luật rừng, dưới nước cá lớn nuốt cá bé, trên trời thì mạnh được yếu thua.

Bà còn thương cảm nhắc lại cảnh mấy bữa trước, "Hôm nọ có một con lớn xuống bắt được một con sẻ của mình rồi đứng trên hàng rào ăn sống tại chỗ khiến đàn chim chạy tán loạn luôn. Em mở cửa ra định đuổi thì nó mới bay đi."

"Ở đây ít thấy loại chim lớn chớ sâu trong những khu rừng nguyên sinh loại đó nhiều lắm. Bọn nó ăn thịt lẫn nhau: con lớn đớp con nhỏ, con mạnh dứt con yếu." Ông nói coi mấy cái video clips người ta đưa lên Youtube hoặc phim của National Geographic Channel thấy hãi hùng lắm. Nó bắt cả nai con, chó sói, sơn dương, và nói chung những con thú nặng ký hơn nó. "Có năm nào báo đăng nó bắt cả con nít. Cũng may người ta gí dữ quá nên nó bỏ lại. Hãy tưởng tượng nó mổ ăn thịt sống một đứa con nít coi kinh hoàng cỡ nào!"

Trong cái sở thú nhỏ này, ngoài đàn chim được xem như là lực lượng cơ hữu, còn có hai con mèo, một con chuột, một con *possum* - ở quê mình không có loài này, và hai con sóc nữa, coi như tăng phái hoặc khách vãng lai lâu lâu mới tái xuất một lần. Thân thiện với đàn chim là hai con sóc - chắc không phải vợ chồng, vì một xám một đen ít khi thấy xuất hiện cùng lúc. Bà Hồng hay than phiền bọn này phá quá, chậu nào cũng đào bới kiếm ngũ cốc; cà chua thì hái ăn thử không thấy ngon nên bỏ tùm lum; còn cà rốt thì chẳng hề mó tới. Nhưng bà lại khen cái đuôi của nó dài xù và đẹp, nhứt là lúc nó giũ giũ nhảy nhót trên giàn bí.

Mèo cũng có một cặp nhưng chẳng phải đào kép hay vợ chồng gì. Một con màu xám, còn màu con kia rất lạ không đen cũng chẳng xám chưa hề thấy khi ở quê nhà, giống màu đất chớ không phải mun. Sách nói nó là tổ phụ của loài bốn chơn ăn thịt như cọp beo sư tử v.v... Môn khoa học thường thức tiểu học nói nó không có xương bả vai nên nhảy từ trên cao xuống đất không bị lộn cổ. Ở đây mèo chó là thú cưng người ta nuôi trong nhà cho ăn thực phẩm *tiền chế* riêng. Ông nghi hai con nầy là mèo hoang vì nhiều lần ông phát hiện nó đang rình tính chụp đàn chim của ông.

Thỉnh thoảng ông mang đồ ăn mặn còn thừa ra *thăm nuôi* để dưới gốc cây thì sáng hôm sau mấy cái chén nhựa sạch sẽ. Vẫn không biết mèo hay chuột thanh toán nhưng có một buổi tối con chuột mò ra. Sau khi con chuột làm hang giữa hai tấm đan xi măng trước nhà chết đi thì tự nhiên thấy xuất hiện một con thú màu tóc hoa râm giống chuột mà không phải chuột, nhưng chắc là thuộc gia đình nhà chuột mà bọn nhỏ sưu tầm trên internet nói là con possum. So với chuột, mỏ nó dài hơn và trông dữ dằn hơn. Nó lên xuống hang con chuột, có phải nó là bọn cướp trong rừng ra cướp nhà và đuổi con chuột lên vùng kinh tế mới nên đã chết bờ chết bụi? Vậy mà nó cũng chỉ xuất hiện một hai lần rồi biệt tin.

"Cả tháng nay đâu còn thấy nó." Mặc dù sợ nhưng bà cũng nhớ nhớ.

Tới thượng tuần mùa thu thì khu vườn mất đi hai thành viên dễ sợ có thể mang lại bịnh dịch cho loài người. Nhưng cho tới nay mọi sự vẫn bình an. Sáng sáng ông bà Hồng - người ta không biết tên ông mà gọi ông theo tên bà - ngồi tại quầy nhà bếp vừa nhâm nhi cafe vừa thưởng thức khu vườn nhơn tạo sau khi rải gạo cho đàn chim. Ngoài đám này cũng còn hai con mèo lâu lâu tới kiếm ăn và hai con sóc thỉnh thoảng tới chơi nhảy nhót trên giàn bí, tàn gần hết nhưng ông vẫn còn để trái xem cho vui mắt đợi đến khi lá tái mới cắt đem vô nhà.

Vườn bách thảo mini chỉ còn lại vài bụi hồng sát vách bên trái lối đi, hai chậu hoa phong lữ màu đỏ tươi sống chung với mấy chậu vạn thọ cùng với chậu cúc vàng; các chậu ớt hiểm đã thu hoạch cùng với mồng tơi xanh tím mới ngày hôm qua. Bông thược dược duy nhứt còn sót lại chỉ mới hé một lớp ngoài màu tím chắc không kịp trổ hết. Trên giàn xa bên ngoài cây bông bụp là dây bầu ông vẫn để cho có màu xanh không còn đơm bông trắng.

Trời đã trở lạnh. Cũng không còn ong với bướm lượn quanh. Ông hái một bông hồng duy nhứt vô tặng bà.

"Em cảm ơn anh. Anh gãi lưng giùm em đi. Ngứa quá!" Bà mời gọi.

"Dà, để anh gãi cho. Phía sau lưng mình với tay đâu có tới. Bọn tàu cũng hay, làm cây gãi lưng bằng tre bán sang Mỹ ba đồng một cái."

"Nhưng gãi bằng cây tre đâu có phê!" Bà cười mơn trớn.

Ông đứng lên nhìn vào lối đi từ ba phòng ngủ - mà hai là của hai đứa cháu đối diện với phòng của ông bà - ra chỗ bàn ăn, xong vòng qua sau lưng bà. Cái áo bông màu hoa cà tím lợt cổ rộng để lộ một phần lưng từ ót xuống trắng muốt. Ông vén mớ tóc hoa râm chưa khô lên. Thời gian sau này bà không còn nhuộm đen tóc nữa mặc dù cô con gái cứ nhắc nhở hoài. "Già rồi. Có đi đâu nữa mà nhuộm cho mất công."

"Em mới tắm hả?"

"Anh nghe gì hôn?" Bà không trả lời thẳng câu hỏi.

"Phải em muốn nói mùi xà bông Zest?"

"Đúng rồi. Mùi này rất dễ chịu em thích lắm." Bà trả lời rồi lại khen, "Anh hay ghê, gãi quá đã!"

"Phê hả? Anh hay lắm đó."

Ông bắt chước thằng cháu khi được hỏi nó hay nói rằng, "Hudson hay lắm, Hudson mạnh lắm..." Rồi ông hun lên gáy bà một hồi lâu. Xong ông thò tay vào chỗ vai trái của bà. Vừa gãi ông vừa kể chuyện thuở học trò trung học. Hồi đó thằng Song học Trương Vĩnh Ký ở Sài Gòn thi rớt tú tài một trở về học đệ nhị chung với đám này từ đệ tam lên, nhơn cha nó mới đảm nhận chức Quận Trưởng tại đây. Bữa tối nọ không biết có hẹn trước hay không, nó ghé phòng trọ con Trang đấu láo chơi. Con Trang nói bị cảm hỏi nó có biết cạo gió không nó nói biết mặc dù chưa từng làm bao giờ. Con Trang đưa chai dầu cù là với một đồng xu dạy nó.

Nhưng mở cái khóa áo lót sau lưng thì con Trang không cần dạy nó cũng đã thuộc bài. Lúc đầu nó cũng thùy mị đoan trang nhưng từ từ nó cạo luôn phía trước...

"Con nhỏ mời gọi chớ đâu phải ngu," bà nói. "Đàn ông con trai cứ tưởng mình là kẻ chiến thắng."

Bên ngoài chim đã về ổ hết. "Giờ này chắc bọn nó đi ngủ hết rồi."

"Chim nhà bỏ bê cứ lo chim trời không hà!" Bà nhắc lại.

Ông đỡ bà đứng dậy:

"Thôi đi vô. Bây giờ anh phải chăm sóc cho chim nhà đây!"

Ngô Sỹ Hân

(trích từ tuyển tập truyện ngắn Lòng Biển sắp phát hành trong tháng 1 năm 2024)

NGUYỄN VĂN GIA
Cùng Vui Buồn Với Đất Mẹ Quê Cha

Người Việt bỏ ra ba tỷ đô la
mua nhà ở Mỹ
(Là tin chính thức trên báo nhà nước
Không phải tin bịa đâu nha)
Còn bao nhiêu tỷ nữa
Mua đất
Mua nhà
Ở Úc ở Nhật ở Sing
và Canada...?
Hơn 40 năm đã qua
Chiến tranh đã dứt
Phe thua trận đã đi gần hết
(HO, ODP và vượt biên bất kể sống chết)
Họ có lý do ra đi khỏi cần giải thích
Chỉ có điều ngạc nhiên
Mấy anh trong phe thắng trận
giờ cũng lăm le đi nốt...
Ai đi thì cứ đi
(Từ trong máu người dân Việt
Ai cũng yêu quê hương đất nước
Họ ra đi vì lẽ gì chỉ có Trời mới biết!)
Ai đi thì cứ đi
Thôi thì mình
Không phải phe Thắng Trận
Không phải phe Thua Trận
Mà chỉ là phe Chịu Trận
Ở lại
cùng vui
cùng buồn
với đất mẹ quê cha... ■

TRƯƠNG XUÂN MẪN
Bài Ca Tự Do

Líu lo líu lo
Chim hót líu lo:
"Tự do tự do"
Lời ca tuyệt vời
Bài ca vô giá
Giữa trời bao la

Chim trời lồng lộng
Người bắt vào lồng
Người nghe chim hót
Từ lồng vỏ ngọc
Người thích tự do
Nhốt chim vào lồng
Người nói tự do
Bên lồng chim hót

Châm ngôn của Người:
"Tự do hay chết"
Khẩu hiệu của Người:
"Tự do muôn năm"

Một sáng mùa đông
Chim buồn nhớ nắng
Nhớ cả biển xanh
Tung cánh phá lồng
Tan đôi cánh mỏng
Tiếng hót không còn
Cánh chim dang rộng
Ôm bóng tự do

Cánh chim tự do
Trong lồng tang tóc
Máu xanh- máu đỏ
Màu máu tự do ∎

BEN OH
BÓNG CHIỀU

Ta cõng chiều lên đồi sương khói
Tìm những ngày mưa tím gió hoang
Hôn lên đất ngã nghiêng kinh hoàng
Vắt vầng trăng nửa buồn vời vợi

Gió khiêng trời tựa áng mây trôi
Dấu chân qua kí ức bồi hồi
Vó ngựa già bên kia vườn trống
Vết mờ nhân ảnh cảnh đơn côi

Ta trống trải tay không quán trọ
Chốn ngàn khơi gió thoảng mưa rơi
Lá xào xạc bóng người thiên cổ
Đi tìm huyễn mộng chôn kín đời

Ta về đâu giữa nỗi buồn tê tái
Sóng vươn dài mỗi kẻ tha phương
Ôm nhặt lấy góc trời hoang dại
Ngã rẽ bên thềm bóng tịch dương ∎

LỮ QUỲNH
NHỮNG GIẤC MƠ TÔI

nhớ Trịnh Công Sơn

1.
thường có những giấc mơ
gặp gỡ bạn bè
những người bạn ra đi đã nhiều năm
nay kéo về
nói cười ấm áp
tôi rất vui - rất vui trong từng đêm như thế
để lúc tỉnh ra
ngồi một mình trong bóng tối
quạnh hiu

2.
những giấc mơ giúp tôi thở được
đâu cần chiếc máy thở vô tri
dẫu ngày mai ra sao đi nữa
còn có con đường mây trắng bay
một cái chết dịu dàng
đôi khi nghĩ tới
còn đẹp hơn cuộc sống này
tình bạn êm đềm hơn viên thuốc ngủ
vỗ về tôi trong đêm dài
tôi vẫn sống bằng những giấc mơ
bởi mặt trời không làm nên ngày mới

3.
chiếc piano treo ngược trước khán phòng
hoàng tử bé một mình trên sân khấu
hát trường ca Dã Tràng
có tiếng vỗ tay râm ran
trên từng hàng ghế trống
lạnh lẽo gió thiên đường
những ngọn nến thắp bằng ánh sao
soi trái tim khô
đang nẩy mầm bất tử

bầy quạ giăng hàng trên dây thép
những nốt nhạc đen giữa hoàng hôn
chập chờn trùng vây mộ địa
sao em giờ đây phố thị
một mình cười nẻ răng
với giọt nước mắt hồng? ∎

NGUYỄN VĂN ĐIỀU
Cám Ơn Em Cám Ơn Đời

Mỗi sáng mai ngồi vào bàn lướt web
Vợ mang cho cafe nóng thơm lừng
Thầm cảm tạ và cám ơn cuộc sống
Một chút gì ấm áp ở bên lưng

Bỗng quên hết những nhọc nhằn phiền muộn
Hoa vì ai mà vẫn nở sum vầy
Đời công nghiệp quay tròn như gió cuốn
Lòng rất vui vì hạnh phúc là đây

Đôi mắt em như dòng sông tuổi nhỏ
Dìu lòng ta qua bến bãi êm đềm
Nụ hôn dài cho ân tình bùng vỡ
Cùng nhau đi về phía mặt trời lên

Em có thấy đời mình vui quá thế
Những gập ghềnh sóng gió cũng đi qua
Ta còn nhau giữa trùng trùng dâu bể
Cám ơn đời vẫn còn đó hương hoa

Tạ ơn đời ta còn em bên cạnh
Dắt dìu nhau bước tiếp giữa đường trần
Thời nhiễu nhương biết ai người tri tửu
Bởi yêu người ta yêu cả tha nhân ■

NGUYỄN ĐỨC NAM
SÁNG SỚM TRÊN ĐƯỜNG PHỐ HOA-THỊNH-ĐỐN

Đèn khuya tìm lối ai về
Nơi xưa đom đóm lập lòe bên ao
Sương rơi từ thuở xa nhau
Cớ sao cơn lạnh nay lùa vào tim ?

Nhớ xưa năm tháng trông tìm
Tìm trông từng khối hành tinh vỡ rời
Ta đi về hướng mặt trời
Cho thân thể ấm, hình hài chói chang

Áo M mỏng ướt địa đàng
Đôi chân ngà ngọc bước ngang nỗi buồn
Đèn kia bỗng đổi màu vàng
M từ phương Bắc ngoảnh nhìn phương Tây

Tây Phương xe cộ tràn đầy
Khói xe mù mịt khoảng trời sương lam
Đèn đường vừa đổi màu xanh
Bóng M đã khuất phía nam điện đài ■

(Was.D.C 1996)

NGUYỄN CẨM-THY
Em Mặc Áo Chàng

Em mặc chiếc áo bay
Của chàng, thời chinh chiến
Khi núi sông lên tiếng
Lên đường trả nợ trai

Em mặc tấm phi bào
Mùa lướt mưa cởi gió
Hơi hám chàng trên áo
Một thời chí ngất cao

Em đắp tấm chinh y
Còn thơm mùi hào sảng
Những hôm trời bảng lảng
Chàng bay lượn chân mây

Em yêu người tài trai
Lấy núi sông làm trọng
Mượn gió sương tô mộng
Dù trăm ngàn đắng cay

Dòng máu hùng Nam thiên
Từ cha anh cương liệt
Ngang tàng và hào kiệt
Từng phá Tống bình Nguyên

Cha anh đuổi ngoại xâm
Dựng nước và giữ nước
Nương dòng máu kiệt xuất
Chàng cất bước lâm hành...

Thuở trống chiêng Tràng Thành
Lay đất trời nghiêng ngửa
Buổi đạn máu tên lửa
Xé nát bầu trời xanh

Quan ải và biên cương
Bóng giặc thù lai vãng
Lũ cáo chồn hiệp đảng
Lăm le nuốt giang sơn

Xin cha anh vung tay
Trừng trị bầy cướp nước
Chém đầu bọn phản quốc
Phơi trên ngọn giáo bay...

Khí phách của cha, ông
Xin trao tay miêu duệ
Ngang tàng cùng trí tuệ
Xin truyền tử lưu tôn

Bạc Liêu, 27.10.2023

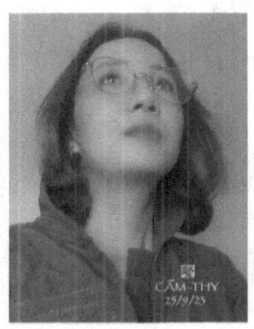

VÕ THẠNH VĂN
Hồng Nhan Tri Kỷ
Một Thuở Anh Hùng

1/. Gặp nhau là duyên nghiệp
Tuy mãn mùa chiến chinh
Yêu nhau là duyên kiếp
Dù tình mãi lênh đênh

2/. Ta, tên Ngụy cơ bản
Em, cô gái vót chông
Ta, gốc tiểu tư sản
Em, dạng bần cố nông

3/. Em, Hồng Nhan Tri Kỷ
Tuy vóc hạc xương mai
Từng bắn máy bay Mỹ
[Pháo đài B năm hai]

4/. B-52 bay ngất
Ba chục nghìn bộ cao
Với AK Tiệp Khắc
Em bắn rụng như sao

5/. Dùng cọc, liềm, dao, búa
Em xung phong chém tăng
Tăng Ngụy làm bằng giấy
Đạn Ngụy bằng xi-măng

6/. Em, đôi tay non nhát
Chuốt vạn mũi chông thô
Như Khổng Minh Gia Cát
Vót tên cho Đông Ngô

7/. Em giao liên mắt khóm
Là tình báo nhân dân
Loan tin nổ như sấm
Từng đoạt giải quán quân

8/. Một lần em vinh dự
Ngồi ghế phụ huê tiêu
Đậu trên mây chờ địch
Gió trời thổi hiu hiu

9/. Thời em làm du kích
Khều máy bay trực thăng
Bằng chiếc sào hái mít
Mẹ dựng sau bếp tranh

10/. Đế Quốc chạy té khói
Đồng minh tè ướt quần
Ngụy vốn yếu bóng vía
Cow Boy Mỹ lạnh chân

11/. Em một lòng yêu nước
Xả thân, cảm tử quân
Nhiều tổ chức ái quốc
Cấp tưởng lục, bằng khen

12/. Em nguyên vẹn thục nữ
Khi trở về thôn làng
Vun bờ tre ruộng lúa
Bốn mùa đẹp miên man

13/. Em xứng danh nữ kiệt
Nam phương Sóc Sờ Bây
Đáng mặt cháu Trưng Triệu
Ta phục em lăn quay

14/. Ta yêu em quá đỗi
Mê em đến ngả nghiêng
Em xịn hơn Thánh Gióng
Quyền biến như Tề Thiên

15/. Em mignonne hết cỡ
Ngày trước mặc bà ba
Dép râu và nón cối
Nay, em khoác áo bay

16/. Ta biết em nghịch trội
Mặc phi bào hằng đêm
Cho ấm mùa nước nổi
Thu khoảng cách gần thêm

17/. Mai em làm dâu Ngụy
Ta là rể Đông Lào
Xóm giềng hết dị nghị
Thôi chụp mũ tầm phào

18/. Giờ theo chồng, hết ế
Chèo xuồng gom bèo xanh
Vớt cá linh kho khế
Ngắt điên điển nấu canh

19/. Ta sẽ phơi khô sặc
Lội bùn và leo cây
Bơi thuyền thúng câu chạch
Sống khiêm hạ những ngày

20/. Mỹ mon men come-back
Biếu bơ, sữa, véc xin
Ghe, tàu và rocket*12
Hy vọng ta gặp mình

phù hư dật sĩ

VINH HỒ
Màu Áo Hoa Sim

Ngày ấy đưa em qua cầu
Em mặc áo dài màu tím
Về nhà nhớ em u sầu
"Thương nhau cởi áo cho nhau". (1)

Ngày ấy đưa em sang sông
Thân ngà dáng ngọc má phấn môi hồng
Úp mở đôi tà tung bay trước gió
Thương em về nhà sáng nhớ chiều trông.

Ngày ấy em bước lên thuyền
Tà áo cô dâu xinh đẹp dịu hiền
Tôi tự trách mình bao năm không nói
Để rồi tiếc nuối màu áo hoa sim.

Để rồi từng chiều nhìn mây quan tái
Dòng nước trôi đi bao giờ trở lại?
"Người áo tím qua cầu và áo tím phai màu" (2)
Vẫn còn trong tôi một mối tình sâu. ■

(1) ca dao
(2) nhạc Hoàng Nguyên, Tà áo tím, 1966.

QUAN DƯƠNG
Gã Thời Gian

Sáng thức dậy lắng nghe nơi cơ thể
Như có thằng đang núp phía trong lưng
Hắn lặng lẽ bẻ xương ta từng khúc
Bẻ cà tang rồi hắn bẻ cà tưng

Ta hỏi hắn tên gì từ đâu tới
Hắn trả lời tên của hắn: thời gian
Hắn từ chỗ có hương đồng cỏ nội
Tới săn lùng cái đứa mang họ Dương

Ta thắc mắc nợ nần chi mà bám
Khiến ta đây thành một đứa hom hem
Còn chút sái ta giấu nơi làm vốn
Hắn lấy luôn thật ráo máng cạn tình

Đâu cái thuở con trai thời ngọt nước
Lúc thanh xuân da chưa quéo như vầy
Mỗi buổi sáng chỉ bung mình một cái
Là ngon lành hùng hổ đứng dậy ngay

Còn bây giờ giống cành khô phơi nắng
Xương cốt kêu như mấy đứa biểu tình
Tóc thêm trắng sau bạc màu áo trận
Cũng may còn giữ lại được trái tim

Gã thời gian rõ ràng chơi xấu quá
Nựng ta xong hắn quất ngựa chạy làng ■

THỤC UYÊN
EM VỀ

Em về, đường xa phố khuya không người
Nghe từng, niềm đau tiếng guốc khua ngậm ngùi
Em về, còn ai dắt díu nhau trong đời
Trăng còn, hồn nhiên hắt bóng bên kia đồi.

Em là, phù vân những đám mây phiêu bồng
Trôi dài, lặng thinh giữa sắt se muôn trùng
Trên từng, miền ăn năn..sao cất bước ngập ngừng
Em là, loài chim như thú xa lìa rừng.

Mơ hoài, một đêm trăng thấp thoáng rọi về
Ký niệm, trào dâng như lũ lên tràn trề
Xa rồi, ngày thơ ngây như lúa non chập chùng
Em về, một đêm hoa trắng nở lạnh lùng..

Em buồn, bàn chân bước trong ơ hờ
Nghe dòng, cuồng lưu những vết thương vật vờ
Em là, phù du hương tóc thoảng lại gần
Vai gầy, làm sao gánh cho hết phong trần ■

VÕ QUÊ
Lời Biết Ơn Ngọn Lửa

Biết ơn ngọn lửa dâng đời
Lửa tim nhân hậu lửa môi sen hồng
Biết ơn ngọn lửa sắc không
Mỗi sát na mỗi cầu vồng âm dương

Biết ơn ngọn lửa đất thiêng
Ấm thơm ngàn suối đỏ miền hoa yêu
Biết ơn ngọn lửa đò chiều
Dòng sông lấp lánh mái chèo chạm trăng

Biết ơn ngọn lửa hoa đăng
Níu ngàn sao xuống Hương giang tự tình
Biết ơn ngọn lửa bình minh
Mỗi ngày hiến tặng dáng hình hoàng hôn

Biết ơn ngọn lửa sao Hôm
Cho sao Mai sáng cội nguồn nhân gian
Biết ơn ngọn lửa địa đàng
Mặt trời lên lửa hồi quang cung Hằng ■

VŨ KHẮC TĨNH
Chiều Muộn

Uyển thức dậy vì cảm thấy như có ai đó gọi tên mình. Uyển mở mắt, lắng tai nghe. Trời đã sáng, những vệt nắng đan chéo nhau xao động. Thính giác Uyển đã tỉnh, nhưng thân thể Uyển lơ lửng trong mơ. Uyển cố nhớ ra giọng nói người mà gọi tên mình. Hình như đó là mẹ Uyển. Uyển không mấy ngạc nhiên thấy mẹ thức khuya dậy sớm mà vẫn còn trẻ khoẻ. Uyển ưỡn ngực vươn vai cho đến lúc cảm thấy mỏi mệt một cách dễ chịu. Uyển chờ mẹ đến gần bên, bà sẽ nói những lời thân mật âu yếm.

- Uyển của mẹ, Uyển yêu quí của mẹ, khoai lang luộc đã chín rồi, một loại khoai mà lúc nhỏ con rất thích ăn. Khoai lang luộc rẻ tiền mà ngon.

Giọng ngái ngủ của Uyển hơi khàn khàn, nhưng rất tự nhiên:
- Ở Sài Gòn con cũng hay ăn khoai lang vào buổi sáng. Khoai lang là loại thuốc có tác dụng làm cho phân được thải ra dễ dàng, không bị táo bón. Người ta họ nói với con vậy đó mẹ.

Bà Tám xuống bếp, đổ nồi khoai luộc ra rổ, bốc hơi lên mùi khoai lang quê hương. Giấc ngủ Uyển tan dần, trôi tuột đi mất, nhưng vẫn còn cảm giác khoan khoái, những giấc mơ vẫn chưa tan biến đi hết. Uyển vẫn còn như thấy nụ cười của mẹ dưới bếp. Tất cả những kỷ niệm về thời thơ ấu của Uyển như ngân đọng lại trong những giây phút thức giấc, ấm áp và thường kéo dài đến tột cùng khoái cảm.

Bà Tám nói từng chữ từng câu rành rọt nhẹ nhàng. Một buổi sáng bình minh ở quê, mặt trời ló lên khỏi ngọn núi đỏ rực một góc trời.. Một buổi chiều hoàng hôn thâm tím bên triền sông. Gió tháng Chín thổi hơi nóng còn sót lại của mùa hạ ran rát những bước chân nóng bỏng, bỗng nặng nề trĩu trịt gánh gồng hàng hoá buổi chợ tàn.

Bà Tám ra hiên nhà, đong đưa cánh võng kêu kẽo kẹt. Bà Tám mở nhạc nghe lại bài hát cũ, cái cassette màu đen cũ, bạc thếch theo thời gian. Cuộn băng cũng cũ kỹ, lâu rồi bà Tám cất kỹ không nghe, từ ngày Uyển ra đi Sài Gòn.

Hôm nay Uyển về, bà lại nghe bài hát cũ này, cái bài nhạc Bolero chẳng có gì là hay ho, cái bài hát buồn lây buồn lất. Có lần con bé Duyên hàng xóm nói với Uyển.

- Mẹ chị nghe chi bản nhạc buồn quá.

Con bé Duyên lúc đó mới mười lăm, mười sáu tuổi hồn nhiên tuổi đời còn trong veo, vậy mà còn nhận biết được ca từ bản nhạc hay dở. Uyển lúc đó chỉ hơn bé Duyên hai tuổi đời:

- Em chê bài hát cũ buồn, mẹ chị không trách em đâu. Trách làm sao cho được, ai lại không muốn con cái mình sống cuộc đời hạnh phúc. Sáo sang sông thì sáo sổ lồng. Cái câu ca này, mẹ nghe hoài đâm ra thuộc làu, mẹ ngấm vào tận tâm khảm. Vậy nên, mẹ chỉ mong sao nghe bài hát cũ coi như thoáng qua rồi thôi.

Bây giờ bé Duyên cũng như Uyển đã qua thời đó rồi, mới thấy thấm thía nỗi buồn.

Mấy mươi năm qua rồi, Uyển lâu lắm mới về với mẹ mà thảnh thơi để nghe nhạc và yêu thương như cái ngày xưa ấy.

Cái ngày xưa thảnh thơi biết chừng nào. Cái ngày mà hai mẹ con Uyển thiếu ăn thiếu mặc. Ruộng đồng hạn hán kéo dài, mưa lũ phải ăn độn khoai lang, củ sắn.

Đời khổ như thế nhưng vẫn sảng khoái, tiếng cười nhờ có những niềm vui dân dã trong những buổi trưa hè oi ả đi tắm sông...con gái thì chơi trò nhảy dây, con trai thì câu cá...

Đó, đất quê đã nuôi dưỡng gia đình Uyển và mấy chị em hàng xóm bằng đời sống hiền hoà mộc mạc. Đất quê, như mẹ nhân từ, âm thầm mà dâng hiến cả cuộc đời lao động, lam lũ ruộng đồng.

Thinh không lặng im. Gió từ cánh đồng thổi về phần phật nghe lạnh trong hồn.

Sáng nay cha mẹ không bảo ở nhà thì Uyển đã đi qua nhà hàng xóm chơi hay ra chợ rồi. Ngồi đếm thời gian rảnh rỗi dần đổ xuống chiều nghiêng.

Uyển ngồi đã trong tư thế mệt mỏi rồi đứng lên, sung sướng như vừa nhận được quà năm mới. Gió mát lạnh, trời trong sáng, đồi núi xanh biếc.

Uyển hôm nay không đến chợ. Làm cô bạn hàng xóm đứng đợi cả buổi sáng hôm đó. Điều gì ấy lạ lùng nảy nở trong lòng, vừa thất vọng, vừa buồn, vừa giận.

Thì ra là vậy, quý mến một người thì cái cảm giác nó như vậy, chợ đông đúc là thế mà thiếu một người trong mắt cô bạn hàng xóm chợ cũng thành hoang vắng. Cô bạn hàng xóm lủi thủi dắt xe ra khỏi khu chợ ồn ào.

Nếu sáng nay cha mẹ không bảo ở nhà thì Uyển đã gặp được Na, một cô bạn học tốt bụng và dễ thương. Uyển khẽ thở dài. Ngồi nhìn ra cửa sổ, đếm thời gian chầm chậm trôi qua. Nhìn lên những vòm cây, trời vẫn xanh ngắt. Chỉ còn mấy ngày nữa là đến lễ Phục Sinh, bây giờ dàn đồng ca đang tập hát bài thánh ca nghe cao vút bay vào không gian. Trong này Uyển ngồi nghe. Mơ màng đến nỗi ngồi ngủ gật lúc nào chẳng hay, thậm chí có tiếng gọi ngoài cổng ba bốn lần vẫn không biết. Mẹ phải lên tiếng Uyển mới giật mình.

Na đứng đợi ngoài cánh cửa, Mắt Na sâu thẳm mà buồn phảng phất. Na chỉ nói trong thì thào:

- Sao mày hôm nay không ra chợ đi dạo lòng vòng và đi ăn sáng với tau. Vừa rồi tau mới phát hiện một chỗ bán bánh bèo rất ngon.

Uyển nửa giận nửa thương:

- Cha mẹ không cho đi.

Na thò tay vào cánh cửa sổ cầm lấy bàn tay Uyển. Cái nắm tay chặt, thể hiện cái tình cảm chân thật, như thể người tình lâu năm mới gặp lại.

- Còn hai ngày nữa là đến lễ Phục sinh rồi, mày đi lễ với tau.

Cánh cửa đóng lại. Na đứng tần ngần một lúc, ngước nhìn lại ngôi nhà Uyển rồi quay đi. Bên trong này, Uyển đứng ngồi không yên, nghe như tim đập thình thịch, tưởng chừng như nếu có người đứng kề bên lúc này cũng có thể nghe thấy rõ mồn một. Uyển nở nụ cười vu vơ:

- Ai ngoài ấy gõ cửa thế?

Uyển giật mình quay lại, hốt hoảng khi thấy ông Tư Ròm đứng trước cửa, đôi mắt nghiêm khắc nhìn xoáy vào Uyển.

- Có mẹ cháu ở nhà không? Chú đi mua hoa về cúng rằm. Ông Tư Ròm ngắt một nhánh bông hồng. Mẹ Uyển ở dưới bếp nói vọng lên:

- Đàn ông hay đàn bà?

Uyển vội vàng cúi xuống để tránh đi cái ánh nhìn.

- Đàn ông.

Ông Tư Ròm không nói không rằng, đi về phía bên hông nhà có vườn hoa. Một vườn hoa mà từ trước đến nay Uyển chưa bao giờ biết, cũng chưa một lần cha mẹ kể một khu vườn rộng, trồng đủ các loại hoa đủ màu sắc rực rỡ. Uyển hứa sẽ sống ở góc vườn này cùng với những cây hồng nhung, cây cúc vàng, cây vạn thọ. Nhưng tại sao hôm nay Uyển nhìn cái gì cũng đẹp, cũng có sức sống, cả những tiếng hát ngân nga của dàn đồng ca xa tít ngoài nhà thờ cũng thúc giục cũng tươi mới chờ đợi. Uyển khe khẽ hát một bài hát khi tưới những luống cúc vàng. Uyển không biết ở góc vườn, ông Tư Ròm vẫn chăm chú nhìn Uyển và nhận ra cô nàng đẹp rưng rức hơn cả những bông hồng nhung trong vườn. Có điều gì đó khiến Uyển tươi vui đến như vậy? Nụ cười và tiếng hát thầm thì của Uyển làm ruột gan ông Tư Ròm thắt lại, đau như người nào đó xát muối vào vết thương chưa kịp lành.

Tối đến muộn, ông Tư Cẩn gõ chuông bảo Uyển chuẩn bị trải chiếu ra sân, một mâm trái cây phải có rượu. Trăng sáng vằng vặc, không cần phải châm đèn. Lâu lắm rồi hai cha con không cúng kiến vào ngày rằm theo tục lệ ở quê. Uyển biết nếu lúc này chỉ cần ngẩng mặt lên sẽ khiến cho cha không mấy vui.

Ông Tư Ròm thủng thẳng uống hết ly này đến ly khác, tuyệt nhiên không động đến táy máy tay chân. Ngửa cổ để trăng rơi vào rượu và nốc cạn hết một hơi. Bao năm nay bóng tối ở làng quê này không làm cho mắt ông mờ đi, mà ngược lại ông Tư Ròm vẫn nhìn thấy rất rõ trong đôi mắt mình. Uyển ngồi đối diện như tạc hình tạc bóng người vợ năm nào xa khuất.

Ông Tư Ròm nói giữa trống không, không ám chỉ một ai:

- Cứ về ngủ trước đi. Mặc tao.

Uyển đứng dậy quay về căn nhà. Nhưng Uyển không ngủ được, đứng trong bóng tối nhìn ra thấy dáng người đàn ông ngập dưới ánh trăng lẻ loi đơn độc.

Rồi ngày cúng rằm cũng đến, và đêm cúng rằm cũng vãn, thế mà Na đến muộn, miệng cười tươi dù Uyển biết Na hôm nay không đến. Đợi đến sụm cả chân mà giờ Na mới ra. Đáng lẽ Uyển phải biết Na khó khăn thế nào thì mới trốn được ra đây chứ. Thế mà chỉ cần một cái nắm tay thôi, là Na quên hết mọi chuyện bực dọc. Na sẵn sàng ngả đầu vào bờ vai tròn trịa của Uyển để được ngửi cái mùi mồ hôi nồng nồng quen thuộc. Na mải mê kể những câu chuyện vui, nào là tháng này Na được tăng lương. Na sẽ để dành một khoản tiền chuẩn bị lo đám cưới... và đủ các chuyện khác nữa.

Nhưng Uyển chẳng để ý thấy Na nén tiếng thở dài ngao ngán. Rồi chuyện của bạn mình sẽ đi tới đâu? Uyển đưa tay ngăn không cho Na tiếp tục nói. Phải tin vào tương lai chứ, Na còn trẻ, Na phải quyết định tương lai của mình. Bao giờ nói đến chuyện này cũng thành một trận cãi nhau, và Na bao giờ cũng là người thua thiệt và khóc đến nức lòng. Uyển nhũn ra và cầm lấy bàn tay nhỏ nhắn của Na. Na cứ như không phải sinh ra ở cõi đời này vậy. Na sợ đủ mọi thứ trên đời. Sợ ông cha lẩm cẩm, sợ kín cổng cao tường, sợ cả những viễn vông mơ mộng không rõ hình thù chân tướng. Còn Uyển thì sống thực tế, quả quyết và cứng rắn. Uyển đã quyết cái gì đó là làm cho bằng được. Không muốn phụ thuộc vào một ai hết. Và Uyển đã quyết cả đời này sẽ là cái cây để cho Na dựa vào. Một cô bạn hàng xóm mà Uyển rất mực yêu thương.

Và Uyển đã được nghe câu chuyện tình của Na:

- Đi về với anh, để mẹ được gặp em, chắc là mẹ mừng lắm. Na rụt tay lại. Anh chàng Tùng cười:

- Mẹ thương anh lắm, rồi mẹ cũng thương em thôi.

Đúng như những gì anh chàng Tùng nói, mẹ anh hiền lắm. Mẹ chu đáo hỏi han cặn kẽ, thỉnh thoảng lại nhìn sâu vào mắt Na.

Từ nhỏ Na đã không có mẹ nên cái cảm giác này lạ lắm. Vừa được che chở vừa được yên bình làm sao. Na muốn ở lại ăn bữa cơm tối cùng mẹ Tùng nhưng sợ cha ở nhà mong nên đành phải ra về. Lúc chia tay, Tùng hôn lên trán nói mẹ thương Na lắm, bà nói Na là người dễ mến dễ gần gũi.

Cả đêm hôm ấy không ngủ được, nước mắt chảy xuống má xuống môi. Na cũng không hiểu được tại sao cha lại cấm Na bước ra cánh cổng sắt kia. Tại sao không được gặp mọi người. Na như một con chim nhốt trong lồng. Tình yêu vừa chớm mà như bông hồng trong vườn hoa của Uyển chóng vội tàn.

Uyển bảo mình phải sống cho mình chứ, cứ như câu chuyện tình như thế này mãi được à. Na chỉ biết khóc là đúng rồi. Uyển, tự nhủ không thể đứng ngoài cuộc để nhìn cô bạn học đau khổ, dằn vặt mãi được....

Ông Tư Ròm ngồi im lặng trong bóng tối, ngồi co ro bất động suốt đêm dài. Một nỗi sợ hãi hoang mang lấn chiếm trong tâm can. Ông sợ khi thoát ra được khỏi cánh cổng sắt kia, đứa con gái của ông sẽ biết được một sự thật. Người đời sẽ đàm tiếu là tại nó. Quá khứ xa xưa mà ông đã cố vùi lấp bao nhiêu năm nay. Thà rằng để nó căm ghét ông, để nó coi ông là một người cha độc ác, còn hơn biết sự thật đau lòng ấy. Phải thế thôi. Ông Tư Ròm mang tiếng ác.

Từ ngày anh Tùng mang đứa con gái ấy về nhà chơi, bà Hướng đã hơi ngờ ngợ. Cho mãi đến hôm nay thì bà dám chắc, nó chính là đứa con gái nhà ấy. Bà cố vun vén nhờ người dạm hỏi làm mai mối Tùng cho đứa con gái khác, thì Tùng càng vùng lên phản đối.

Thấy đứa con trai buồn nên bà không nỡ nói ra làm chi. Nói ra có được gì đâu. Ruột gan bà cũng đau lắm chứ. Tưởng đâu chuyện cũ sẽ qua đi thì thôi nhưng rồi không phải vậy. Bà không bao giờ để mất hạnh phúc cuối cùng của mình nữa. Anh chàng Tùng là tất cả những gì bà còn lại. Thế mà giờ nhìn nó buồn khổ bà cũng suy sụp vì đứa con gái ấy, bà đau lòng lắm chứ.

Hai ngày trời Tùng không đến cơ quan làm việc. Đêm nào cũng đọc thơ uống rượu như đêm nay chẳng hạn. Nửa đêm khuya khoắt, Tùng vùng dậy dắt xe ra khỏi nhà, bà Hướng không kịp gọi lại. Tùng rồ ga, chạy băng băng trên con đường làng. Gió thổi tới tấp làm mắt cay xè, tai ù đi. Tùng đứng giữa mênh mông trời đất mà gọi tên Na. Tùng sẽ nói cho trời đất biết, và ông Tư Ròm cha của Na biết. Anh chàng Tùng yêu Na biết chừng nào.

Chẳng một ai ngăn được. Nếu không mở cửa. Tùng sẽ lao vào như mũi tên, dù có quỳ dưới chân ông Tư Ròm cũng được.

Con chim vành khuyên trong lồng nhảy loạn xạ, hai cha con ông Tư Ròm từ trong nhà đi ra. Ông Tư Ròm tay cầm cái đèn pin. Còn Na thì thào trong miệng:

- Sao anh lại đến đây làm gì?

Ông Tư Ròm càm ràm trong miệng, đến đúng lúc lắm, thằng con trai nhà kia cho con gái ông bùa mê, dụ dỗ đứa con gái ông phản lại ông, để dắt đứa con gái đi ra khỏi ngôi nhà này. Ông sẽ dùng cái đèn pin này để soi xem mặt mày tay chân nó ra sao mà dám đến đây. Thế nhưng ông Tư Ròm chưa kịp lên tiếng nói những lời khó nghe, thì chiếc đèn pin trên tay ông rơi xuống đất. Ông Tư Ròm loạng choạng. Ông lập tức chạy một mạch vào nhà đóng kín cửa. Hình như ông đang mơ, một giấc mơ ngắn.

Na bật khóc:

- Sao Tùng lại tìm đến đây. Làm khó Na như thế này. Muốn Na lâm vào cảnh khốn cùng hay sao.

Na quay lưng lại nén tiếng khóc, tay dụi mắt. Khi đó Tùng lủi thủi đi ra. Tiếng xe máy nổ dội vào đêm rồi mất hút, để lại bóng đêm lặng ngắt. Na đứng tần ngần nơi sân một hồi lâu, rồi mới vào nhà trong tâm trí hỗn loạn.

Sáng hôm sau, ông Tư Ròm đi từ sáng sớm. Không dặn dò con gái một lời nào, chỉ thấy mắt ông thâm sâu như cả đêm mất ngủ. Đi đến quá trưa ông Tư Ròm mới về lại nhà, ông đi thẳng vào phòng Na. Lúc này đứa con gái nằm rũ rượi như tàu lá chuối khô héo cụp xuống.

- Đừng gặp thằng Tùng đó nữa.

Na ngẩng đầu lên:

- Chúng con thương yêu nhau mà.

Ông Tư Ròm nhìn con gái nói chậm rãi:

- Đàn ông con trai trên đời này thiếu gì, nhiều lắm, con có thể yêu bất cứ ai nhưng con không thể yêu thằng Tùng. Trừ khi cha không còn sống trên cõi đời này nữa.

Nói rồi ông Tư Ròm đi ra khỏi phòng lên gian nhà trên, không ăn, không ngủ chỉ nói cằm ràm trong miệng với hai từ "oan nghiệt".

Từ ngày ấy Na bị nhốt trong nhà, bên ngoài đóng kín cổng. Na không khóc, vì có khóc cũng không ích gì. Chỉ thấy mình hại tổn tinh thần, có hại cho sức khỏe. Na cảm thấy thương thân mình và thương con chim vành khuyên trong lồng đang cất tiếng hót héo hon.

Uyển bất chợt bừng tỉnh, câu chuyện tình của cô bạn học rất thân này, Uyển đã từng nghe qua cha mẹ kể lại rành rọt và tỉ mỉ từng chi tiết, anh chàng Tùng là con của bà vợ Tư Ròm phải lòng nhau với người bạn thân chí cốt của Tư Ròm. Ân oán đời với nhau, đến lúc cũng kết thúc. Một cái kết có hậu, anh em cùng mẹ khác cha đã nhận ra nhau. Anh chàng Tùng đã mở rộng cánh cửa và đi về phía Na, chậm rãi và bao dung, đứng thẳng như một thân cây để Na có thể dựa vào. Dưới nắng ấm, nước mắt Na tan ra thấm vào ngực áo anh Tùng.

Lễ Phục sinh cũng đến và lễ Phục sinh cũng đã vãn, thế mà mọi câu chuyện mới ngã ngũ, vậy mà Na mới đến miệng cười nói xởi lởi.

- Na muốn ở lại ăn cơm tối với gia đình Uyển, nhưng ngặt một nỗi phải về nhà ăn cơm với cha, sợ cha buồn.

Uyển nhìn buổi chiều muộn bao trùm lên cảnh vật chung quanh.

Vũ Khắc Tĩnh

ĐOÀN PHƯƠNG
Đọc Lại Trường Sa Hành Của Tô Thùy Yên

"Lúc nào em cũng lỡ
như tình nhân mải vui đến muộn
kịp thấy ngôi sao tỏa sáng một khoảng trời"

Hình như mỗi lần tôi định gác bút thì nợ duyên lại đến. Lần này, Người vẫn là thi nhân Tô Thùy Yên. Chắc chắn nhiều nhà văn, nhà thơ, nhà phê bình đã viết về TRƯỜNG SA HÀNH của Tô Thùy Yên rồi, tôi chỉ là "tình nhân đến muộn". Nhưng tôi vẫn yêu Người. Không rõ nơi xa xôi nào đó, thi sĩ có biết bài thơ TRƯỜNG SA HÀNH của ông làm tôi rơi nước mắt.

Những người đến với TRƯỜNG SA HÀNH trước tôi, họ đều yêu chân thành, sâu sắc. Bất kể khác biệt về quan điểm chính trị hay nghệ thuật, ai cũng khẳng định, cho đến nay TRƯỜNG SA HÀNH là bài thơ hay nhất về hải đảo, bởi giá trị lịch sử cao và giá trị nghệ thuật thì chưa tác phẩm nào sánh kịp. Tôi cũng nghĩ thế và tôi yêu bài thơ theo cách riêng của mình

Lời thơ chênh vênh, thực mà siêu thực, khiến người đọc cũng "chuếnh choáng", bởi những đợt sóng ngôn từ của nhà thơ cuốn đi, nhưng ai cũng cảm nhận được không khí tang thương còn bao trùm lên các đảo. Thật vậy, TRƯỜNG SA HÀNH được sáng tác vào tháng 3 năm 1974, cách 2 tháng ngay sau khi Trung Cộng chiếm đảo Hoàng Sa.

Những người lính từ đất liền ra đảo, nhất là dân Gò Vấp (nhà thơ sinh ra và lớn lên ở Gò Vấp) lần đầu tiên sao không say:

Trường Sa! Trường Sa! Đảo chuếnh choáng!
Thăm thẳm sầu vây trắng bốn bề
Lính thú mươi người lạ sóng nước
Đêm nằm còn tưởng đảo trôi đi

"Đảo trôi đi", là liên tưởng độc đáo và chính xác, trạng thái của người say sóng, cảm giác cảnh vật đang trôi. Trong lòng tác giả thì đang "rách tưa":

Mùa Đông Bắc, gió miên man thổi
Khiến cả lòng ta cũng rách tưa
Ta hỏi han, hề, Hiu Quạnh Lớn
Mà Hiu Quạnh Lớn vẫn làm ngơ

Hiu Quạnh Lớn được lặp lại 2 lần và viết hoa như tên một đảo lớn trên quần đảo, hay tên một kẻ Lớn nào đó, hay tên một nỗi cô đơn, ưu uất? Dù là ai, là gì, thì Hiu Quạnh Lớn cũng là một kẻ vô tình, một kẻ phản bội, trở mặt. Một hiện thực khốc liệt:

Mùa gió xoay chiều, gió khốc liệt
Bãi Đông lở mất, bãi Tây bồi

Gió đã xoay chiều, "Bãi Đông lở mất, bãi Tây bồi". Hoàng Sa thất thủ, người lính có nhiệm vụ đến trấn giữ Trường Sa (Hy vọng đến đây không có ai phấn khởi như thể Hoàng Sa mất là niềm vui của họ). Không ai chọn cho mình nơi hoang vu hiểm địa. Nhưng tác giả không khẳng định, ông đặt câu hỏi:

Đám cây bật gốc chờ tan xác
Có hối ra đời chẳng chọn nơi?

Cây và người trên đảo có thể "tan xác" bất cứ lúc nào. Nhưng dường như cây đáng thương hơn vì nó vô tội khi sinh ra nơi đảo vắng bị kẻ xâm lăng dòm ngó. Còn người, người có quyền chọn lựa và họ đã đến đây, vì bốn trăm hải lý của Tổ Quốc linh thiêng. Họ "tự bạo hành", tự "Dập giận, vác khòm lưng nhẫn nhục". Vì sao ưu uất thế?

Hình như Tô Thùy Yên là chỉ huy, gánh một trách nhiệm vô cùng hệ trọng. Nhưng họ không còn được hỗ trợ về quân lực, mà hoàn cảnh hiện tại đảo với đất liền là "khoảng cách đặc" không lưu thông, không liên lạc được. Ưu uất đến muốn khóc:

Sóng thiên cổ khóc, biển tang chế
Hữu hạn nào không tủi nhỏ nhoi?
Tiếc ta chẳng được bao nhiêu lệ
Nên tưởng trùng dương khóc trắng trời

Họ đâu "xuống thuyền nước mắt như mưa" như lính thú ngày xưa. Bởi có còn "bao nhiêu lệ". Khóc đây là biển khóc, tang chế còn chưa đầy hai tháng! Vậy mà có nhà văn nào đó nỡ bảo rằng nhà thơ sáng tác bài thơ trong "một chuyến du hành thăm Trường Sa". Trời, họ đến đây để trấn giữ biên cương hải đảo, họ hiểu rõ cái "hữu hạn" của con người trong "thiên cổ", đâu có thời giờ và tâm trí để du ngoạn chiêm ngưỡng ca ngợi thiên nhiên, dù biển đảo có nên thơ, mơ mộng chăng nữa:

Trong làn nước vịnh xanh lơ mộng
Những cụm rong óng ả bập bềnh
Như những tầng buồn lay động mãi
Dưới hồn ta tịch mịch long lanh

Mặt trời chiều rã rưng rưng biển
Vầng khói chim đen thảng thốt quần
Kinh động đất trời như cháy đảo...
Ta nghe chừng phỏng khắp châu thân

Ta ngồi bên đống lửa man rợ
Hong tóc râu, chờ chín miếng mồi
Nghe cây dừa ngất gió trùng điệp
Suốt kiếp đau dài nỗi tả tơi

Cũng có ai đó nói rằng bài thơ thiếu tính chiến đấu. Bởi tác giả bài phê bình đó lại bỏ dở những phần sau, lại là những phần quyết định tư tưởng của toàn bài thơ. Trong khi những câu thơ trên chỉ là độc thoại nội tâm, là những phân tích nhân định nhìn thẳng vào thực tế, Trường Sa là chiến địa chứ không phải resort. Còn với lính của mình, nhà thơ nói:

Chú em hãy hát, hát thật lớn
Những điệu vui, bất kể điệu nào
Cho ấm bữa cơm chiều viễn xứ
Cho mái đầu ta chớ cúi sâu

Đó là tình đồng đội, là lời động viên vượt qua thử thách, không cúi đầu trong cuộc chơi không cân sức. Dù người chỉ huy nắm rất rõ họ đang trong tình thế bị "bức tử canh khuya":

Ai hét trong lòng ta mỗi lúc
Như người bị bức tử canh khuya
Xé toang từng mảng đời tê điếng
Mà gửi cùng mây, đỏ thảm thê

Nhưng trước những hiện thực thê thảm đó, ý chí vụt "sáng trưng", ông tuyên bố với "từng tinh tú một":

Ta nói với từng tinh tú một
Hằng đêm, tất cả chuyện trong lòng
Bãi lân tinh thức âm u sáng
Ta thấy đầu ta cũng sáng trưng

Tôi chợt nhớ HỊCH TƯỚNG SĨ của Trần Quốc Tuấn: Ta thường tới bữa quên ăn nửa đêm vỗ gối, ruột đau như cắt, nước mắt đầm đìa... Còn trong TRƯỜNG SA HÀNH, xuyên suốt bài thơ cũng là nỗi dằn vặt, lo âu, trăn trở. Chẳng nói ra nhưng giấc ngủ hằng đêm, đến cả giấc ăn, vị chỉ huy cũng vẫn trăn trở đau vận nước. Những người lính trên đảo trong khi chờ viện binh vẫn tiếp tục "tồn sinh" quyết trụ vững Trường Sa cho đến ngày "trôi ngã" hay đến ngày "tái tạo xanh".

Ôi! Lũ cây gầy ven bãi sụp,
Rễ bung còn gượng cuộc tồn sinh,
Gắng tươi cho đến ngày trôi ngã
Hay đến ngày bờ tái tạo xanh.

Khổ cuối là niềm tin, hi vọng, cũng là lời tri ân. "Người" ở đây là đảo Trường Sa, là những chiến sĩ đã và sẽ ngã xuống vì biển đảo Tổ Quốc:

San hô mọc tủa thêm cành nhánh
Những nỗi niềm kia cũng mãn khai
Thời gian kết đá mốc u tịch
Ta lấy làm bia tưởng niệm Người.

Không thể diễn tả hết sự sáng tạo uyên thâm và sức gợi của hình ảnh, ngôn từ trong TRƯỜNG SA HÀNH, vừa phảng phất cổ thi vừa hiện đại: đảo chuếnh choáng, đảo trôi đi, nỗi rách tưa, nỗi tả tơi, tảng đá u tịch, những cụm rong óng ả bập bềnh như những tầng buồn lay động... Thể thơ bảy chữ nhưng rất tự do. Có người cho là thơ cổ phong. Có người nói từ "hành" trong TRƯỜNG SA HÀNH là thể hành như "Tống Biệt hành" của Thâm Tâm, là hành trình, là du hành. Có thể như vậy, nhưng không loại trừ hành là hành quân và cũng có thể là hành hạ, là nỗi lo cho biển đảo, nỗi lo cho vận nước đang dằn vặt trong lòng tác giả.

Cả bài thơ là những cảm xúc chân thật, không tô vẽ kiểu như "Đường ra trận mùa này đẹp lắm", mà vẫn lay động lòng người! Chả thế, mỗi khi biển Đông dậy sóng, người ta lại nhắc đến TRƯỜNG SA HÀNH để mà ghi khắc trong tim.

SG 22- 09- 2023
Đoàn Phương

LƯƠNG THIẾU VĂN
Số Phận Các Nhân Vật Nữ Trong Tập Truyện Ngắn "Đảo" Của Nguyễn Ngọc Tư

Nhà văn Nguyễn Ngọc Tư Sinh năm 1976 tại xã Tân Duyệt, huyện Đầm Dơi, tỉnh Cà Mau, là một thành viên Hội nhà văn Việt Nam. Năm 2018, cô được trao Giải Thưởng Văn Học Liberaturpreis 2018 do Litprom (Hiệp Hội Quảng Bá Văn Học Châu Á, Châu Phi, Mỹ Latin ở Đức) bình chọn, dựa trên việc xem xét các bản dịch tiếng Đức tác phẩm nổi bật của các tác giả nữ đương đại tiêu biểu trong khu vực. Giải thưởng được trao hàng năm nhằm vinh danh các tác giả nữ đến từ châu Á, Phi, Mỹ Latin, Các tiểu vương quốc Ả Rập thống nhất (UAE) và vùng Caribe.

Cô được biết đến với tập truyện mang tên Cánh Đồng Bất Tận. Tập truyện nhận giải thưởng của Hội Nhà Văn Việt Nam năm 2006 và truyện ngắn cùng tên đã được chuyển thể thành phim điện ảnh năm 2010. Hiện cô vẫn sinh sống và làm việc ở Cà Mau.

Ở Nguyễn Ngọc Tư tôi không giới thiệu nhiều về chị vì cái tên ấy từ lâu đã trở thành thương hiệu cho tác tác phẩm được xuất bản. Cái tên trở thành một hiện tượng văn học Việt Nam hơn hai thập kỷ gần đây nhất không chỉ trong và ngoài nước nhưng hình như chị không hề quan tâm đến điều đó. Viết như một bản năng, viết để ý tưởng được tuôn trào rồi để mặc nó muốn trôi về đâu, tấp vào bến bờ nào cũng được. Trong hành trình văn chương của Nguyễn Ngọc Tư, chị để con chữ nó tự "Trôi". *"Em thả trôi một mình. Nhưng những gì còn sót lại của một cù lao phân rã chẳng là bao. Vài ba mái nhà lấp ló trên mặt nước, một vài cái lu, những rẻo đất đủ rộng cho một người ngồi thì cũng có, lại trôi đờ đẫn đằng xa. Mãi mới có mảnh trất trôi gần, đúng lúc nó rùng mình nứt làm hai... Giờ thì mạnh ai nấy trôi."* (Trôi – Nguyễn Ngọc Tư).

Khi in và phát hành tập truyện ngắn "Đảo" của nhà văn Nguyễn Ngọc Tư, NXB Trẻ có viết lời giới thiệu: *"Những truyện ngắn, không thể ngắn hơn. Có thể nói đó là những bài thơ viết bằng văn xuôi về số phận của những con người luôn đấu tranh trong tuyệt vọng để được nhìn thấy... Những truyện ngắn cho thấy dường như Nguyễn Ngọc Tư đang ra khỏi hiện thực của những cánh đồng để tìm đến vùng hỗn mang tâm trí con người"*.

Một nhận xét khác làm người đọc có thể thấy được cách cấu tứ truyện của 'Đảo': *"Hơn một nửa Đảo là những truyện ngắn dưới 2000 chữ, nội dung xoay quanh chuyện mất mác, tổn thương và những cuộc kiếm tìm niềm vui đơn giản trong cuộc sống: Yêu thương, thỏa mãn những mong ước và nhu cầu được tỏa sáng...Là tô đậm nỗi cô đơn của con người bằng nhiều vết mực khác nhau. Là tiếng thét câm của những con người không được nhìn thấy nghe thấy..."*.

Cũng như nhiều tập truyện ngắn khác trước đây của Nguyễn Ngọc Tư, phụ nữ luôn là nhân vật trung tâm của chị qua những câu chuyện kể, họ có thể là người con gái lạc lõng xua đuổi, một người vợ chịu đựng những thiệt thòi bất hạnh, nhẫn nhục trước những oan nghiệt của cuộc đời, người mẹ với những vết chai sần khổ nạn, người đàn bà luôn khao khát được yêu thương... nhưng chung quy tất cả đều như tan rã như bọt xà phòng, ảo ảnh chìm trôi đưa đẩy số phận họ đến một bến bờ vô định. Người đọc có thể cảm nhận số phận nghiệt ngã của các nhân vật nữ qua từng truyện ngắn của cô nhưng để bước vào thế giới của các nhân vật nữ đó mấy ai có thể tường tận như Nguyễn Ngọc Tư cho được.

Tôi đọc nhiều tác phẩm của các nhà văn viết về người phụ nữ nhưng chưa bao giờ tôi cảm nhận được cái không khí tù túng, quánh đặc đến nghẹt thở trong tâm trạng mình qua ngòi bút miêu tả về họ của Nguyễn Ngọc Tư, ở một góc độ nào đó chị đã giúp ta khám phá, đi sâu vào nội tâm của người phụ nữ qua những lát cắt, những chiều kích rộng hẹp của không gian và thời gian khác nhau.

Tập truyện gồm 17 truyện ngắn với độ dày khoảng 146 trang, có thể nói khá mỏng so với dung lượng mà Nguyễn Ngọc Tư muốn truyền tải qua đó. Mở đầu là "Biến Mất Ở Thư Hiên": một câu chuyện có đôi chút ma mị khó tin nhưng ta chỉ cần chú tâm đến cốt truyện: Sinh đột nhiên biến mất sau một kệ sách ở một thư viện chỉ sau một một cái nhìn lơ đãng của Hảo về một hướng khác và từ đó không còn xuất hiện và cô mải miết đi tìm. Tìm chỉ để hỏi cho ra lẽ: *"... sao biến mất kỳ vậy, nếu chán nhau thì cứ nói thẳng, từ giã rồi đường ai nấy đi, sao lại phải âm thầm chạy trốn"*, dù bên cạnh Hảo đã có người tình nguyện thay thế chỗ của Sinh để rồi con người ấy lại biến mất kỳ lạ như Sinh *"... vào khe của những cuốn sách, náu trong thứ bóng tối trong veo"*. Tâm trạng Hảo lúc này ra sao khó ai đoán được. Đến thư viện để tìm hình bóng của Sinh hay nhân vật "Tôi" nào ai biết được.

Ở "Xác Bụi" thể hiện một tâm cảnh khác của người phụ nữ. Dù đã có chồng con nhưng bên tai vẫn luôn văng vẳng nghe lời gọi của người bạn cũ: *"Đừng quên anh, Dịu!"* Thắc thỏm, kiếm tìm, nhờ ông đồng bà cốt vẽ cho con đường đi tìm thân xác ở chốn bụi bờ hoang bãi nào đó để rồi sau giây phút đó chợt bàng hoàng nhận ra và *"tự hỏi mình đã làm chi cuộc đời mình?"* "Đảo" lại đẩy thân phận người đàn bà trôi dạt ra khơi, người phụ nữ lại trở thành gái bán hoa cho những ai có tiền, lên hòn Trống làm vợ một đêm cho một người đàn ông mù vì được trả tiền để làm thế. Ở nơi này cô tên là Đào, ở một nơi khác cô tên là Mỹ Châu đến độ bây giờ cô không còn biết tên mình là gì. Cuộc sống phải chăng chỉ là trò đùa của số mệnh đối với cô? Người đàn bà tên Lý trong "Sổ Lồng" lại như nửa tỉnh nửa mê đang sống trong một thế giới khác: *"... con Lý hùng hồn cầm cây mác vót vào giữa tim sông, sau khi chém nát mặt nước kiệt ròng, băm vằm dấu cặn bùn chiếc ghe để lại. Chỗ đó cách nhà Lý gần hai mươi cây số. Mặc kệ cây dao lút cán trong bùn, chị nhẹ nhõm thả tàu ngược về. Tĩnh lặng tràn trề, chị trôi ngửa như xác chết, mắt chong rờ rỡ bóng mây. Hơn nửa đời lí nhí cúi mặt, Lý bỗng nhìn thẳng vào trời không run sợ mảy may."*

"Coi Tay Vào Sáng Mưa" kể về người đàn bà sống nghề bói toán đã để lạc mất con mình trong một ngày ở chợ Sương vì mải mê đi theo đường chỉ tay như mê lộ của khách để rồi những tháng năm dài dằng dặc kiếm tìm cho đến một ngày nọ, người lạ đưa cánh tay bị chặt đứt đến nhờ cô xem bói. Nhìn dấu vết trên cánh tay cô biết là "nó". Người lạ lạnh lùng hỏi: *"Đàn em tôi dặn hỏi kỹ, nó hỏi có phải vào tù nhiều lần không, hay chỉ ở một lần dài cho đến chết? À, nó còn hỏi chẳng may kêu án tử, thì nó bị bắn hay tiêm thuộc độc?"* Trời ơi! Nó trở về trong hoàn cảnh này sao? Sau mỗi câu hỏi người đàn bà có cảm giác như mình vừa bị phạt một nhát vào người, rúm ró, gục ngã.

Còn cái truyện ngắn "Tro Tàn Rực Rỡ" kia mới đáng nói nhiều hơn nữa chứ, cốt truyện được chuyển thể thành kịch bản phim và đạt được giải thưởng Cánh Diều Vàng năm 2023 lại là một câu chuyện không hề có những diễn biến tâm lý đầy kịch tích. Câu chuyện được kể từ người phụ nữ hàng xóm – cũng là bạn của vợ chồng Nhàn, nhân vật chính trong câu chuyện. Người phụ nữ tên Nhàn sống u uất, lặng lẽ trước những cơn cuồng nộ không đầu không đuôi của anh chồng, mỗi lần phật ý lại lên cơn "đốt nhà". Cái tổ ấm ấy bị đốt cháy không biết bao nhiêu lần, sau mỗi lần đốt căn nhà được cất lại đến nỗi không có nơi ở nào tồi tàn hơn được nữa. Mỗi lần đốt nhà, trong mắt anh chồng chỉ có ánh lửa không có Nhàn. Anh ta say mê ánh hào quang rực rỡ của lửa. Lần này cũng thế, nhưng lần này Nhàn không lách mình ra khỏi ngọn lửa, Nhàn chọn ở lại. Có lẽ khi cuộc đời bị bủa vây không lối thoát, với người kia ngọn lửa là ánh hào quang chói lọi nhưng với người khác lại là bóng đêm giá băng vĩnh hằng họ phải tự chọn hủy diệt cuộc đời mình và phải chăng đó cũng là lối thoát duy nhất cho cả hai số phận?

Đánh giá về tập truyện ngắn Đảo, tác giả Nguyễn Hồng Nhung có một nhận xét khá tinh tế và thú vị:

"Đọc Đảo của Nguyễn Ngọc Tư giống như ngồi trên một chiếc ca nô hỏng, lúc lao vút, lúc lại ì ạch men theo những luồng lạch của lòng người để chạm đến sâu thẳm tâm hồn... 16 truyện ngắn là thế giới của những nhân vật bị bỏ rơi, mất mát, cay đắng bẽ bàng luôn mưu cầu hạnh phúc đơn sơ, trần tục nhưng không đạt được. Chúng đan cài vào nhau như một mạng nhện rối rắm, những phận người bị mắc kẹt giữa những sợi tơ ảo ảnh không thể vùng thoát ra được"

Còn ở Hạ Băng, nhận xét con chữ của Nguyễn Ngọc Tư, ta có thể nghe, ngửi, chạm tay vào được: *"Đến với tập truyện ngắn Đảo của Nguyễn Ngọc Tư, bạn đọc nhận được những cảm xúc chân thật, gần gũi nhất, hòa mình vào những câu chuyện của tác giả, với những câu từ không quá hoa mỹ, kết hợp với lối tả thực, nhẹ nhàng đưa người lên con thuyền lênh đênh sóng chữ về miền Tây sông nước, như là được nghe thấy, được ngửi thấy, được chạm tay vào từng chi tiết trong tác phẩm."*

Với Hoài Nam trong bài viết: "Nguyễn Ngọc Tư: Tiếng Nói Nữ Quyền", nhận xét chị ở góc độ đấu tranh cho bình đẳng giới: *"... Và sự bất bình đẳng giới cứ thế tiếp diễn, cho đến lúc Tư nói ra, như là nói hộ những người phụ nữ đã chịu sự câm nín truyền đời, những người phụ nữ mang kiếp vong thân bởi nỗi không còn cái bản ngã tự trị. Tư nói ra, và nếu vì thế mà cho rằng Tư là một nhà văn nữ quyền, thì đây là một văn chương nữ quyền rất ít thấy trong văn học Việt Nam hiện đại: nữ quyền mà không cần đến diễn ngôn thế xác, nữ quyền gần như phi tính dục."*

Vì sao Nguyễn Ngọc Tư lại đặt tên tập truyện ngắn này là Đảo? Chúng ta không thể biết nếu tự tác giả không khơi gợi một điều gì đó cụ thể. Ở các truyện ngắn của Nguyễn Ngọc Tư chị thường buông lửng cái kết mặc cho ai hiểu hay suy luận theo chiều hướng nào cũng được. Cô quăng nó ra giữa dòng đời để người đọc đón nhận và muốn trôi đi đâu thì trôi. Những nhân vật cô đề cập đến phần lớn là phụ nữ sống ở những miền quê, những thân phận bọt bèo, xế chiều lẻ bóng, các mẹ các chị... với những thói quen, cách ăn cách ở cách sống thể hiện trong ngôn ngữ bình dị đậm chất Nam Bộ. Thân phận bé nhỏ, sự cơ cực vì thiếu hiểu biết và những khát khao hạnh phúc giản dị luôn cháy bỏng của họ luôn xúc động trong tình yêu thương đồng cảm.

Lương Thiếu Văn
Sài Gòn, bên bờ Kênh Tẻ, tháng 11-2023

Huế mình đón Tết năm nay
màu hoàng bào diện đó đây vui đùa
nước không còn một ông vua
thêm nhiều hoàng đế và thừa hoàng cung
biệt phủ cao ốc, nhìn chung
phồn hoa có thật, dầu lưng phơi trời
còn nhiều... gần khắp mọi nơi ...|LH

LÊ HỨA HUYỀN TRÂN
Thương Em Thương Cả Gia Đình

Ngày đó khi lấy anh, phải nói tôi luôn hoài nghi với quyết định của mình. Anh dường như có một cuộc sống khác xa tôi, cả công việc lẫn tính cách và lối sống. Không có một điểm chung thì sẽ luôn phát sinh mâu thuẫn, đó là suy nghĩ cứng nhắc của tôi ngày ấy, mà kỳ thật, chúng tôi vẫn hay cãi nhau, dù chỉ là đơn phương một phía từ tôi.

Tôi gặp anh vào những ngày giáp Tết năm năm về trước, khi cơn xuân đang từ từ vắt vội thân mình qua những luống cây, tạo một màu nhàn nhạt trên khung trời và những cánh diều của những đứa trẻ thả vội nom cứ như những con én liệng chào xuân. Tôi khi ấy đã bước vào tuổi ba mươi, vẫn là một người cứng nhắc và nguyên tắc và có lẽ vì sống trong môi trường làm việc và sự thăng tiến mau chóng khiến tôi dường như lúc nào cũng có kế hoạch và đòi hỏi khá cao cho cuộc sống của mình. Đã từ lâu rồi tôi không nghĩ đến hôn nhân, sự đổ vỡ của gia đình khi ba mẹ ly hôn từ nhỏ và những mối tình thoắt đến thoắt đi khiến tôi ngờ vực vào tình cảm. Tôi thích cảm giác cô độc một mình đi hội hoa xuân vào những ngày cuối năm, dù cứng nhắc nhưng tôi luôn thích tận hưởng sự nảy mầm của những đợt non và mong muốn lựa chọn được cây đẹp nhất về chưng nhà chơi Tết.

- Cây này đẹp nhưng tán không đẹp, hơn nữa đội giá đắt lên so với thửa trên kia. Em nên lên trên đó xem thử.

Một giọng nói đàn ông vang lên khi tôi vừa định chọn một cây quất tán to về chưng. Không cả vội nhìn, tôi cất bước đi tiếp sang gian hàng cây cảnh bên cạnh. Và ngay khi tôi lại vì một cuộc điện thoại công việc quấy phá chuyến du hoa xuân nên định kết thúc với một chậu đào nhỏ thì giọng nói ấy lại cất lên:

- Hoa nở hết rồi, không kịp tới Tết, đến khi vào những ngày xuân chỉ còn là cây tàn.

Lúc này tôi mới quay lại và kịp nhìn người đàn ông trước mặt, đó là một người đàn ông cao ráo với làn da ngăm đen rám nắng. Anh mặc một chiếc áo sơ mi trắng dày nhưng bỏ ngoài quần và một chiếc quần tây nâu, nom như một người đàn ông giản dị nhưng không biết cách ăn mặc, chỉ khoác đại một bộ đồ lên người để thoạt nhìn trông tử tế.

- Nếu anh có vẻ rành về cây như vậy anh có thể giúp tôi lựa một cây để chơi xuân?

- Tất nhiên – Anh ta hồ hởi – Nhà anh từng bán cây chơi tết đấy nhé.

Sau này khi quen nhau rồi tôi vẫn hay hỏi anh sao ngày đó lại để ý đến một người qua đường như vậy. Dù quen nhau lâu kỳ thực tôi biết tính cách anh thực sự rất hiền và bao dung nhưng nếu với ai cũng vậy thì quả thật có hơi "nhiều chuyện". " Vì Tết là dịp sum vầy, vì em cô đơn và anh cũng cô đơn." Lúc đó tôi mới để ý hôm đó trong giữa vô vàn người, chỉ có tôi và anh trong thoáng chốc thu mình lại trong sự cô độc đến tận cùng. Tưởng chừng cái đông còn sót lại đang vắt vẻo hôn nhẹ lên bờ má của hai người khiến cả hai đóng tuyết. Và rồi như có một bàn tay ấm nóng chạm vào khẽ hất đi giọt tuyết ấy thay thế bằng cảm giác thật ấm nồng.

Anh có tính cách đơn giản còn tôi thì lại có suy nghĩ khác phức tạp. Anh là lái xe múc cho một công ty nhỏ, còn tôi là trưởng phòng nhân sự ở một công ty có tiếng. Gia đình tôi khi bố mẹ ly hôn chỉ có độc nhất một mình tôi còn anh lại là con thứ tám trong gia đình ở một miền quê ngoại vi thành phố. Anh hiền, tôi biết. Nhưng đôi khi sự đơn giản của anh với sự phức tạp của tôi nó như một sự đối nghịch khiến tôi không thể thoát khỏi sự so sánh. Tôi nhớ chúng tôi đã cãi nhau nhiều lần vì những vấn đề đối lập ấy. Như việc có năm tôi chỉ rảnh vào mùng Ba Tết, nhưng anh lại vì mấy đứa cháu vòi chở đi chơi và lỡ hứa, tôi là kẻ rủ rê sau nên tôi cả giận.

- Vậy nghĩa là nếu phải lựa chọn thì anh sẽ chọn cháu anh thay vì tôi?

Hoặc có lúc khi xe tôi hư bất chợt khi tôi phải đi làm sớm, hỏi anh thì anh vội đặt taxi cho tôi, sau này anh giải thích là vì anh sợ những cơn mưa xuân bất chợt làm ướt tóc tôi và vì anh có việc phải chở anh trai của anh vì anh ấy không có xe đi làm. Và lúc đó tôi lại hỏi anh:

- Cùng đều không có xe nhưng anh chọn chở anh trai anh thay vì tôi?

Có lẽ vì có sự tan vỡ và những mất mát trong gia đình quá lớn nên mỗi khi đụng tới gia đình, tôi vẫn hay nhạy cảm. Trong mắt tôi, dù đã nhiều năm quen nhau và nhiều lần anh ngỏ ý cầu hôn tôi nhưng tôi vẫn luôn bắt anh phải đợi vì tôi sợ mình sẽ không hạnh phúc. Tôi sợ anh xem gia đình anh hơn tôi, và những việc nhỏ nhặt cũng trở thành những câu hỏi lớn tôi hỏi anh mà tôi biết người đơn giản như anh sẽ không thể nào trả lời được. Mỗi khi nhận những câu hỏi lắt léo từ tôi, anh thường không biết phải nói gì ngoại trừ nói:

- Vậy mình cưới nhau đi, rồi em sẽ có câu trả lời cho sự hạnh phúc. Bây giờ anh nói như thế nào em cũng không tin cả.

Nhưng những ngày kỷ niệm cứ qua đi, những lần Tết cứ mỗi lúc một dày thêm và tôi vẫn luôn thử thách anh hết lần này tới lần khác mà không chịu hiểu con người không ai thực sự hoàn hảo, và với mỗi vấn đề nếu ta nhìn theo con mắt khác có lẽ đã tốt hơn. Phải nói là anh rất hiền, và luôn nghĩ cho tôi, và anh yêu tôi bằng một lòng yêu không tính toán, còn tôi dường như vì những vết thương nơi gia đình nên luôn nghĩ rằng nếu lấy anh mà thất bại trong hôn nhân thì sẽ lỡ một lần đò và những năm xuân vốn độc thân nhưng vui vẻ với chính mình sẽ trở thành những hồi ức tệ. Hơn nữa, đôi khi những sự việc nhỏ làm tôi ngờ vực sự quan trọng của mình với anh, so với gia đình anh.

- Gia đình của anh, rất quan trọng, nhưng sao em lại quên, em cũng sẽ là gia đình của anh? Giờ anh nói gì em cũng nghĩ là bào chữa, hãy cho anh cơ hội để chứng minh.

Tôi nhớ tôi đã sợ anh biết về hoàn cảnh gia đình của mình như thế nào vì tôi muốn trông tôi luôn hoàn hảo trước mặt anh. Phải đến mùa Tết sau khi quen nhau ba năm tôi mới dẫn anh về ra mắt gia đình và nói với anh về việc ly hôn của ba mẹ. Ba mẹ tôi đã ly hôn nhiều năm và họ đều có gia đình mới, thường Tết tôi ăn Tết tại công ty với những nhân viên không về quê, hoặc có khi sẽ đến thăm nội ở viện dưỡng lão. Tết năm ấy, anh không về quê vì muốn đón Tết cùng tôi. Kỳ thực, tôi cả ngại. Vì là năm đầu tiên anh biết về gia đình, tôi sợ anh phiền, sau khi báo trước với ba, tôi dẫn anh về ra mắt ba. Lúc ấy, mẹ cũng vừa gọi tôi ghé nhà mẹ thăm xuân, tôi cũng định bụng sẽ tiễn anh về rồi mới đi một mình vì tôi sợ hoàn cảnh gia đình phức tạp, mắc công anh thấy tốn sức. Anh mỉm cười nhìn tôi:

- Nhà mẹ vợ tương lai ở đâu nhỉ? Anh muốn ghé lâu rồi, nay mẹ đánh tiếng thiệt là có dịp.

Sau khi từ nhà mẹ về, anh ân cần hỏi thăm tôi có mệt không, và đi con đường quen thuộc tới viện dưỡng lão, để thăm bà tôi.

- Anh nhớ năm nào em cũng kể về việc ăn Tết và ghé thăm bà, anh không muốn vì có anh mà ngoại lệ.

- Nhưng anh cũng phải về quê kịp chuyến xe mà.

- Gia đình em cũng là gia đình của anh, anh sẽ suy nghĩ để vẹn toàn, không phân biệt.

Và tôi vẫn nhớ như in cảm giác lúng túng lẫn hồi hộp của anh khi ra mắt gia đình tôi cũng như cứ vài ngày sau lại hỏi lại xem họ cảm nhận gì về anh để anh sửa chữa. Người đàn ông trước mắt tôi bỗng dưng bé lại như một đứa trẻ luôn sợ mắc sai lầm.

Chúng tôi kết hôn sau năm năm hẹn hò. Năm đầu tiên lấy chồng, khi vừa giáp Tết anh đã nói tôi thu xếp về quê anh, để ăn Tết cùng gia đình anh, dù gì cũng là cô dâu mới. Phải nói tất cả đều bỡ ngỡ và có vẻ bận rộn khi gia đình anh quá đông đúc và tôi luôn có cảm giác anh rất vội vã, dù chưa vào mồng đã dẫn tôi đi giới thiệu khắp họ hàng. Đến mồng Một Tết sau khi làm lễ gia tiên xong, xin thưa ba mẹ chồng, anh xin phép sáng mai đưa tôi về ăn Tết cùng gia đình. Ba mẹ chồng tôi hiền lành chân chất, không nghĩ gì nhiều đồng ý, trên chuyến xe về tôi nắm chặt tay anh hỏi nhỏ:

- Anh không sợ sẽ bị nói sao dâu mới cưới đã không ăn Tết nhà chồng sao?

- Sao anh lại sợ? Anh chỉ sợ em cảm thấy buồn khi không thể ở bên ba mẹ, dù gì cũng chỉ mỗi dịp Tết hiếm hoi em mới gặp được họ mà. Anh không quan tâm ai nói gì, anh chỉ quan tâm em nghĩ gì. Anh nói rồi, anh không giỏi ăn nói nên anh dùng hành động để chứng minh. Thương em, anh thương cả gia đình.

Lê Hứa Huyền Trân

hôm nay ăn Tết định về
thăm người quen biết chưa hề gặp qua
ông Hạng, ông Tiên, ông Gia
bà Đan Thanh, bà...(quên cha tên rồi)...
cuối cùng chợt nhớ ra tôi
83 gặp bạn nói cười ra sao ?
đành thôi dẹp chuyện giang hồ | ngồi đây nhìn gió xôn xao thay mình ...

NGUYỄN THỤY
Cuông Trại (1)

Bất cứ ai khao khát chim công đều trải qua khổ ải... (2)

1. Miền cát đen

Chỉ qua mùa khô này là Lão Dư đã tròn 80 tuổi. Tuy vậy, với tư chất mẫn tiệp, thân thể tráng kiện và tinh thần lạc quan, dù râu tóc bạc trắng như cước nhưng gương mặt hồng hào, nhìn ông chỉ độ 70 tuổi là cùng! Cuộc sống yên tĩnh ở vùng nông thôn với không khí trong lành, thói quen ăn uống lành mạnh, cộng thêm chế độ luyện tập võ thuật nghiêm khắc được duy trì từ thời niên thiếu đã giúp cho ông có một sức khỏe tuyệt vời ở độ tuổi của mình.

Những bài quyền đặc trưng của hệ phái võ Gò Công xuất phát từ nghĩa quân Trương Định đã giúp Lão Dư có một sức khỏe dẻo dai hiếm có. Mỗi sáng khi mặt trời vừa vén màn sương, mặt đất vừa tỉnh thức, giữa khoảng sân rộng được bao quanh bởi những gốc sơ-ri đầy trái vừa ửng chín trên cành, ông lão bắt đầu những bài quyền danh trấn từ thời còn là môn sinh của võ đường Triệu tử Long- Gò Công.

Giữa thời khắc trong veo sáng sớm, những đường quyền uyển chuyển lúc nhanh lúc chậm, lúc thanh thoát như hoa mai đang hàm tiếu rung rinh trong tiết xuân, lúc cuồn cuộn như rừng mai nở rộ khoe vẻ đẹp mãn khai rồi bất ngờ tung muôn cánh vàng rực rỡ bay rợp trời trong gió. Vẻ đẹp mê hồn của Mai Hoa Quyền toát ra sự tinh túy thâm sâu của võ thuật phương đông đồng thời dũng mãnh kiên cường như gốc mai già trước phong ba bão táp. Những tuyệt chiêu của bài danh quyền càng ngày càng tinh tấn, điêu luyện, đã làm cho Lão Dư như hóa thành mai tiên, trẻ lại từng ngày như đang trở về thời trai tráng chứ không phải một lão ông đang tuổi kề cận trăm năm.

Công việc yêu thích nhất và chiếm nhiều thời gian nhất của Lão Dư là đám chim công gần 100 cá thể trưởng thành và bầy hậu duệ đông đúc của chúng.

"Thất thập nhi tòng tâm sở dục, bất du củ", ông bắt đầu nuôi công khoảng hơn chục năm trước và gầy dựng Cuông Trại với tâm huyết của một lão nhân vừa khám phá mối duyên nợ muộn màng của mình. Và không có gì là quá muộn khi bắt đầu một công việc bằng tất cả đam mê và khao khát chạm tới tuyệt đỉnh của niềm đam mê đó.

Cơ duyên với loài chim khổng lồ đẹp nhất hành tinh này cũng có đôi chút nhuốm màu tâm linh huyền hoặc, vừa như một giấc mơ kỳ ảo vừa như một thực tại từ hàng bao thế kỷ trước quay về.

Năm đó, trong một đêm rằm trăng soi vằng vặc, gió thổi hiu hiu, ông nằm lim dim trên chiếc võng bện bằng xơ dừa giăng giữa hai cây sơ-ri già rợp bóng. Đang chập chờn nửa ngủ nửa thức, ông giật mình khi thấy một người đàn ông tướng mạo phương phi từ ngoài ngõ khoan thai đi vào. Theo sau người đàn ông là một phụ nữ rất đẹp, mái tóc đen mượt búi cao, làn da bánh mật, mày ngài mắt phượng, môi đỏ như son. Đặc biệt cả hai đều mặc phẩm phục đại triều của quan văn thời nhà Nguyễn. Họ không có vẻ gì ngại ngùng, xa lạ với nơi đây. Hình như họ cũng không nhìn thấy ông, trong khi ông gắng hết sức để ngồi dậy nhưng cả thân mình dán chặt trên võng không thể nào nhúc nhích. Hai người đó đứng khá lâu dưới bóng cây sứ cổ thụ nở đầy hoa trắng, lặng im chìm đắm trong ánh trăng huyền ảo và hương thơm nồng nàn của hoa sứ.

Ông chỉ còn nhìn thấy họ ở góc nghiêng, rồi sau đó là dáng trúc hình mai mông lung mờ ảo khi họ bước dần về phía trái, nơi có hòn non bộ giữa một ao sen rộng với cảnh quan tuyệt đẹp mà ông đã dày công tu bổ.

Bỗng dưng mùi hoa sứ trở nên ngạt ngào chưa từng có, mùi hoa cứ dâng lên, dâng lên mãi làm Lão Dư ngộp thở. Ông giật mình thoát ra khỏi trạng thái mơ màng bởi tiếng kêu rất lạ. Không phải tiếng ngỗng, không phải tiếng quạ, cũng không phải tiếng thiên nga, hay đó là tiếng hạc? Ông ngồi dậy trên võng, khua chân tìm đôi guốc mộc rồi vội vàng đi về hướng tiếng kêu và bước tới ao sen.

Mặt ao trong vắt ánh vàng chen lẫn với bóng sen im lìm vây quanh hòn non bộ. Ông ngỡ ngàng khi thấy cách thềm ao vài thước một đôi chim công lộng lẫy đang múa dưới ánh trăng huyền hoặc như trong cõi bồng lai tiên cảnh. Đó chắc hẳn là giống công ngũ sắc- loài chim đẹp nhất thế giới mà ông từng nghe nói đến.

Lão Dư đứng tựa vào cái hồ chứa nước mưa đối diện với ao sen, lặng người chiêm ngưỡng vũ điệu chim công. Đôi chim tuyệt mỹ đang phiêu bồng trong vũ khúc mê hồn mà lần đầu tiên ông được nhìn tận mắt như vừa nhìn thấy hai người từ thiên thu vạn đại ghé qua đây. Chúng xòe đuôi xoay tròn rồi lả lướt bay lên, sải cánh dang rộng như muốn ôm choàng lấy mặt trăng. Dải đuôi dài tha thướt của con trống buông xuống rập rờn như làn sóng đầy màu sắc, chúng lượn nhiều vòng rồi đáp xuống nhẹ nhàng như hai đám mây rực rỡ. Tiếng kêu của đôi công vang lên thành một chuỗi âm thanh lạ thường trong đêm thanh vắng.

Lão Dư không biết mình đang mơ hay tỉnh, cảnh tượng trước mắt là mộng hay thực. Chỉ biết cả đời ông chưa bao giờ sống trong cảm giác tuyệt vời đó, cho đến khi trời rạng sáng...

Sáng hôm đó ông lão cứ đi ra đi vô ngoài ngõ có ý ngóng chờ người đi tìm chim công, nhưng quá ngọ cũng chẳng thấy ai. Chung quanh vùng đất mênh mông bạt ngàn ở tận cùng thế giới này cũng chẳng có mấy nhà, họ chuyên nghề ruộng rẫy, nuôi một ít gia súc, gia cầm... chưa bao giờ có ai nuôi công. Hay chúng đã từ phương xa bay lạc tới đây?

Trong ảo diệu hoang mang, phải chăng đó là hậu duệ hàng bao thế kỷ của bầy công tụ hội ở đất gò, để miền đất hoang hóa xưa kia trở thành Khổng Tước nguyên trong huyền sử phương Nam?

Suốt mấy ngày liền Lão Dư vẫn như người đi trên mây. Ông mê mẩn ngắm nhìn đôi công ngũ sắc, nhất là vẻ đẹp phi thường của chim trống với chiếc đuôi dài lướt thướt chợt vươn cao, xòe rộng tạo nên dáng vẻ đường bệ uy nghi của một bậc đế vương. Chim mái cũng không kém với bộ lông màu nâu tươi điểm đốm trắng lác đác như tuyết rơi giữa miền nhiệt đới, cái ức màu xanh lam lan đều lên phía lưng như một chiếc khăn choàng lụa.

Sau này ông mới biết đó là một dạng đột biến về màu lông của loài công, thay vì có bộ lông đơn sắc, chim công ngũ sắc lại mang bộ lông có nhiều màu khác nhau: trắng, xanh lục, xanh lam, nâu, vàng... được phân bổ ngẫu nhiên từ đầu cho đến ức và đuôi chim.

Lão Dư thuê người làm một cái chuồng rộng bằng tre ngâm bùn lâu năm dưới ao, từng nan lớn vót bóng ngời như quét dầu đan thành những tấm liếp chắc chắn. Cột dựng bằng những thân tre lớn, mái lợp lá dừa nước, đảm bảo thoáng mát quanh năm nơi miền đồng khô cỏ cháy này!

Ông sốt sắng gửi thư về thành phố nhờ con trai và thằng cháu nội mua cho một số sách dạy nuôi công, tạm thời thì cho nó ăn gạo thóc, khoai sắn, rau cỏ trong vườn nhà.

Sau đó ít lâu, Lão Dư hoàn thành thủ tục đăng ký thành lập trang trại để hợp thức hóa bầy công càng ngày càng đông đúc. Để khai thác hết diện tích trang trại, ông khoanh vùng chăn nuôi bò, heo, gà và khu vực trồng rẫy.

Số lượng nhân công thuê mướn quanh vùng cũng vừa đủ cho các công việc nói trên. Riêng việc chăm sóc cho bầy công thì có hai vợ chồng người cháu họ xa phụ việc là Hầu và Xinh, cô vợ đảm đương luôn việc chợ búa, cơm nước, v.v..

Trang trại của Lão Dư nhiều năm qua chỉ cung cấp heo, bò, gà, trứng và các loại rau củ cho thương lái nhỏ lẻ trong vùng, tuyệt nhiên không động phạm gì đến bầy công.

Vốn đại kỵ việc ăn trứng và thịt chim công, ông rất ghét ai tới hỏi mua để ăn thịt mặc dù biết rõ không phải ai cũng nuôi công chỉ để làm cảnh mà đa số là nuôi công giống và công thịt. Bọn "nem công chả phụng" luôn có nhiều lý do để nài nỉ ông, nào là cúng phong thủy khai trương cơ sở làm ăn, tẩm bổ cho cha mẹ bệnh nặng, con cái suy dinh dưỡng, bồi bổ trí não cho trẻ con... nhưng ông biết họ thường mua chim công để làm quà tặng bốc quan trên nhằm thăng quan tiến chức, hưởng thụ một trong bát bửu để thăng hoa chuyện phòng the... Tất cả những việc đó làm Lão Dư càng ghét cay ghét đắng bọn quan chức và trọc phú trong vùng. Ông đã từng nửa đùa nửa thật đọc và dịch cho bọn họ nghe mấy câu thơ cổ:

Khổng tước phủ hoài độc
Ngộ phục bất khả y (3)
Tặng phủ chim công có chất độc,
Lỡ ăn trúng, không có thuốc chữa

Và vẫn nhất định không bán dù là một con!

Thái độ đó đã gây cho lão không ít khó khăn trong việc tranh chấp đất đai của tổ tiên để lại với thằng em chú bác đâu từ bên Mỹ trở về sau mấy chục năm biệt xứ.

Ông thừa biết nếu mảnh đất cò bay thẳng cánh này rơi vào tay hắn, một tay chơi châu Á có hạng từng ở Las Vegas, thì chỉ một sớm một chiều di chỉ của tổ tiên sẽ sang tên!

Rồi mọi việc cũng qua, ông phải đánh đổi một trong hai cơ ngơi đắc địa ở một thành phố lớn để không phải tiếp tục đưa nhau ra chính quyền giải quyết. Người em họ đã qua đời sau khi bán ngôi biệt thự và thua sạch trong những ván bài máu lửa ở Cam. Ngôi nhà còn lại do vợ ông quản lý đến khi mất cách đây không lâu, bây giờ do người con trai duy nhất của ông thừa hưởng. Năm nay con ông cũng sắp trở thành một ông già và đang có ý định về sống cùng ông với bầy công trên quê cha đất tổ.

Ngoài Lão Dư, hai vợ chồng Hầu - Xinh, ở trại Cuông còn có Lem, một bé gái đang tuổi vừa lớn, rất lặng lẽ bên cạnh tất cả những chuyển động của thiên nhiên và cuộc sống con người nơi vùng đồng chua nước mặn này.

Đó là đứa bé lạc loài từ xa thẳm, không tên, không tuổi mà Lão Dư đã cưu mang với tất cả lòng trắc ẩn và yêu thương.

Có lẽ do lớn lên trong khuôn viên tĩnh mịch của Cuông Trại cùng với một ông già cô độc, hiếm khi được giao tiếp với thế giới bên ngoài nên Lem rất ít nói hoặc biểu lộ cảm xúc. Cô bé sống bên cạnh ông như chồi non mọc bên gốc cổ thụ, như con mèo con nép bên lão hổ, không cần phải nói gì, làm gì, cứ thế mà lớn lên!

Cô bé sớm sở hữu một vẻ đẹp hiếm thấy- vẻ đẹp được tác tạo bởi sự cô độc và mong manh, pha trộn giữa tinh khôi và hoang dã, đồng thời cũng hứa hẹn sẽ như một chồi trúc vươn lên bất ngờ làm người ta sửng sốt sau một đêm thức dậy bước ra vườn buổi sớm mai nào đó.

Nhìn Lem ngày một lớn, vóc dáng mảnh khảnh nhưng khỏe mạnh, Lão Dư nhớ lại buổi chiều năm nào trên bãi biển...

Sau trận bão lớn, ông đang đi dọc theo bờ cát đen mênh mông của biển Tân Thành *(4)*, trầm ngâm nhìn những dấu chân mình liên hồi tan biến dưới những cơn sóng từ khơi xa ào ạt kéo vào bờ. Màu đen của cát cho đến bây giờ vẫn là một điều bí ẩn đối với ông lão trong khi khoa học có thể giải thích một cách tường tận. Đối với ông, nó giống như một con đường huyền bí trải dài từ khai thiên lập địa cho đến nay, mang trong mình những thăng trầm dâu bể của đất trời, của biển cả và con người nơi đây.

Bất chợt ông nhìn thấy một bé gái độ chừng 3-4 tuổi đang đứng một mình trước những lượn sóng từ ngoài khơi xa dội mạnh vào bờ. Bọt sóng làm người nó ướt sũng, mặt mũi thất sắc lấm lem đất cát nhưng con bé không khóc, chắc vì quá sợ và quá lạnh. Có lẽ nó bị lạc người nhà trong cơn bão dữ. Lão Dư nhìn chung quanh chỉ thấy xác thuyền bè, thúng mủng... sóng cả vẫn đang liên tiếp xô vào đôi chân trần của đứa bé như muốn lôi nó ra xa. Từng cuộn gió lớn quật mạnh làm nó loạng choạng ngã nghiêng. Đứa trẻ quá nhỏ bé trước thiên nhiên, bơ vơ, đơn độc một mình trước biển cả đang còn chưa nguôi cơn cuồng nộ làm lòng ông thắt lại.

Ông đến bên cạnh đứa bé, vừa định ngồi xuống hỏi han thì nó đã té quỵ, ngã xuống bất tỉnh trên nền cát dưới chân ông.

Sau khi báo với chính quyền địa phương, ông được phép tạm thời chăm sóc đứa bé trong thời gian tìm kiếm thông tin gia đình nó. Nhưng thời gian trôi qua khá lâu vẫn chưa có tin tức gì, cũng chẳng ai quan tâm coi giải quyết như thế nào! Ở nơi sơn cùng thủy tận này người ta mặc nhiên coi đó là câu chuyện của riêng ông. Và thế là ông cũng chả hỏi han gì thêm, cứ chăm sóc đứa nhỏ lạc loài kia, nếu thân nhân nó có tìm đến thì tốt, không thì nó sẽ là con cháu của ông vậy!

Lão Dư nhớ lại gương mặt lem luốc đất cát của cô bé lúc đầu tiên nhìn thấy nên đặt tên là Lem (ông tự hứa nếu không có gì trở ngại, khi làm giấy khai sanh sẽ chọn cho bé một cái tên đẹp và ý nghĩa nhất).

Thu nhập thất thường từ một trang trại ẩn sâu nơi đồng không mông quạnh, chi phí nhân công lại phải trả khá cao mới có người làm, vì vậy lời lãi chẳng bao nhiêu. Từ khi có Lem, Lão Dư bất đắc dĩ phải trở thành nhà cung cấp con giống, thậm chí cả công thịt cho thương lái trong vùng! Cũng không ít lời dè bỉu của những kẻ trước kia bị ông từ chối nhưng ông một mực lặng thinh không thèm chấp.

Những khoản tiền thu được từ hoa lợi trên đất đai, chuồng trại... đủ cho ông lo toan mọi thứ để duy trì trang trại và chăm lo cho một đứa bé gái, rồi một thiếu nữ, dù có đôi lúc thiếu sót, vụng về. Ông vừa là cha, là mẹ, là ông nội, ông ngoại của Lem với tình thương yêu ngày một lớn dần, như bầu trời đang che phủ trên Cuông Trại mở rộng đến bến bờ xa tắp của biển khơi, nơi duy nhất có thể xem là cội nguồn của Lem cho đến bây giờ.

Mỗi năm một lần, Lem được cùng ông lên chợ tỉnh trên chiếc xe bò đóng bằng gỗ rất cứng cáp và chắc chắn. Hai con bò to khỏe kéo chiếc xe lọc cọc trên đường trải đá xanh lâu năm đã trộn hòa với bùn đất. Đó là những chuyến đi mà Lem chờ đợi ròng rã cả năm trời với những mơ mộng về một thế giới xa lạ đầy mê hoặc bên ngoài cánh cổng của Cuông Trại. Nhưng cô bé hiểu đó là nơi chỉ để đến rồi đi, thế giới đó và cô không bao giờ thuộc về nhau. Họa chăng chỉ có thể là Cuông Trại, nơi có cội lão mai bao giờ cũng vươn cành lá chở che cho cô. Cuông Trại hoặc bãi cát huyền vô tận đã nằm trong cổ tích mà ông hay kể ban trưa để dỗ cho cô ngủ lúc bé thơ.

Niềm vui hiếm hoi của Lem là những chiếc lông công rực rỡ, quà tặng hào phóng của loài chim vương giả sau khi đã cống hiến vẻ đẹp cho thế gian. Khi kết thúc mùa sinh sản, lông đuôi của chim trống sẽ tự nhiên rụng dần để thay lông mới. Những chiếc lông tuyệt đẹp với đồng tiền màu xanh pha ánh đồng khiến Lem vô cùng thích thú, cô bé cẩn thận thu hoạch chúng như người ta nhặt trứng vàng! Chỉ những lúc đó mới thấy Lem cười, nụ cười bừng nở trên gương mặt cô như đóa hoa mặt trời sáng rực giữa bầy chim.

Ở chợ ông lão đi mua các thứ cần dùng cho trang trại, còn Lem thì đi loanh quanh bán mấy chiếc lông công, có khi chẳng bán được cái nào vì mải thích thú ngắm nhìn những thứ xinh đẹp, lấp la lấp lánh được bày bán khắp nơi. Khi ông lão bảo đứa cháu chọn vài thứ nó thích thì nó chỉ im lặng lắc đầu. Tuy nhiên ông cũng mua cho cháu vài bộ quần áo để mặc cho tới năm sau. "Chế độ" trừ hao của ông làm con bé cứ luôn phải mặc những bộ đồ quá khổ, còn màu sắc thì... khỏi chê: tím than, xanh đen, nâu cà phê... vì sẽ giặt toàn bằng nước phèn (nước mưa chỉ được dành để uống). Còn dép, guốc ông mua cho không hiểu sao Lem không bao giờ mang, cô bé chỉ thích đi chân trần trên nền đất như ở trang trại. Khi có dịp ra ngoài, bị ông la rầy cô cũng mang vào chân nhưng chỉ một lát là đã cầm trên tay hay cắp vào nách!

Điều làm Lão Dư băn khoăn trăn trở nhất là đến nay vẫn chưa làm khai sanh được cho Lem để nó được đến trường (mà cho dù có khai sanh đi nữa ông cũng không biết phải thế nào khi trường học ở giáp ranh huyện cách xa hàng chục cây số).

Ông lão đành làm thầy giáo bất đắc dĩ! Ông dạy Lem mặt chữ, ráp vần, tập đọc, tập viết, tập cộng trừ nhân chia và những bài học thuộc lòng của lớp đồng ấu ngày xưa về tình yêu thương và đạo đức làm người mà ông còn nhớ. Những bài học vỡ lòng như những câu chuyện cổ tích in vào tâm hồn non nớt của Lem những dấu ấn đẹp đẽ, từ đó khởi nguồn cho những mơ ước thơ ngây lung linh như sao sáng trên trời.

Nhìn con bé xinh đẹp thui thủi bên lũ công, nhiều lúc ông cảm thấy có lỗi. Đáng lẽ Lem phải được học hành, vui chơi, hưởng thụ tất cả mọi thứ như những đứa trẻ cùng trang lứa.

Định ngỏ lời với con trai ông để đưa Lem về thành phố nhưng cùng lúc thằng con lại bày tỏ nguyện vọng muốn về trại Cuông dưỡng già nên ông đành phải hoãn lại ý định đó.

2. Giấc mơ ngũ sắc

Ngày tháng vẫn yên bình trôi qua trong Cuông Trại. Mặt trời vẫn chói chang mỗi ngày trong mùa khô hạn và miên du ẩn dật suốt mùa mưa. Nơi đây thời gian lướt qua như đôi cánh chuồn chuồn, dịu dàng, mỏng manh đến độ chìm lẫn vào không gian. Tiếng người đôi khi cũng ồn ã phút chốc đâu đó trong trang trại nhưng xôn xao đến ầm ĩ thường ngày vẫn là tiếng gia súc gia cầm đòi ăn, tiếng yêu đương náo nhiệt của bầy công, tiếng rì rầm của những tàu lá dừa cọ xát vào nhau, tiếng xào xạc của lá khô rơi, tiếng trái chín rụng ngoài vườn trên những luống cỏ đẫm sương... Nhiều vạt đất trong khuôn viên cứ tưởng bỏ quên, nhưng thật ra Lão Dư đang cho người bồi đắp, vun thành luống thành hàng, từ tốn gieo trồng, thung dung chăm bón và chậm rãi thu hoạch.

Mạch sống vẫn dạt dào tuôn chảy trong từng ngõ ngách của trang trại, âm thầm, bền bỉ như đã bao đời.

Cũng một đêm rằm trăng soi lồng lộng, ánh vàng rơi ngập lối đi. Cũng mùi hoa sứ nồng nàn lan tỏa khắp không gian tĩnh lặng. Khung cảnh hồ sen và hòn non bộ đêm nay bỗng đẹp lạ thường. Lão Dư hết ngắm hoa sen, cúi mình thật gần để chắt lọc hương thơm của loài hoa thanh khiết lại say sưa đứng ngắm đôi tiên công. Chúng đang xòe đuôi múa cùng vài cặp công khác với vũ khúc tráng lệ giữa một bầy đàn rập rờn những cánh, những đuôi đầy màu sắc, đông như trẩy hội trong sân. Có lẽ do tình yêu say đắm của ông lão dành cho bầy công nên chung quanh chúng luôn tỏa hào quang mà chắc chỉ mình ông mới nhìn thấy.

Đêm càng về khuya khung cảnh càng huyền ảo, đôi chim đầu đàn từ từ tách khỏi bầy và uyển chuyển bay lên khỏi nền cát. Chúng bay lên càng lúc càng cao, đến khi ông lão chợt nhận ra sự khác thường của độ cao đó thì đôi chim quý đã ở lưng trời, rồi chỉ còn là hai chấm xanh nâu lấp lánh như ánh sao trên nền mây vân thủy sáng rực bởi trăng khuya.

Lão Dư ngửa mặt nhìn và chạy theo hai con công một cách tuyệt vọng. Cứ vừa chạy vừa nhìn lên trời, ông lão va vào thềm gạch của hồ sen xém ngã chúi xuống nước. Hai cánh tay chới với khuấy động mặt hồ làm bóng trăng vỡ thành từng mảng hòa quyện với bóng sen cứ dập dềnh xao động mãi. Ông sực tỉnh và dừng lại, lòng tan vỡ như mặt hồ, mải miết nhìn về hướng đôi chim mất hút chỉ còn lại vòm trời đêm bàng bạc mông lung.

Lão Dư ngồi tựa vào gốc cây sứ cạnh hồ, bần thần, ngơ ngẩn. Râu tóc ướt đẫm nước hồ, không chắc rằng trong đó không có nước mắt của ông. Ông nhớ lại lúc nãy trong những vòng lượn của đôi chim, có lúc chuôi cánh la đà của con mái hay chiếc đuôi kỳ vĩ của con trống đã chạm vào người ông như những dải lụa mềm hay làn mây mỏng hoặc tơ trăng, luyến lưu tựa như lời giã biệt.

Một cái gì cao quý, đẹp đẽ nhất mà ông từng có đã vuột khỏi tầm tay, đã rời xa mãi mãi. Chúng đến từ hư không sẽ trở về hư không, những gì của quá khứ tất nhiên thuộc về quá khứ.

Dòng suy tưởng miên man của ông lão vừa mất đi báu vật sau giây phút bàng hoàng đổ vỡ đã trở về tĩnh tại. Hạnh ngộ với trăm năm hay ngàn năm cổ sử cho dù trong tơ tóc cũng đã là duyên phúc của đời này. Chuyện mất còn, tan hợp trong cõi vô thường đâu lạ gì với ông.

Cuộc đời và tất cả những gì chứa đựng trong nó vốn dĩ là một giấc mơ, ta đã ở trong giấc mơ đó từ lâu chỉ là chưa nhận ra, đến khi sực tỉnh để biết đó là mơ thì tất cả đã vỡ tan, không bao giờ còn sống lại trọn vẹn giấc mơ đó nữa dù chỉ trong khoảnh khắc.

Có chăng chỉ là một vài mảnh vỡ của ký ức đôi khi tìm về rồi cũng xóa mờ dần, trôi dạt mù khơi.

Lão Dư không phải người hay ngồi tiếc những giấc mơ, nhất là hiện nay khi tuổi hạc đã chất chồng, ông vô cùng trân trọng và biết ơn từng phút giây quý giá của hiện tại. Tuy vậy, cảm giác vỡ vụn, trống rỗng vẫn đang chiếm lĩnh tâm trạng ông không biết đến bao giờ mới có thể nguôi ngoai.

Ông thẫn thờ đi giữa bầy công như một kẻ mộng du, một lão tướng đã để mất hổ phù, lắng sâu niềm đau thất trận với một mảnh hồn đã âm thầm tuẫn tiết!

Vài chú chim công thản nhiên tắm cát dưới trăng, khoan khoái cất tiếng kêu như muốn an ủi ông lão đang rơi xuống tận cùng của phiền muộn.

Nhiều đêm sau nữa, trong giấc ngủ chập chờn đứt quãng trên chiếc võng lặng yên ngoài trời, Lão Dư mơ thấy đôi công huyền thoại bay về. Chúng vờn thật thấp trên hồ sen nở đầy hoa, tất cả vẻ đẹp huyễn hoặc mê hồn của loài công ngũ sắc đã bung tỏa trọn vẹn hơn bao giờ hết. Vẻ đẹp thoát trần và những tiếng kêu hoan lạc chỉ có ở cõi trời đã vây phủ lấy ông, càng lúc càng gần, tưởng chừng những chiếc lông vũ mượt mà ấm áp kia một lần nữa đã chạm vào người ông. Lão Dư đê mê với một niềm thống khoái chưa từng có và ông biết rằng, cảnh tượng và cảm xúc gần như siêu thực này chỉ xảy ra một lần duy nhất trong đời- nhưng cõi đời ấy lại ở trong một giấc chiêm bao! Nhớ lại lần đầu tiên nhìn thấy chúng, ngay từ giây phút đó ông đã biết rằng những điều quý giá mong manh trong cõi thực hư lẫn lộn kia đang chực vỡ tan không biết lúc nào.

Vô cùng nhẹ nhàng và thanh thản, như khói, như mây, ông buông mình trôi vào vùng hào quang chói lọi của chim công. Nụ cười thoát tục của lão ông đẹp như đóa sen vừa nở bên hồ, trầm mặc, an nhiên ẩn hiện dưới bóng trăng hạ huyền lúc mờ lúc tỏ trong mây trôi gió thoảng.

Đôi chim khổng tước đã hoàn tất cuộc viễn du từ quá khứ và bay về cõi non bồng nước nhược. Hồn người Cuông Trại cũng nhẹ nhàng bay theo, chơi vơi, bềnh bồng trong giấc mộng cuối cùng của một cuộc đời bình yên nơi điền dã.

Những gì đã từng thuộc về Lão Dư trong cuộc rong chơi 80 năm trần thế - cho dù là diệu ảnh của Mai Hoa Quyền, là Cuông Trại, là một quần thể chim công quý giá đã chắt chiu gầy dựng hay bất kỳ điều gì khác... rồi sẽ yên nghỉ dưới lớp bụi thời gian, tan theo giấc mộng đã lên trời.

Nhưng còn Lem, không thể là một giấc mơ.

3. Theo bóng người thiên cổ

Sau đám tang Lão Dư, toàn bộ gia súc, gia cầm, khoai bắp, rau dưa... người con trai của ông đã bán hết, chỉ thành tâm để lại bầy công như một kỷ niệm để tưởng nhớ về cha mình. Ông ta phát tháng lương cuối cùng cho nhân công kèm một khoản tiền nhỏ, xin lỗi vì buộc lòng phải cho họ nghỉ việc. Ông ta cũng để lại một số tiền nhờ cô Xinh ở cùng Lem cho tới khi gia đình thu xếp được sẽ có người về tiếp quản cơ ngơi này. Nhưng sau đó mấy tháng, cô Xinh lại thai nghén nên đã về nhà, chỉ còn mình Lem trong trang trại rộng lớn với lũ chim công.

Nơi an nghỉ của Lão Dư nằm trong một nhà mộ đơn sơ ở phía tây của Cuông Trại, bên cạnh những ngôi cổ mộ bằng đá ong lâu đời của dòng tộc. Chiều nào Lem cũng ra nhổ cỏ chung quanh khu mộ, chỉ để lại duy nhất loài cỏ lau bao quanh như bốn lũy tường thành. Những cụm cỏ lau nhanh chóng mọc lan ra, cao vượt lên mỗi ngày và sắp cao hơn cô rồi! Những bụi cỏ lau mạnh mẽ nhưng vô cùng mềm mại dẻo dai, chúng nghiêng mình uốn lượn trong gió gợi nhớ hình ảnh người ông sáng nào cũng luyện Mai hoa quyền trong sân. Lem cứ ngồi nhìn khu mộ hoa lau cho đến chiều tối rồi thơ thẩn trở về dãy nhà dọc ngang giờ đây chỉ còn mình cô với nỗi cút côi hiu quạnh.

Năm nay Lem đã trông như một cô gái 14-15 tuổi. Từ khi ông lão mất, người phụ việc cũng nghỉ làm, cô gái càng giống một cái bóng trong trang trại rộng thênh thang. Không ai chăm sóc, nhắc nhở, cô tự do như sóng biển, như ván thuyền, như rong rêu, như vỏ ốc ngoài bờ cát, nơi thủy thần đã để cô lại cho cuộc đời, không tuổi, không tên.

Một ngày của Lem bắt đầu khi mặt trời còn say ngủ ở đâu đó, cô đi gánh nước, hái rau đồng, cắt cỏ, bắt cua bắt ốc, mót lúa mót khoai... quần quật như một nữ nông dân trưởng thành nơi đồng không mông quạnh. Khi đã nhặt nhạnh hết những gì còn sót lại trong trang trại, cô đã phải đi rất xa mới kiếm được những thứ cô muốn, có khi xa đến mức phải qua đêm trong chòi vịt hay mái hiên một nhà nuôi yến của ai đó.

Cô chẳng hé môi nói một lời nào khi người ta tò mò hỏi han cô "ở đâu, con nhà ai, nhặt nhạnh mấy thứ này để làm gì, nhiều vậy để lâu hư chớ ăn sao hết"... Cô bé vẫn cứ cười cười cúi mặt xuống đất chẳng nói chẳng rằng. Cô bé đã phải dè sẻn hết mức với số tiền ít ỏi mà người ta để lại cho cô. Không ai biết đó là thức ăn cho cả cô và bầy công nay chỉ còn khoảng trên 20 con lớn nhỏ quây quần trong bãi đất cuối khu nhà, gần ngôi mộ cỏ lau. Bầy chim đông đúc của Lão Dư để lại một số đã bay đi mất, số còn lại lớp chết, lớp bị bắt trộm gần hết.

Chắc cũng chẳng ai ngờ cô bé cô độc nhưng mạnh mẽ đó hàng đêm trong trang trại rộng mênh mông bỗng sợ hãi tất cả. Cô chỉ cảm thấy bình yên và ngủ ngon lành khi nằm trên lớp lá dừa trải giữa bầy công và gối đầu lên những ụ đất nhỏ trong chuồng.

Hôm nay đã là 30 Tết. Vẫn như mọi năm, Lem ôm trước ngực một bó lông công đủ sắc màu rực rỡ, màu vàng anh, vàng cam, xanh phỉ thúy, màu lục ánh đồng... có vài chiếc còn sót lại từ thời Lão Dư còn sống. Đôi mắt to trong vắt của cô phản chiếu những sắc màu tươi sáng đó làm cho gương mặt ánh lên một vẻ đẹp thật đặc biệt. Lem càng lớn vẻ đẹp đó càng khác lạ như cô đã đến thế gian này từ một nơi không có thực.

Cô vẫn giữ thói quen đi chân không, bộ quần áo cũ rộng thùng thình giống như đang mặc một chiếc váy dài tới mắt cá, nó có vẻ đã từng là màu xanh dương hay màu tím than gì đó. Mái tóc mật hơi cháy nắng cột dây thun thấp ở sau gáy, đuôi tóc dài chấm đến thắt lưng. Nhìn cô giống như sứ giả của những người nghèo khổ nơi miền đất này, đại diện cho hàng mấy thế kỷ phôi pha và một hiện tại hoang vu như cánh đồng nắng trơ gốc rạ, như trại yến hoang tàn hay đập nước khô cần nứt nẻ.

  Người ta đã quen với hình ảnh cô bé bán lông công vào những ngày giáp Tết, trước đây thường hay đi cùng một lão nông quắc thước. Hai ông cháu rất kiệm lời, tuy vậy mùa xuân cũng óng ánh trên râu tóc bạc phơ của ông lão và thắm hồng trên đôi má của cô cháu gái chớm tuổi xuân thì. Năm nay chỉ thấy cô bé đi một mình. Mắt cô hoe đỏ mỗi khi có ai đó hỏi về ông lão và cắm cúi bước nhanh.

  Phiên chợ cuối cùng của năm vãn sớm, chỉ còn lác đác một vài người thu dọn quang gánh sắp sửa về nhà cho kịp rước ông bà. Hai bên đường cũng vắng vẻ đìu hiu, cô gái đi mòn chân khắp các ngả đường mà chỉ bán được vài chiếc lông công.

  Trong những cuộc mua bán diễn ra chóng vánh Lem chẳng nói câu nào, kể cả khi người ta chỉ đưa mấy ngàn lẻ để lấy một cái lông đuôi tuyệt đẹp của loài công ngũ sắc. Cô không biết rằng, với số lông công mà cô ôm trước ngực, ở nơi khác có khi nó đáng giá bằng một đôi chim công non chứ không ít. Người ta tin những cái lông đuôi công sặc sỡ kia là biểu tượng của sự sang trọng và quyền quý, thu hút vượng khí, hỗ trợ cho sức khỏe và nó còn có tác dụng phong thủy rất tốt, xua đuổi những điều không may mắn... tất cả những điều đó càng nằm ngoài hiểu biết của Lem.

  Cô gái nắm chặt mấy tờ tiền lẻ trong tay, bước nhanh đến một tiệm tạp hóa mà trước kia hai ông cháu vẫn ghé lại trước khi về nhà. Cô rưng rưng nước mắt nhìn những thứ bánh mứt ông lão vẫn hay mua một ít vào dịp Tết, năm nay cô chỉ hỏi mua một thẻ nhang thơm.

  Đường về đầy đất đá dưới đôi chân trần khô rát, Lem nhẩm đếm từng bước như một cuộc độc thoại dài lê thê. Nhớ lại những năm trước, ngồi trên xe bò lắc lư cô cũng hay nhẩm đếm những vòng bánh xe khổng lồ gập ghềnh lăn trên đường về nhưng chẳng lần nào đếm được chính xác vì... ngủ gật!

oOo

Chàng trai gỡ chiếc ba-lô trên lưng và buông phịch xuống đám cỏ lau trước chiếc cổng sắt lớn rỉ sét đang đóng im ỉm. Chàng kéo tay áo lau mồ hôi trán, chậm rãi mở tờ giấy nhỏ đã nhàu nát trong lòng bàn tay. Trên tờ giấy ghi một địa chỉ với nét bút chì phai gần hết vì đã mở ra xếp lại nhiều lần:

Trại Cuông
Không số
Đường Lim Sét
(Hỏi ông Bảy Dư)

Nhét tờ giấy vào túi áo, chàng trai nheo mắt nhìn chung quanh.

Trang trại nằm cuối con đường trồng toàn cây lim sét hai bên. Hai hàng lim cao vút lả ngọn vào nhau, những cành nhỏ trên cao đan khít lá non hồn nhiên tình tự. Đây có phải hoa phượng vàng hay cây lim xẹt trồng khắp các nẻo đường của tỉnh ly nhỏ bé trong chuyện kể của những kẻ tha hương? Khi mùa hè đến, những cây lim nở rợp hoa vàng, hoa rơi xuống mặt đường làm thành những con đường hoàng hoa rực rỡ mà mẹ chàng thường nhắc khi kể về thời nữ sinh hoa khôi của bà ở ngôi trường nơi đồng chua nước mặn.

Trái ngược với vẻ đẹp nên thơ, lãng mạn trong tưởng tượng của chàng về một trang trại miền quê bên con đường vàng hoa, khuôn viên trải dài ngút mắt của trang trại là một vùng đất cằn khô nứt nẻ, cỏ lau vươn cao như những chiếc vòi bạch tuộc chờn vờn trong cơn gió hiếm hoi của buổi xế trưa nơi miền biển mặn. Dưới gốc một bụi ô rô đầy gai, một tấm bảng nhỏ bằng thiếc rỉ sét đã bị thủng lỗ chỗ nhưng vẫn có thể nhìn ra mấy chữ ngắt quãng "Cuô...g Tr...i" và tên đường Lim Sét.

Đó là Giao, cháu nội của Lão Dư.

Sau khi tốt nghiệp cử nhân và đã 36 lần nộp CV cho cả doanh nghiệp tư nhân lẫn nhà nước mà vẫn thất nghiệp. Chàng trai tình nguyện về Cuông Trại, bất kể lời yêu cầu của cha và em gái để qua Tết rồi hãy đi (họ không biết chàng còn một lý do nữa là đi trốn Tết!).

Chàng nôn nóng thử sức vực dậy cơ ngơi rộng lớn của dòng họ ở tận vùng ven biển xa xôi, đất điền hoang vắng mà cha chàng từng gọi là nơi sơn cùng thủy tận. Chàng đã nghiên cứu cả ngày trời về giấy tờ pháp lý, quyền sở hữu, thừa kế khu đất, về thổ nhưỡng, điều kiện canh tác không điện, nước và khả năng tiêu thụ nông sản trong khu vực.

Đang không biết làm cách nào để vào trong, Giao bỗng nhìn thấy cô gái nhỏ đứng nhìn chàng đăm đăm, trên tay là một bó lông công.

-Xin chào! Em là Lem phải không? Anh là Giao, cháu của ông Dư.

Cô bé vẫn nhìn chàng không chớp mắt, chẳng có vẻ gì e ngại thẹn thùng. Cô hơi hé chút nụ cười rồi quay lưng đi về phía chiếc cổng nhỏ cách đó một quãng ngắn. Vừa đi cô vừa quay lại nhìn, không phải tỏ ý muốn Giao đi theo, mà để coi Giao có đi theo hay không!

Giao đã được cho biết trước về cô bé kỳ lạ này, điều làm chàng bất ngờ là cô bé đẹp quá! Một vẻ đẹp hoang dã, nâu giòn đến rạn nứt trong nắng gió, không giống những cô nàng trắng sứ pha màu son phấn mà chàng vẫn thường lơ đãng ngắm nhìn khi ngồi trong những quán cà phê chờ thông tin tuyển dụng.

Chàng theo chân cô gái đi qua một cái cổng phụ, tiếp theo là khoảng sân rộng và một khu nhà cổ khang trang mà lúc nãy ở ngoài chàng chỉ thấy được hai cánh cửa gỗ nguyên khối đóng kín. Giao bồi hồi xúc động khi bước qua cửa để vào gian chính của khu nhà, nơi sinh hoạt hàng ngày của người ông đã mất. Tất cả im lìm dưới lớp bụi mờ, chỉ có tia nắng cuối ngày theo chân chàng như một cách chào đón đơn sơ. Chàng nhẹ nhàng đặt ba-lô xuống nền gạch tàu đỏ sậm, tấm thảm bằng bụi dấy lên một làn sương khói là đà như chứa nặng cả tấn thời gian và niềm mong đợi.

Ngay sau đó Lem đưa Giao ra mộ Lão Dư. Chàng buồn bã lặng nhìn một vùng cỏ lau trắng xám vời vợi trong nắng chiều. Loay hoay hồi lâu Giao mới vượt qua khỏi đám cỏ lau dày đặc để vào được nơi người ông yên nghỉ. Chàng ngạc nhiên thấy Lem gọn gàng chui qua một lỗ hổng nhỏ giữa đám cỏ lau như một con mèo rồi đến bên cạnh đưa cho chàng bó nhang và cái ống quẹt.

Mùi nhang khói quấn quanh trên các ngôi mộ khiến Giao ngậm ngùi thương nhớ muôn xưa. Di ảnh Lão Dư với đôi mắt xuất thần và nụ cười nhân hậu trên môi, chắc là ông đang rất hài lòng và mãn nguyện vì đứa cháu yêu nay đã về nhà. Chàng trai thầm khấn hứa với ông nội và các bậc tiền nhân sẽ tiếp nối những gì đang còn dở dang trên nền đất tổ tiên bồi đắp đã gần hai trăm năm.

Trong nhà bếp, trên chiếc bàn tròn bằng gỗ chỉ có cái nồi đất đen bóng đựng cơm với mấy quả trứng luộc trong dĩa và một chén nước mắm trong. Lem xới một chén cơm đầy để trước mặt Giao cùng với đôi đũa rồi lặng lẽ đi ra.

Dù nguội lạnh nhưng đó là bữa cơm ngon nhất mà Giao được ăn. Món ăn vô cùng đơn sơ, bình dị nhưng trở thành sơn hào hải vị trong cơn đói của chàng trai.

Ngọn đèn dầu thắp lên một vùng sáng ấm áp giữa gian nhà rộng, bóng chàng in trên vách bỗng trở nên cao lớn như một người khổng lồ. Ngay lúc này chiếc bóng như người bạn đồng hành vừa xuất hiện mang đến cho chàng một cảm giác thật an lành.

Chàng lấy một chiếc khăn mới từ trong ba-lô, nhẹ nhàng lau từng món đồ cổ xưa, bộ tràng kỷ, từng cái bàn, cái ghế... nơi đã từng đi đứng nằm ngồi của tiền nhân mà ngay cả cha chàng cũng không biết đã trải qua bao nhiêu đời vì lưu lạc đã lâu.

Trong gian thờ, ngoài khung ảnh của Lão Dư còn khoảng gần chục bức chân dung người thiên cổ đã úa màu thời gian. Những đôi mắt hiền hòa, nghiêm nghị nhìn Giao làm chàng choáng ngợp trong một cảm giác tâm linh lạ lùng khó tả. Có phải chàng là hiện thân của quá khứ hàng trăm năm với dòng máu đang chảy trong huyết quản? Hay chàng từ hiện tại đã lần tìm về quá khứ để gặp lại chính mình trong những gương mặt cổ nhân kia?

Chàng quyết tâm sẽ làm sống lại Cuông Trại với một diện mạo mới theo mô hình kinh doanh trang trại. Chàng sẽ tự tìm hiểu thêm về nông nghiệp và chăn nuôi. Điện sẽ được kéo về, sẽ xây thêm nhiều hồ chứa nước mưa, đó là hai thứ tối cần thiết để duy trì sinh hoạt thuận tiện trong mùa khô lẫn mùa mưa. Chàng sẽ thuê mướn nhân công, một hệ thống chuồng trại quy mô lớn sẽ được dựng lên. Trước mắt, vật nuôi chủ lực sẽ là chim công, đó là một trong những mặt hàng đang được xếp vào loại siêu lợi nhuận trong các loài vật nuôi hiện nay.

Ngoài ra, chàng sẽ nuôi thêm trĩ, gà lôi, đà điểu... và những loài quý hiếm khác bên cạnh các loài vật nuôi truyền thống như heo, bò, gà...

Với Lem, chàng hy vọng cô bé không bị bệnh tự kỷ như vẻ ngoài có thể nhận thấy mà chỉ do cuộc sống không có điều kiện giao tiếp, không được học hành, lại thêm tính e thẹn của con gái. Chàng nhất định sẽ nâng niu trau chuốt viên ngọc này. Rồi biết đâu chàng sẽ... cưới Lem khi cô bé trưởng thành bởi vì cô bé đẹp quá, lại là người mà ông nội cưu mang và thương yêu từ tấm bé như đã dành sẵn cho chàng một viên ngọc thô quý giá!

Bao nhiêu thứ rộn ràng, lan man trong lòng làm chàng trai trẻ không thể nào chợp mắt. Chàng cứ trăn trở trên bộ ván ngựa mát lạnh với những suy tưởng tràng giang đại hải. Điều vui nhất là chàng không còn cảm giác chơi vơi hụt hẫng khi không tìm được việc làm sau khi ra trường. Không còn phải chịu đựng cái ý nghĩ tương lai mình sẽ phụ thuộc vào quyết định đôi khi rất tùy hứng và bốc đồng, thậm chí dốt nát của những nhà tuyển dụng mà chàng gặp phải khi đi xin việc. Tệ nhất là tâm trạng thiếu tự tin với ý nghĩ bản thân kém cỏi, vô duyên, vận may không đến...

Rồi chàng sẽ làm nên một cái gì đó lớn lao, sẽ gây dựng sự nghiệp mà ông nội đã mở ra cho chàng như một cách đền đáp với tổ tiên và đất đai nguồn cội.

Đêm giao thừa đặc biệt của Giao ở Cuông Trại trôi qua đen tuyền, lặng im, mùi hương khói trên bàn thờ tổ tiên thoang thoảng vây quanh. Dù sao tiết xuân bàng bạc của đất trời ngoài kia cũng đã làm dịu bớt cơn thao thức bồn chồn của chàng trai trẻ. Cuối cùng chàng cũng mơ màng chợp mắt được một lát trước khi trời sáng.

Tiếng gà gáy trong sân đã làm Giao tỉnh giấc. Chàng cố nhắm mắt thêm vài giây, thích thú đắm mình giữa không gian rộng lớn đang bao phủ quanh mình. Tiếng gà từ đâu đó rải rác vang lên khắp nơi, lúc xa lúc gần, tiếng hùng dũng, tiếng non tơ... tựa hồ khúc ca đồng vọng của buổi ban mai. Chỉ mới qua một đêm thôi, chàng đã cảm thấy thân thuộc với nơi này và tin rằng mình sẽ gắn bó dài lâu.

Sực nhớ hôm nay là ngày mùng một Tết, chàng hơi có một chút lạ lẫm với mùa xuân trong ngần theo cả nghĩa đen lẫn nghĩa bóng. Ngày đầu xuân nơi đây chỉ có không gian yên ả với bản hòa âm bình dị, chắc cũng giống như một ngày bình thường đã từng trôi qua trong trang trại này.

Một cái Tết không ồn ào những cuộc viếng thăm chúc tụng, không gò bó trong bộ đồ mới và câu chúc thuộc lòng để mừng tuổi đầu năm khi còn là cậu ấm túi căng phồng bao tiền lì xì. Không mứt gừng mứt bí, không bánh ít bánh tét, không thịt kho dưa giá, không củ kiệu tôm khô... Rồi khi đã lớn thì ngày Tết kèm theo những câu hỏi: học đến đâu rồi, thi xong chưa, kết quả thế nào, có việc làm chưa, chừng nào cưới vợ, v.v và v.v.. Những cuộc gọi vô bổ rủ rê ăn chơi nhậu nhẹt. Những rà lướt vô thức trên mạng xã hội nghe cả thời gian âm ỉ cháy trong căn phòng riêng ẩn trốn chính cái xã hội đó!

Nghĩ đến đây chàng sực nhớ đã vô tình thực hiện được điều mà chàng từng muốn làm từ lâu. Đó là rút phích cắm, ngừng kết nối với tất cả mọi quan hệ thông qua internet bất kể những lợi ích mà chàng sẽ bỏ lỡ. Thật thú vị, không ngờ thoát khỏi một sự lệ thuộc lại có thể mang lại khoái cảm đến như vậy!

Giao vùng dậy bước nhanh ra ngoài để kịp thưởng thức buổi bình minh đầu tiên của năm mới, cũng là buổi sáng đầu tiên của chàng nơi miền thôn dã.

Ngoài cổng lớn một cội mai già trổ hoa thưa thớt chắc vì không ai lặt lá, hơi hướm của vài cơn gió bấc còn sót lại nhẹ lướt qua làm chàng cảm thấy vô cùng sảng khoái như vừa được tắm gội từ tâm hồn đến thân xác.

Trong khi làm vài động tác thể dục, chàng mỉm cười nghĩ tới bao tiền mừng tuổi đỏ thắm mà chàng đã chuẩn bị sẵn để làm quen với Lem và sẽ trao cho cô bé ngay trong sáng nay khi cô thức dậy. Rồi chàng sẽ hết sức nghiêm trang và vô cùng thân ái, nói cho cô hiểu rằng cô sẽ đương nhiên trở thành cộng sự cần thiết và lâu dài của chàng trong sự nghiệp tới đây. Không biết cô bé sẽ có biểu hiện ra sao, cô đang ở gian nào trong những dãy nhà đầy bụi bặm và tơ nhện im lìm kia?!

Nhưng Giao không thể ngờ Lem đã rời khỏi Cuông Trại khi trời vừa mờ sáng.

Những chiếc lông công ôm trước ngực là hành trang duy nhất của cô. Mái tóc thả dài sau lưng như dòng thời gian êm ả kể từ ngày cô đến trang trại với bàn tay nhỏ xíu nằm trong lòng bàn tay võ sĩ của Lão Dư.

Cô rời đi thầm lặng như những mùa Xuân cũ đã đi qua, những mùa Xuân mà mỗi một lần đến là thêm một lần cô tự hỏi tuổi tên mình.

Có lần Lão Dư trìu mến vén tóc trán của cô qua một bên tai, ông bảo: "Tên khai sanh của con sẽ là Khổng Tước, là chim công, là công chúa của ông". Bây giờ ông không còn nữa, Khổng Tước của ông sẽ bay đi. Cô công chúa nhỏ hay chim công chúa rời bỏ ngai vị giữa bầy đàn xơ xác để đi về nơi vô định. Cô thầm mong bầy chim bơ vơ tội nghiệp kia sẽ được người chủ mới yêu thích và trân quý như cô và người ông khuất bóng đã từng.

oOo

Mùa Xuân lãng du trên các cửa sông thôi thúc hành trình tìm về biển lớn. Sự bất diệt của dòng sông chính là thu hẹp mình lại để chảy qua, vượt thoát rồi tuôn tràn, hòa mình vào đại dương mênh mông bát ngát. Trước khi thoát khỏi giới hạn của dòng chảy để đến với một thế giới bao la rộng lớn hơn, những con sông tưởng chừng như vô tận kia luôn tiềm ẩn khát khao đi đến nơi tận cùng của cuộc hành trình, mở ra một cuộc phiêu lưu mới trong biển trời vô hạn. Có phải vì thế mà ba đào cuồn cuộn, miên man những rẽ nhánh phân chia, hóa thân trọn vẹn để tồn tại trong bao la trùng điệp.

Chiều tàn, thủy triều đã rút dần về khơi xa, bãi cát đen càng trải rộng hoang vu. Trong ráng đỏ chói lòa, Lem đi mãi về phía những triền sóng vẫn còn lan man trôi dạt vào bờ với lời thì thầm từ thiên niên vạn đại. Bóng cô đổ dài về phía sau, mái tóc rối bời trong gió lay động trên nền cát. Những bước chân vô tình in dấu, vết tích của một lần trở lại biển khơi rồi sẽ xóa nhòa hay lưu giữ trong muôn trùng sóng?

Cô dừng lại nơi giới hạn của những làn sóng, lặng lẽ nhìn từng đợt sóng đục ngầu lầm lũi tiến vào bờ rồi lùi ra xa. Sóng liên tục vỗ về, xoa dịu đôi chân trần ửng đỏ vì đã bước đi trên cát đá chông chênh từ hừng đông cho đến chiều tà.

Có điều gì đó vừa thoáng qua cô từ ký ức mơ hồ, phải chăng là bóng người sừng sững che khuất những con sóng dữ dội trong một chiều giông bão xa xăm...

Từ bây giờ có lẽ Lem chỉ còn là giấc mơ của Cuông Trại.

Nguyễn Thy
Bãi biển Gò Công, chút tình cho cố xứ.
2022

♡♡♡

Chú thích:

(1) Cuông là tên gọi khác của chim công, cũng gọi là khổng tước hay nộc dung.
(2) Bất cứ ai khao khát chim công đều phải trải qua khổ ải của xứ Hindustan (ngạn ngữ Ba-Tư).
(3) Khổng tước vũ (Nguyễn Du)
(4) Biển Tân Thành, còn gọi là biển Gò Công, nằm giữa hai cửa sông lớn cùng chảy ra biển Đông là cửa Soài Rạp và cửa Tiểu.

em về giữa phố mưa bay
nghiêng vai là ngọn tóc lay lắt buồn
gió đùa lộ gót chân run
hoang mang từng bước chân vương bóng chiều
ngón dài che mắt đăm chiêu
ngón ngoan khép vạt áo kiều diễm bay
giọt xuân hôn ướt chân giày
thoáng nhìn em đã nghe đầy nhớ nhung
hồn lênh đênh đã theo cùng | hạt mưa quấn quít lạ lùng bên em - MÙA XUÂN - luanhoan

TRANG THÙY
Yêu Thương Tìm Về

Người đàn ông trạc chừng hơn 60, dáng vẻ khắc khổ, đi bên cạnh là một chú tiểu đang chừng tuổi thiếu niên. Hai người có vẻ đang giằng co nhau về một điều gì đó. Người đàn ông vẻ mặt thiểu não, dường như đang cố thuyết phục chú điệu trẻ:

- Thì con không cho ba đi theo con cũng được, nhưng con hãy vô đây nghỉ chân uống trái dừa cho mát đã, trời nắng nôi như ri!

Chú điệu trẻ mặc dù không lộ vẻ bất kính nhưng lời nói và vẻ mặt cương quyết:

- Dạ không, ba mệt thì ba vô uống nước đi, ba để cho con về chùa, đừng đi theo con nữa!

Chị ngồi bán dừa ngay gần đó chứng kiến cảnh hai cha con giằng co, lúc đầu chưa biết chuyện gì nhưng nhìn cử chỉ người đàn ông thiểu não, chị cũng góp vào một câu:

- Thầy ơi, nước dừa tinh tấn lắm, thầy đừng ngại, vào nghỉ chân một chút cho đỡ nắng thầy ạ!

Ngó chừng không thể từ chối mãi, chú đành miễn cưỡng dắt xe lên lề đường, nhưng vẫn nói với cha bằng giọng nho nhỏ:

- Thôi được rồi, nhưng con nói trước là con vô đây mười phút thôi và không uống nước mô nghe!

Chị bán dừa cẩn thận chỉ chặt hai đầu của trái dừa rồi cắm ống hút vào thôi để thầy có thể yên tâm mà uống. Nhưng mặc người cha cứ thuyết phục, vị sư trẻ nhất định không uống.

- Thôi, con không chịu uống cũng được, nhưng con hãy cho ba biết tên chùa nơi con ở để thỉnh thoảng ba lên thăm con!

- Không, con đã nói rồi, con không cho ba lên trên đó, mà ba cũng đừng đi theo con nữa!

- Thôi mà con, bao năm qua ba hối hận lắm rồi, mấy bữa nay đi tìm con mà không được, chừ ba già rồi, con cho ba biết để lỡ có chuyện chi ba cũng yên lòng nhắm mắt, mà con đi tu ri là mấy năm rồi?

- Con đi tu 5 năm rồi, chừ con sắp được thọ giới Sa di, mà thôi, con đi đây!

- Con ơi, cho ba biết chỗ ở của con, ba hứa sẽ không làm chi ảnh hưởng đến việc tu hành của con mô!

- Không, con không cho ba biết, ba đã vô trách nhiệm với mạ con con, chị con cũng đã vì ba mà lưu lạc đất khách quê người, chừ con mong ba đừng làm phiền con nữa!

Nói xong, điệu dợm đứng lên, vẫn không hề đụng đến chút nước dừa mát ngọt. Người cha vội vàng níu vội, bàn tay già nua nhăn nheo, khóe mắt ánh lên tia nhìn van xin thống khổ. Vị sư trẻ bất giác mềm lòng, nhưng dường như tự trong thẳm sâu vẫn còn âm ỉ nỗi giận hờn còn chưa tan biến. Điệu thấp giọng:

- Thôi con đưa ba số điện thoại của con, khi mô có chuyện chi cần kíp ba hãy gọi con!

Biết không thể thay đổi, người cha đành đứng lên theo chân chú ra xe. Người cha run run vội vàng lấy chùm nhãn lồng nãy chừ để ở giỏ xe, móc vào xe của con. Thoáng nhìn cha thật nhanh, rồi chú điệu vội vàng đạp xe đi, người cha bất lực trước sự cương quyết của con, đành nhìn theo với ánh mắt buồn rười rượi.

Chuyện cách nay đã 10 năm:

Trên chiếc giường ọp ẹp trong căn nhà bé tí rách nát sát bờ ruộng, người phụ nữ chừng 48 tuổi hai hõm mắt hóp sâu. Nước da bà xanh nhợt, ốm yếu ho sù sụ dai dẳng từng tràng. Tội nghiệp hai đứa con dại khờ bé bỏng của bà. Vân, con gái lớn mới 13 tuổi mà đã phải đi bán vé số để kiếm tiền nuôi em, nuôi mẹ và Tân, đứa con trai út năm nay lên 11 tuổi một buổi đi học còn một buổi ở nhà chăm lo săn sóc cho mẹ. Bà mắc bệnh lao phổi đã hai năm nay. Người chồng chuyên đi đánh đàn chầu văn cho các buổi hầu đồng, bà ở nhà vừa làm thợ may vừa chăm sóc con cái. Thế rồi, một buổi chiều mâm cơm trên bàn đã nguội lạnh mà không thấy bóng chồng về, bụng bà nóng như lửa đốt. Mấy bận ra vào trước bậu cửa ngóng trông nhưng rồi chồng bà vẫn bặt tăm. Thấy tối rồi bà kêu hai con vào ăn cơm và đi tắm rửa, mở tủ quần áo ra bà mới tá hoả khi toàn bộ áo quần tư trang của chồng đã không còn thứ gì trong tủ, kể cả số tiền ít ỏi bà vun quén dành dụm cũng không còn. Biết chuyện, những người hàng xóm qua an ủi bà, từ đó bà mới biết bấy lâu nay ông lén lút qua lại với một cô đào hát. Vậy mà suốt ngày bà thật thà tin tưởng chồng mình, ngỡ dù sao cũng đã có với nhau hai mặt con. Ngờ đâu!

Từ đó, ba mẹ con dắt dìu nhau sống trong cơ cực, nhưng không may hai năm nay bà đau ốm liên miên, cơn bạo bệnh hành hạ bà không thể làm gì được nữa. Bà đành nuốt nước mắt nhìn hai con đang tuổi ăn tuổi lớn của mình vất vả, bóng chồng vẫn bặt tăm. Mà nghe đâu họ đã dắt nhau vô trong Nam, dựng xây cuộc sống mới. Bà biết mình đã bị phụ phàng, chỉ thương hai con còn thơ dại.

Cu Tân đẩy tấm liếp nhè nhẹ rồi rón rén đi xuống bếp. Hồi nãy nghe nói người ho ăn nhiều nghệ vào sẽ đỡ nên nó chạy ù qua nhà bác Dương hàng xóm xin mấy củ. Nhà bác có trồng khóm nghệ to chỗ gần giếng nước nên củ ngon lắm. Định bụng chiều nay sẽ giã rồi xào nghệ cho mạ ăn, còn bây giờ để mạ ăn cháo cho nhẹ bụng đã. Có nồi cá bống thệ sáng nay chị Vân kho khô queo thật thơm ngon trước khi đi bán. Chị còn cẩn thận dặn: "Em đi học về nhớ đừng rong chơi la cà để về sớm hâm nóng lại cháo cho mạ ăn nhé!".

Cu Tân bưng tô cháo đang còn bốc hơi, bỏ thêm vài con cá bống thệ trông thật hấp dẫn. Nó nhẹ nhàng để xuống chiếc bàn nhỏ đặt sát giường mẹ:

- Mẹ ơi, mẹ thấy trong người thế nào, có đỡ không. Gắng ăn chút cháo mẹ nhé!

- Ừ, con!

Mẹ khó nhọc mở mắt ra. Cu Tân múc một muỗng cháo đưa lên miệng thổi cho nguội rồi đút cho mẹ. Đến muỗng thứ năm thì mẹ ho. Mẹ ho cả tràng dài, mặt mẹ tái đi rồi lả dần trong tay Tân.

- Mẹ, mẹ ơi, mẹ làm sao thế này, mẹ ơi đừng làm con sợ. Làng xóm ơi có ai không cứu mẹ con với! Ba ơi ba, ba mô rồi ba ơi!

Hôm đám tang mẹ, chỉ có hàng xóm đưa tiễn mẹ ra nghĩa trang. Ba vẫn bặt vô âm tín. Nhưng cơ duyên cho Tân gặp một nhà sư đến cúng ma chay cho mẹ, thấy Tân ngoan ngoãn lễ phép, lại có ý muốn vào nương tựa cửa thiền, nên sau khi dò ý, sư bèn thu nhận Tân làm đồ đệ, hàng ngày ăn chay niệm phật, xa lánh mọi thứ cám dỗ thế gian và cho cu Tân đi học tiếp. Còn chị Tân cũng được một người bà con xa ở trong Nam nhận cưu mang.

Điệu Tân dậy từ lúc 3 giờ sáng, thầy đã giao trách nhiệm cho điệu phần việc gióng chuông công phu mỗi ngày nên dậy sớm đã thành nếp quen của điệu. Vệ sinh cá nhân tươm tất, pháp phục chỉnh tề, điệu nhẹ nhàng tém gọn chỏm vá Tu la trước vầng trán thông minh sang một bên tai trái cho gọn ghẽ. Tuần trước sư thầy đã thông tin cho điệu biết rằng thêm hai mùa trăng nữa là điệu sẽ được cạo hết sạch nhúm Tu la ấy để thọ giới Sa di sau một thời gian chăm lo tu học và trải qua nhiều thử thách. Điệu mừng lắm, nhưng cũng có phần băn khoăn khi sắp sửa lìa xa nhúm tóc cuối cùng của mình. Bất giác điệu nhớ ngày xưa lúc còn nhỏ ba thường bồng ngửa điệu trên tay để mẹ gội đầu cho điệu mỗi khi trời lạnh giá. Những ngày ấy điệu được sống trong tình thương trọn vẹn của mẹ cha, hạnh phúc biết bao. Điệu nhớ những bữa cơm gia đình đầm ấm, nhớ khi ba làm ngựa cho điệu đi chơi nhong nhong khắp xóm, mẹ âu yếm ngừng mũi kim may, nhìn cha con điệu mỉm cười hiền lành. Bất chợt, hai giọt nước mắt điệu ứa ra, bàn tay dộng chuông đã có phần yếu ớt. Nhớ lời sư phụ dặn, mọi điều trên thế gian này đều vô thường, nên gặp vui sướng hay khổ đau đều phải để lòng bình yên, không quá vướng bận; nghĩ thế nên điệu gạt ngay những nỗi phiền muộn của mình, ra tìm chổi quét mấy ngọn lá rơi rớt trước cổng chùa. Lạ thay, những phiền muộn của điệu cũng trôi theo những chiếc lá, chỉ còn lại những ý niệm nhẹ nhàng trong tâm tưởng.

Thật ra, hôm qua khi tan trường, một tiếng gọi từ bên kia đường khiến điệu giật mình thảng thốt: "Ba!" Từ bên kia đường, người cha vội vã băng qua. Nhưng sau phút giây vui mừng, lòng điệu chợt dấy lên một nỗi sân hận. Người cha đã đang tâm dứt bỏ ba mẹ con điệu để theo người đàn bà khác, biền biệt bao năm giờ đây trở về trong dáng vẻ mệt mỏi, già nua. Nụ cười mừng rỡ trên môi chưa kịp nở đã vụt tắt, bởi bao kí ức đau thương ùa về, khiến con tim điệu muốn chạy ào lại bên cha, nhưng lý trí lại xui bước chân điệu dỗi hờn trốn chạy. Giữa trưa nắng chang chang, người cha già nua chạy xe theo người con giờ đã trở thành con của Phật mà lòng rối bời niềm ăn năn hối lỗi.

Những nhát chổi theo bàn tay điệu đến đâu sân chùa sạch bong đến đó và muộn phiền cũng theo gió bay đi. Chợt xa xa một tiếng chim non cất lên những tiếng kêu yếu ớt. Bộ lông chú xơ xác, hai mắt thất thần bước lò dò qua những hòn sỏi nhỏ, có lẽ chú đã lạc đường về nhà. Bỗng trên nóc chánh điện, hai chú chim lớn hơn cũng đang kêu to rồi sà xuống bên chim non. Chúng dang đôi cánh ra và cắp con bay lên. Đúng là chim bố và chim mẹ đang tìm cách cứu chim non rồi. Chứng kiến hết cảnh đó, những dỗi hờn, sân hận trong lòng điệu như một khối băng từ từ tan rã, nhường chỗ cho những yêu thương tìm về. Về trai phòng, điệu lục tờ giấy ghi số điện thoại của cha, tần ngần một chút rồi điệu nhắn tin cho cha với nội dung: "A di đà phật, con mời cha hai mùa trăng sau đến dự lễ thế phát ở chùa, nghĩa là con đã chính thức trở thành người xuất gia, là con của Phật rồi. Từ nay cha hãy yên lòng về con mà giữ gìn sức khoẻ. Lúc nào nhớ con cha hãy lên chùa đánh lễ Phật và thăm con ạ!

Trang Thùy

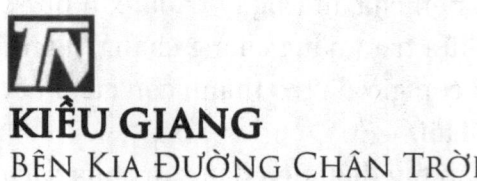

KIỀU GIANG
BÊN KIA ĐƯỜNG CHÂN TRỜI

Hùng đẩy cánh cổng chốt hờ then, lẳng lặng bước vào căn biệt thự mini. Trời đêm thật yên ắng trong cái tổ ấm mà anh dày công gầy dựng, vun vén trong suốt 10 năm. Anh thuộc lòng từng dấu tích trên mỗi gốc cây trong vườn, từng chỗ đặt vật dụng trong nhà, anh yêu chiếc ghế đá đặt gần hồ cá cảnh, nơi anh thường ngồi với Hoàng Lan trong những đêm trăng... Nơi đây là Vườn Địa Đàng thu nhỏ, từng níu bước chân anh trong những chuyến công tác lâu ngày, bỏ lại Eva Hoàng Lan đơn lạnh của anh...

Lần này về, anh không điện báo trước cho Hoàng Lan biết, vì con tàu do anh làm thuyền trưởng, rút ngắn hải trình, không đi châu Âu và anh cũng muốn tạo sự bất ngờ cho vợ. Hùng liếc nhìn đồng hồ, "đã mười một giờ đêm", anh nói khẽ. Anh hơi ngạc nhiên, sao giờ này, vợ anh vẫn chưa khóa cổng. Không khí trong sân thật mát mẻ. Mùa thu, mùi thơm hoa cúc, hoa nguyệt quế tỏa ngát sân, anh hít một hơi thật dài thỏa thích. Không gian thật tĩnh lặng, nhưng anh nghe như có tiếng chim rộn rã trong lòng, náo nức bước nhanh về phía sảnh, nơi đặt chiếc bàn tròn và mươi chiếc ghế cổ làm bằng gỗ mun mà anh đã cất công mua về từ nước ngoài. Trên bàn, bình hoa cẩm chướng vẫn còn tươi, thứ hoa mà Hoàng Lan rất ưa thích. Anh đảo mắt nhìn quanh. Chiếc đàn Piano vẫn thường dẫn anh đi vào cõi mộng, dưới những ngón tài hoa của Hoàng Lan, im lìm trong phòng khách, căn biệt thự dường như đã cùng vợ anh chìm trong giấc ngủ. Một rung cảm nhẹ thoáng qua đầu, hình ảnh của người vợ, như một nàng công chúa ngủ trong rừng thẳm, vừa thức dậy từ tuổi thơ anh.

Nhưng bất chợt Hùng nhìn thấy tia sáng yếu ớt từ trong phòng ngủ của vợ, chiếc đèn ngủ trong phòng vẫn sáng mờ, và chiếc xe gắn máy Nhật loại đắt tiền dựng trong ga-ra. Mặt Hùng biến sắc, hơi thở dồn dập, anh chăm chú dán mắt vào khe hở của màn cửa. Anh không còn tin được vào mắt mình. Cả thế giới như sụp đổ. Hoàng Lan, đang lõa thể, trong nỗi đam mê cùng tột, đã quấn chặt vào người đàn ông như đôi rắn trong vườn địa đàng mà anh đã xem trong các bức tranh tôn giáo thời trung cổ. Người đàn ông, tấm thân cuồn cuộn cơ bắp, đôi tay cố ôm siết đôi vai nàng, trong lúc đầu hắn hăm hở vục vào ngực, vào cổ nàng. Vì đêm quá tĩnh lặng, tiếng rên khe khẽ của nàng vẫn cứ quái ác lọt vào tai anh. Thời gian như dừng lại trong đầu anh hàng thế kỷ. Tâm tư bấn loạn, anh như đang rơi lơ lửng trong chín tầng địa ngục. Dù là một người đàn ông có bản lĩnh, nhưng sự nghiệt ngã của hoàn cảnh cũng làm cho Hùng phải quỵ ngã. Anh ngồi bệt xuống thềm nhà, tựa lưng vào vách, không dám nhìn vào trong nữa.

Một lúc khá lâu, có lẽ họ đã ngủ, như hai cái xác chết trên chiến trường hoan lạc, sau cả tiếng đồng hồ quần thảo. Anh nhìn thật lâu vào lọ hoa trên bàn, vào cái đèn ngủ lặng lẽ nhả một thứ ánh sáng yếu ớt, vào cái hòn non bộ đặt sát tường vẫn róc rách dòng nước chảy trong thời gian bất tận, và vào những vật dụng quen thuộc xung quanh, nhưng sao hôm nay, chúng bỗng trở thành xa lạ với anh một cách tàn nhẫn. Vũ trụ như chìm vào hư không. Tình yêu của nàng, với anh là nguồn gốc của mọi thứ, đã trở nên cạn kiệt, không còn giúp được gì cho anh chút hơi thở cuối cùng trong ngôi nhà này...

Hùng đứng lên và tiến lại chiếc bàn, dáng rã rời, nặng nhọc kéo ghế ngồi. Anh rút ra trong cặp da một tờ giấy, đưa chiếc đèn về phía mình, hí hoáy viết, nét chữ run run, rồi gấp lại, đè cẩn thận dưới chân đèn.

Con đường Nguyễn Du về khuya thật thanh lặng. Đêm nay, thế gian hình như chỉ còn có mình Hùng, nỗi cô đơn lùa về làm anh khẽ rùng mình, những âm vang như từ nguyên sơ tràn ngập cõi lòng anh. Tiếng vĩ cầm của Hoàng Lan trong Symphony No.9 của Beethoven hình như còn treo lơ lửng trên những cành me xanh, vẳng ra từ trường Quốc Gia Âm Nhạc, nơi ấy họ đã gặp nhau và bắt đầu yêu nhau mười lăm năm trước. Hùng thở dài chua chát, rồi như chỉ còn là vô thức, anh lê những bước chân nặng nhọc hướng về Nhà Thờ Đức Bà. Trời Sài Gòn, khuya cuối thu se lạnh, bước chân anh dẫm lên lớp lá me rụng dày trên lề đường, tạo ra một thứ âm thanh rất khẽ, càng làm tăng thêm nỗi hoang vắng mênh mông.

Chuông đồng hồ trên tháp bưu điện trung tâm Sài Gòn điểm hai giờ sáng, đèn trong nhà thờ đã tắt, thỉnh thoảng một chiếc ô tô lặng lẽ vụt qua rồi mất hút trên đường Đồng Khởi, Hùng mệt mỏi ngồi xuống chiếc ghế đá ven công viên. Anh châm điếu thuốc gắn lên môi, nhả những cụm khói vo tròn vào đêm vắng, rồi ngước mắt nhìn lên tượng Đức Mẹ. Anh nghĩ, có lẽ bây giờ Mẹ cũng đã ngủ yên... trên thiên đường, chắc chẳng thấy anh, chỉ còn một mình anh lang thang trong cõi trần gian đầy bất trắc và dối gian, không còn ai hiểu và sẻ chia nỗi lòng anh giữa lúc này. Anh sẽ phải làm gì, đi đâu, trong đầu anh bây giờ là một dấu chấm hỏi to tướng và sau đó là một dấu chấm hết.

Có lẽ đã gần sáng, Hoàng Lan giật mình thức giấc. Trung, người tình đang say ngủ bên cạnh, đèn ngoài sảnh vẫn còn sáng. Hoảng hốt vì biết mình đã ngủ quên, nàng ngồi bật dậy, chạy ra sảnh, thấy tấm giấy gấp, được đè cẩn thận dưới chân đèn, nàng vội mở ra đọc: *"Hoàng Lan ơi, hôm nay anh đã về với em sau ba tháng mong đợi từng giờ. Nhưng có ngờ đâu, đây cũng là lần cuối cùng anh thấy được em và rồi anh phải xa em vĩnh viễn. Anh không còn đủ can đảm để gặp lại em, vì không biết lúc đó anh còn dám nhìn vào ánh mắt đắm đuối mà em đã từng dành cho anh trong suốt mười năm chúng mình yêu nhau, anh biết nói gì với người mà anh đã từng* vắt cạn máu tim mình để dâng hiến, để yêu thương... và anh còn biết làm gì! Anh sẽ cố quên đi hình ảnh mà anh đã chứng kiến đêm nay, vì anh còn muốn giữ lại một Hoàng Lan thiên thần trong tim anh, dù thiên thần Aphrodite giờ đây cũng chỉ còn trong mộng tưởng. Từ nay, căn biệt thự này là của em, bầu trời hạnh phúc này là của em. Cho anh gửi lời cảm ơn người đàn ông đã thay anh cho em hạnh phúc. Anh xin lỗi em là đã hơn mười năm rồi mà anh không thể nào cho em một đứa con, có lẽ rồi anh ta sẽ làm điều ấy thay anh.

Em yêu ơi, anh đành phải vĩnh biệt em rồi, gửi em ngàn nỗi đớn đau thương nhớ"

Chồng em – Thế Hùng

"Anh ơi, em chết mất thôi". Hoàng Lan khẽ kêu lên rồi gục xuống bàn, mặt đè lên bức thư, nức nở rần rụa, không còn đứng lên nổi. Trung bước ra thấy vậy, có lẽ đã hiểu một phần câu chuyện. Anh đứng nhìn Hoàng Lan hồi lâu rồi đưa tay lay vai nàng mấy lần nhưng nàng vẫn không chịu đứng lên. Nàng nói khẽ "anh về đi, tất cả đã hết rồi".

Con tàu trực chỉ hướng Hồng Kông, hai ngày nữa sẽ nhả hàng ở đó. Sáng nay, sau bữa sáng, Hùng ra ngồi ở phòng hoa tiêu, lòng buồn rười rượi. Từng giọt cà phê, cùng những hình ảnh của đêm kinh hoàng ấy, trôi xuống cổ, nghe đắng chát. Biển đẹp trong xanh gờn gợn, con tàu như đang dũng mãnh nuốt sóng, nhưng lòng anh lại như đang bị vùi dập bởi những đợt sóng muôn trùng của dĩ vãng ngọt ngào và thương đau cùng cực.

Hùng với tay lấy một tờ nhật trình nơi giá báo, đưa lên đọc để cố quên đi cảnh đời trớ trêu nghiệt ngã, bỗng tay anh run bần bật, khi phát hiện một tin sét đánh đăng trên trang nhất: "Nữ chủ nhân biệt thự Hoàng Lan đã tự sát trong đêm". Anh cố trấn tĩnh để đọc cho hết bản tin, rồi không còn tự chủ, tờ báo vuột khỏi tay anh rơi xuống sàn.

Những hình ảnh trái ngược nhau trong quá khứ như cứ trào ngược trong trí nhớ. Anh lầm bầm "ta đã có lỗi với nàng". Hùng nhắm mắt để được bềnh bồng trong cái thế giới huyền ảo hư vô, tình yêu vĩnh cửu mà anh từng mơ ước, đã không bao giờ hiện hữu trong cuộc đời này, mà có lẽ nó chỉ tồn tại ở phía bên kia đường chân trời, còn lại chỉ là những ngẫu nhiên mà tất cả những nỗ lực của con người dần trở nên vô nghĩa.

Kiều Giang

TRIỀU HOA ĐẠI
Chim Và Phố Lạ

chiều bước vào thành phố
có chim lẻ đi theo
những lá vàng như thể
tôi biết làm sao đây?

quẩn quanh ngoài phố lạ
chắc tình vừa mới xa
khi bàn tay run vẫy
như mới ngày hôm qua

tuổi mình ngờ mới lớn
nên mỗi lần thiết tha
chậm rơi ngày chân lạ
chẳng ai quen bao giờ

mà này nhà ngói đỏ
chim chắc chả quay về
và một ai ngồi đó
có cùng thời gian xưa?

hỏi nhỏ còn nhớ không?
một đôi khi vụn vỡ
một đôi khi trong lòng
đã chẳng hy vọng muộn
để ôm vào hư không

chim ơi và phố ơi
bay chiều nay đã mỏi
bay chiều mãi quên về
thôi nhé tình ở lại
biết buồn cùng. Ai chia? ∎

HÀ NGỌC HOÀNG
Ánh Trăng Vàng

Bông hoa Lan vừa nở ẩn mình trên kệ
Là màu vàng như màu áo thiếu nữ Nam Á
Tỏa hương nước hoa lôi cuốn
Làm tôi mơ về giấc mơ đêm qua

Open Banking mở ra
Về một giấc mơ Nam Á
Rẽ vào hàng cá tôi không mang tiền
Biển đảo đất liền mình đều chuyển khoản

Nam Á vàng như màu hoa Phong Linh nở sớm
Vàng hơn ánh trăng đêm qua
Tôi chạm vào bài ca như mình bật hàng ngày
Như buổi sáng nay chiếc ô che khách

Mưa rơi tí tách, ướt cả hiên nhà
Nhâm nhi tách trà, ướp đầy hương vị
Làn hương quả thị, thơm nồng thi ca
Cơn gió thoảng qua, hương thơm thiếu nữ

Cây Kim Tiền đặt đúng chỗ
Tiền trong ví nở ra
Sao Vàng, Nam Á một nhà
Tôi chạm vào linh thiêng Phật Pháp | *Móng Cái*

HỒ CHÍ BỬU
MẬT NGỮ

Riêng tặng HH.

1.
Điều ta nghĩ về người không thể viết bằng ngôn ngữ
Mà là một ẩn ngữ huyền diệu tinh hoa
Sẽ không thể hiện bằng sắc màu xuất thế
Không có hào quang nào chói lọi trong thi ca

Sự xán lạn phóng nhanh từ một vô cực
Trong mớ hỗn độn đó nảy sinh một đóa hoa
Chỉ thấy thôi – đi không tới – sờ không đụng
Ngát mùi hương trầm mặc lung linh

Không thể nào trộn lẫn vô thanh vào vô thức
Mật ngữ ta dành cho người giống như một thánh kinh
Bởi lưỡng nghi luôn luôn là hai bản thể
Ta với người cứ thế. Đu đưa...

2.
Sự vật chuyển động là bị một lực hút nhất định
Con người khai sáng về trí tuệ bởi bản năng
Ăn, ngủ, yêu đương và hưởng thụ
Vì sinh tồn người ta có thể làm bất cứ điều gì để sống

Nhưng tiếng tăm nhiều thì tai vạ càng lớn
Mọi sự vật đều có quy luật riêng của nó
Sẽ không tồn tại những vật không có quy luật
Và dĩ nhiên thơ cũng có mục đích khi đã viết ra

Ta hướng về người vì có một sức hút đặc biệt
Cũng có thể hiểu là duyên số tiền căn
Định mệnh là điều không thể chối cãi
Cùng tầng số thì cứ thế mà bay... ∎

HỨA HIẾU
TÀ KHÚC 134 MẤT TÍCH

tà khúc 134. mất tích
hắn nói về tháng giêng
đến tháng chạp
hắn nói về cái chợ hoa
những chậu hoa dầm mưa dãi nắng
hết chợ hắn viết về nỗi buồn cuối năm
những ly rượu ngật ngừ tựa nỗi thất thoát lên tấm lưng trần trụi
của cuốn lịch
đến hết tháng chạp
hắn nói về những xiêm y mới
hắn nói về phúc lộc thọ đậm đà hên xuôi
khi hết phúc lộc thọ
nhân gian xếp lại xiêm y và cất vào ngăn ký ức
hắn lại bắt đầu nói về tháng giêng
một hôm có nhà tiểu luận thơ hỏi hắn một cảm tưởng về tết
hắn lạnh lùng nói
làm gì có tết
chỉ có tháng chạp
và tháng giêng.

khuya, tôi đi tìm tôi
khuya, nhớ đêm trên núi biên phòng
khu rừng ru tiếng gió và những vì sao thắp sáng trời đen
tôi đi tìm tôi
trong giấc ngủ một thị trấn biển
yên lành tôi, hoa niên
khuya, ở trên núi biên phòng
dãy đèn xe biên giới
phá nát màn đêm tĩnh mịch
lấn át tiếng dế thanh bình ■

HUỲNH MINH LỆ
Thơ Ngắn

buổi điêu linh

bụi tre bụi trúc buổi điêu linh
con chim ngơ ngác bỏ mái đình
thanh bình mơ ước ăn hột muối
hột muối ăn hoài thỏa bình sinh

dài ngoẵng

một mảnh tường đã vỡ
một dòng sông dài ngoẵng
chảy tận cùng thế giới
chảy trong đầu trong tim | *11.2023*

BẢO GIANG
NGÀY VỀ

Một mai kia hòa bình sẽ tới,
Ta quay về vẫy gió gọi trăng.
Theo ánh đèn lưng mây thấp thoáng,
Cho tiếng lòng rộn rã lên cao.

Rồi bước chân ta vào muôn ngã,
Tìm bóng hình những dấu chân xưa.
Này Xuân Lộc rừng chưa thay lá,
Vẫn tuyến đường muôn ngả hôm nao.

Bên rừng già mưa rào lá đổ,
Với tháng ngày chưa vỡ tương lai.
Anh lính trận gươm mài sắc bén,
Dành tặng kẻ bán rẻ non sông.
*

Này An Lộc, Bình Long giữa sóng,
Đón mưa gào bão táp cuồng phong.
Đưa ta về Kon Tum, Quảng Trị,
Trong một chiều gió loạn binh đao.

Nơi rừng già chiến hào ghi dấu,
Những anh hùng của đất nước nam.
Đã về đây ghi dòng chiến sử,
Cho nước Việt rạng rỡ tương lai.

*

Rồi ta về qua đồng nắng cháy,
Nơi một thời nếm trải chông gai.
Cho máu hòa vào lòng đất mẹ,
Cho bóng cờ mãi mãi trên cao.

Hồn quy về trăng sao đỉnh núi,
Xác còn đây thách gió, mây rừng.
Để từng đêm ta ngồi với bóng,
Dõi mắt theo ngọn sóng dâng trào.

Này chén rượu, mời chào nhân thế,
Ta uống vào gọi gió mây trôi.
Theo cánh chim giữa trời lộng gió,
Đảo cánh về vui với non sông.

Ta bay qua giữa lòng đất mẹ,
Ta bước về một lối yêu thương.
Nối lại cầu sông Gianh Bến Hải,
Cho đôi bờ nam bắc yên vui.

*

Rồi ta đi, đến từng thôn xóm,
Cùng nước non vui tháng năm dài.
Ta vẫn đi miệt mài từng bước,
Cho tiếng đàn vọng tới chân mây.

Để thời gian có là cơn lốc,
Mãi còn ghi cột mốc nơi đây.
Những bóng hình của ngày chinh chiến,
Áo hoa rừng sống với nắng mưa.

Người một lần đem thân vì nước,
Cho ngàn sau, tiếp bước đi lên.
Người chiến sĩ một lần tiến bước,
Cho vạn đời đất nước lưu danh. | *2023*

BÌNH ĐỊA MỘC
ĐẶC SỆT GIỌNG NHÀ QUÊ

đang yên đang lành đua nhau ra phố
chẳng biết thang máy ai kéo mà lao lên trời vun vút
cửa cuốn ai lôi mà rớt xuống đất rầm rầm
đói bụng thọc tay túi quần
đụng hạt lúa lép
mới hay ở quê đang độ mất mùa

gặp cơn mưa bất chợt
nước tràn trề lai láng
cô gái chạy xe máy tưng tưng trên phố
bỗng sụp ổ gà ngã ngửa
chiếc dép trôi ngang
nón sơn trôi dọc
nỗi buồn trôi lênh đênh

bạn mời uống cà phê
nhân viên phục vụ đông hơn khách
cả người đẹp chân dài
không dám nhìn sợ quán tính thêm tiền
cắm đầu vào ly nước chanh trong vắt
vị chua từ thực quản xuyên qua lồng ngực
ngấm xuống dạ dày chuyên ăn dái mít chấm muối ớt cồn cào

sống ở phố được vài năm
bắt đầu chửi thề
cuối tuần lai rai nhậu nhẹt
lâu lâu làm vài cuốc gái gọi
rốt cuộc vỡ nợ
đành khăn gói trở về nơi xuất phát

đang yên đang lành tự nhiên nói tiếng sài gòn
nhà xe tưởng thiệt nâng giá vé gấp đôi
biết mình bị hố nhưng không dám cãi
cãi riết một hồi sợ giọng nhà quê lòi ra đặc sệt

tổ cha mi cái đồ ăn cướp | *SG 2023*

ĐẶNG XUÂN XUYẾN
TỈNH MỘNG ĐIẾM TRỌ TRẦN GIAN

Đêm vắng

Ơ hay đêm vắng còn chưa ngủ
Mải đứng dòm khuya mãi gật gù
Ờ nhỉ tháng Mười giăng ngõ cũ
Xáo xác cuối vườn tiễn gió Thu.

Tháng Mười

Lạ nhỉ, tháng Mười đã về chưa
Mà sao vạt nắng trải đủ vừa
Và sao gió lạnh gom đủ lựa
Se giọt mưa chiều rắc lưa thưa...

Tỉnh Mộng

Lật khật ghé chân vào cửa động
Gặp em lụi hụi mé triền sông
Giật mình tỉnh rụi cơn say mộng
Ờ, đã tháng Mười, đã sang Đông!

Điếm trọ trần gian

Đã biết trần gian là điếm trọ
Sao còn gian díu tổ tò vò
Thế nhân vốn sẵn lời xiên xỏ
Nhân nghĩa xù ra chỉ diễn trò. | *Hà Nội 2023*

NGUYỄN THANH SƠN
VÔ ĐỀ

Con đường đi qua
Từng vòng xe lăn
Một vài lá cỏ
Lẩn khuất bên đường
Bao bàn chân quen
Đi qua đi qua
Lặng lẽ bên đường
Nở vài bông nhỏ
Ít sắc không hương
Tím vàng xanh đỏ
Ai chờ chờ ai
Tần ngần nơi đó
Có ai thấy không
Từng trong lá cỏ
Sự sống sinh sôi
Mầm xanh từ đó ■

CHU NGUYÊN THẢO
Ta Trở Lại Chốn Này Như Sáng Nọ

Ta trở lại chốn này như sáng nọ
Lòng hoang vu vẫn cây lá sườn đồi
Mùa chớm ấm nắng Xuân hồng đang chói
Những lạnh lùng đông tận sắp qua đi

Ai thấu hiểu cuộc đau thương kỳ dị *
Khắp nhân gian tha thiết nắm tay người
Nhìn ra rõ đáy hồn nhiên vời vợi
Đã vô tình đánh mất những niềm vui

Chim vẫn hót mây trắng trời rong ruổi
Trời vẫn xanh chiếc lá lại tươi cành
Cơn gió nhẹ thoảng qua hồn thanh vắng
Nắng huy hoàng nhắc nhớ tuổi vàng son

Trời với đất yêu nhau chừng quá trọn
Ta yêu đời chắc đời cũng yêu ta
Và em nữa cứ ngây ngô khờ dại
Đường tương lai phước phận đã an bài. ∎

COVID đại dịch toàn cầu

KIỀU HUỆ
Học Thư Pháp Hay Làm Thơ

Tôi đi học thư pháp
Tập vẽ một nét tung
Bàn tay già bút rung
Khó hơn là tập hát

Bắt đầu nét cơ bản
Tung và hoành dọc ngang
Nắn nót bàn tay ngoan
"Tâm" quyết "Nhẫn" sẽ đạt

Luyện viết dần chữ khác
Hơi khó nét chữ G
Viết thư pháp không được
Gác cọ tập làm thơ

Chợt suy nghĩ ngẩn ngơ
Gởi hồn theo mây gió
Khát mộng trong giấc mơ
Ngôn tình thơ quá khó ■

TỊNH THỦY
Ba Bài Thơ Dành Cho Người Tôi Tôn Kính Và Yêu Thương

Thưa Mẹ
Mẹ chờ con ngày nào cũng ra biển
Con tiễn Mẹ trong tay nắm tro tàn
Ngọn gió thổi lay hồn con thức tỉnh
Ngày trở về tắm mãi trong áo quan
Giữa đại dương lồng lộng choàng mây trắng, con đã viết bài này dâng lên Cha Mẹ. Mỗi lần về nhà là con lại trầm mình trong Biển mặn để ghi nhớ thật sâu ân tình sinh thành, dưỡng dục, dù người giờ đã là cát bụi trải dài giữa đại dương.

Thưa Thầy
Tình yêu ở đây, thiên đường ở đây
Dạt dào ngân trên đầu con sóng
Bồ Tát nhỏ (*) sân si nối yêu thương
Bồ tát lớn thắp từ bi vĩnh cửu

(*) Con trích từ câu của Thầy Tuệ Sỹ: "Bồ tát nhỏ vì cứu độ chúng sanh mà còn sân si và chấp nhận sinh tử, giống như con nhà nghèo hiếu đạo phải nghỉ học, chịu ngu dốt mà nuôi cha mẹ, nuôi các em. Đại Bồ Tát như con nhà giàu, mà tử tế."

Thưa Anh
Anh ở đây, thiên đường ở đây
Em theo Anh đến tận cõi chân mây
Lòng biển thẳm sâu tình vô tận
Một tiếng "thương!" tan nỗi đọa đày
Em nhớ Anh luôn nói "Anh thương em quá, em ơi!" mỗi khi ôm em vào lòng. Cứ như thế mà em nhìn thấy được nụ cười của Anh tỏa sáng với vòng tay ấm áp như thuở nhỏ em từng ao ước. Từ đó đến giờ em vẫn sống hồn nhiên như cỏ cây với cảm thức hiện sinh, bằng lý trí để tồn tại. Hạnh phúc của đời em là nụ cười của Ba Mẹ, của Thầy và của Anh luôn ẩn mật trong từng ngọn cỏ ngậm sương mai, hay trong hạt cát lung linh sáng giữa sa mạc khô cằn. Có khi chỉ là một chữ "Thương" mầu nhiệm. ∎

Tịnh Thủy |Viết trên những con sóng bạc đầu giữa trưa ngày 17 tháng 10 năm Quý Mão,

NGUYỄN HÀN CHUNG
Coi Như Giọt Ấy Đã Rơi Xuống Giường

Bữa thôi nôi tuổi con rơi
tựu trung chỉ có mấy người rất thân
anh còn du hí phong trần
biết đâu một phút quây quần thành cha

Nuôi con ngày nắng tháng ba
ngày mưa tháng chín lụt và bão giông
nổi nênh con gái không chồng
có con. Quê kiểng cảm thông mấy người!

Hai mươi năm một giấc vùi
con anh giờ đã ra người trẻ trai
giống anh đôi mắt, dái tai
nói vo câu chuyện rất dài vẫn duyên

Hỏi cha, em dối quy tiên
hỏi mồ, em dối vượt biên gãy buồm
ảnh anh em cất trong buồng
cho con xem thấy nó buồn, tội kinh

Giờ anh yên ấm gia đình
nên con chỉ của một mình em thôi!
thiệt tình xót lắm, anh ơi
mong con biết mặt cha rồi mới yên! ■

NGÀN THƯƠNG
Tháng 11 và Tôi

Trời Huế vào đông rồi em ạ!
Rét mướt về
mưa gió hòa ca
Chiều qua phố
nhớ bạn bè xưa thù tạc
Mượn chút lưu ly
xua bớt nhọc nhằn

Tháng mười một
  thầy cô trôi dạt muôn phương
  Học trò cũng phai dần theo cuộc sống
  "Trọng đạo tôn sư"
  Chỉ còn trong tâm tưởng
  Hoa nhạt mùi bay ngược gió tìm ai... ∎

LÊ VĂN HIẾU
Chim Trời Và Quán Trọ

Từ chỗ này sang chỗ khác
Ta theo em thở dốc

Theo em tìm quán trọ
Ta nghĩ mình quán trọ

Nghĩ mình là ngôi nhà của chính mình
Tóc là mái che
Chân là trụ cột
Thêm em là thêm kèo
Chúng mình dựng nhà chung

Tình yêu ta biết đi
Nụ hôn ta biết đi

Bài thơ ta biết đi
Thả lên trời chim hót

Ta là cánh chim trời
Sá gì cái quán trọ
Mai về ta ru nôi... ■

THY AN
Tiếng Run Của Linh Thiêng

chiều nghiêng bóng tà dương ma mị
con chim xanh bay lên triền núi
bỏ cánh đồng nâu xám
tìm về với hoa cỏ êm đềm
bài thơ tình nhẹ rơi theo mưa

tiếng ca ngọt mềm ngày sương gió
ru tâm hồn mở ngỏ
ta đi qua rồi ta trở về
trái tim rung động bồi hồi
mấy chốn sơn khê trôi nổi lầm mê

khi hạ tàn rải chút mặt trời sót lại
lặng lẽ khu vườn hoang dã
con chim xanh trở về hót bạn
thổn thức trong lòng
thương mãi những con đường khàn giọng quê hương...

kẻ làm thơ ngồi đây một mình
chắt chiu vòm lá rụng
ngày đa đoan câu chữ
và đêm nghe tiếng run của linh thiêng
rất riêng và chỉ một cõi mình... ∎

NGUYỄN-HÒA-TRƯỚC
Về, Qua Đỉnh Đèo Mây

1
Rét đến sớm chắc em tôi chưa về kịp
đất hôn trời ngăn sẻ nhảy nhịp quen
cuối dốc rừng tím chẳng áo nào lên
con gió đã nằm im kè đê xám
quấn chăn dày đi trọn giấc đông miên.

Vào trong hít mớ củi tàn thêm ấm độ
sương màn rộng vó
muối đang chừng rất mặn
(rám má hường may em tôi chẳng ở quanh đây!)
bờ chắn sóng cáu cau khúc sông gầy
nhánh củi mục đã đẻ rêu ghềnh cũ
miệng thơm tho từ ngàn môi quá khứ
lấm tấm vàng rượu đỏ nhựa đơm khuy
vạt phong phanh cài biếng thả xuân thì
xộc xệch lắm dẫu ngon vòm cọng cỏ.

Trên này núi mỗi ngày mỗi cao
tôi với mãi mừng được thêm dăm nối
mây sát mái cũng tiện bề trao hỏi
căn chòi trống mái sắp vờn được tới
ngọn si râu thòng hứng lắm túm tụm sao;

tôi đo tôi đo trời bằng chùm nắng 10 giờ hiu hắt nguội
cùng nhí nhảnh nhóm gái trẻ bồ công anh
những tia nóng lấy ra từ kho tưởng tượng để dành
loại nắng có màu mắt em lao xao rất tội
loại nắng có lời thầm thì cần cho khi bối rối
chạy giữa hai sườn tóc song song thèm gặp gội;

vát núi này tôi đã tô dấu mực bằng vun rỡ mụn sim già
vỏ láng trơn tôi thích lắm vò hôn xoa xuýt
chắt lấy mật từ chiếc cối đá ong vần xuống từ mỏm thiên nga
hai quả tim hình thoi nét vẽ đầy ước lệ
sinh nhật em ấn tích lần về thăm vội thế
những cột những kèo rui bụi hơn sa tuyết
lá trắng phau trắng nhức buốt còn hơn đóm nẩy.
Tôi run hồn dầu rằng đang được nắng bầy hun sấy.

2
Đèo cột dây leo quạt thất sắc ửng múa đuôi chồn
đất luyện tu bao năm đất đã đánh vồng thon
thách đố bia thạch dưỡng nuôi mầm sinh nhũ
hoa xòe ba vành tím hoe nhìn lâu cũng nở vài thi tứ
sóc chuyền cành dơi móc xoạc cánh ngang
chênh vênh nhợ nóc mùng nhện mạng to vướng víu phút mơ màng;
dãy thông bách tuế sù sụ giang tay từng chặng ngược
ngo ngoe ngón cong cớn không lúc nào chập được vào nhau
đoạn đồi trẻ nhất hai ta thường đánh mốc trọc đầu
(những câu thơ diễm lệ đọc lại tự thấy mình đởm lược!)
nắng đổ vẩy giỏ kim ngân sùi bọt
(may em không về nên đôi gót thỏ hồng cũng chẳng cần trượt trơn.)

Rét trở sớm rủ theo đào nở sớm
ngác ngơ tìm chưa thấy đám yến quen
thôi cứ nở bạn trông xa sẽ về lúc nửa đêm
sơn ca nhọn mỏ ngậm nghiêng cành lộc nõn;

bộ cẩm mới đan xong từ mùa nữa trước
một em mong manh ngắm mãi mắt mê mụ chưa phủ hết hình nhân
trong thâm u nhìn thấy lắm dị thần
em bông lựu chạy giáp vùng sơn thủy | 2023

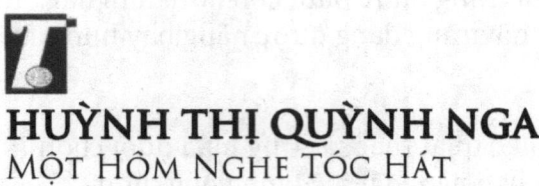

HUỲNH THỊ QUỲNH NGA
Một Hôm Nghe Tóc Hát

Một hôm nghe tóc hát
Những sợi vui nhẹ bay
Những sợi buồn ở lại
Đậu mềm trên ngón tay

Một hôm nghe gió kể
Những nốt xanh rất hiền
Trổ giữa lòng phố xá
Một mùa hoa rất riêng

Một hôm nghe sông chảy
Bên thành phố dịu êm
Những hàng cây đứng lại
Gọi dòng người bình yên

Một hôm ta nằm mộng
Chạm môi người trinh nguyên
Phía bờ xanh gió lộng
Tiếng ai cười hồn nhiên ■

NGUYỄN VĂN GIA
LÊ HÂN
Tin Sách

Sách đã có mặt trong tháng 11 & 12 năm 2023:

A. TẠI VIỆT NAM

1. Đủ Yên Sẽ Ấm

Tác giả: Hoàng Diệu Thông
Thể loại: Bút ký
Sách dày: 224 trang
Bìa: Đồng Nguyễn Trà Mi
NXB Thuận Hóa - Quý III/2023
Giá bìa: 120.000 đồng

2. Cõi Người

Tác giả: Hoàng Cát
Thể loại: Thơ
Sách dày: 1.000 trang
Bìa: Văn Sáng
NXB Hội Nhà Văn - Quý III/2023
Giá bìa: 1.250.000 đồng

3. Thơ Lục Bát Phạm Trường Thi

Tác giả: Phạm Trường Thi
Thể loại: Thơ
Sách dày: 160 trang
Bìa: Tô Minh
NXB Hội Nhà Văn - Quý II/2023
Giá bìa: 120.000 đồng

4. Ngỗng Trời Kêu Xa Xứ

Tác giả: Vũ Quần Phương
Thể loại: Thơ
Sách dày: 120 trang
Bìa: Xuân Khôi
NXB Hội Nhà Văn - Quý II/2023
Giá bìa: 80.000 đồng

5. Theo Đường Xuất Bản Theo Đường Văn

Tác giả: Nguyễn Duy Tờ
Thể loại: Bút ký
Sách dày: 270 trang
Bìa: Hải Trung
NXB Thuận Hóa - 11/2023
Giá bìa: 120.000 đồng

6. Hòa Điệu Tri Âm

Tác giả: Nhiều tác giả
(Võ Quê chủ biên)
Thể loại: Lời ca Huế
Sách dày: 138 trang
Bìa: Đặng Mậu Triết
NXB Câu Lạc Bộ Ca Huế - 11/2023
Giá bìa: Sách tặng không bán

7. Bình Yên Từ Phía Quê Nhà

Tác giả: Nguyễn Văn Hòa
Thể loại: Tản văn
Sách dày: 112 trang
Bìa: Cty Văn Hóa Đất Việt
NXB Hội Nhà Văn - Quý III/2023
Giá bìa: 86.000 đồng

8. Làng Chài, Sóng Và Gió

Tác giả: Hồ Việt Khuê
Thể loại: Tiểu thuyết
Sách dày: 224 trang
Bìa: Quốc Anh
NXB Hội Nhà Văn - Quý III/2023
Giá bìa: 150.000 đồng

9. Thơ Tặng Đàn Tranh

Tác giả: Nhiều tác giả
(Võ Quê chủ biên)
Thể loại: Thơ
Sách dày: 92 trang
Bìa: Đặng Mậu Triết
NXB Câu Lạc Bộ Ca Huế - 11/2023
Giá bìa: Sách tặng không bán.

10. Bảo Tàng Cổ Vật Cung Đình Huế

Tác giả: Nhiều tác giả
Thể loại: Nghiên cứu văn hóa
Sách dày: 484 trang
Bìa: Hải Trung
NXB Thuận Hóa - 11/2023
Giá bìa: 245.000 đồng

B. SÁCH DO NHÂN ẢNH XUẤT BẢN TRONG THÁNG 11 & 12 NĂM 2023:

1. Đốt Lửa. Soi Rừng

Tác Giả: Triều Hoa Đại
Thể loại: Phỏng vấn
Bìa: Uyên Nguyên Trần Triết
Tranh bìa: Đinh Trường Chinh
Dàn trang: Đỗ Huỳnh Đăng Ngọc
Nxb Nhân Ảnh - 11/2023
Sách dày 422 trang, khổ 6" x 9"
Sách có thể mua qua amazon
hay liên lạc: thdai1@yahoo.com
Giá: $30 (bìa mềm), $40 (bìa cứng, màu)

2. Hành Hương Đất Phật

Tác giả: Nguyễn Xuân Quang
Thể loại: Biên khảo, Tôn giáo
Bìa: Uyên Nguyên Trần Triết
Dàn trang: Nguyễn Thành Công
Nxb Nhân Ảnh - 11/2023
Sách dày 412 trang, khổ 6" x 9"
Sách có thể mua qua amazon
hay liên lạc tác giả: ngxuanquang@aol.com
Giá bìa: $30 US, $40 (màu bên trong)

3. A Great Secret – Did The USA Lose The War In Vietnam On Purpose?

Tác giả: Vũ Quý Kỳ
Thể loại: Chính trị, Biên khảo
Bìa: Uyên Nguyên Trần Triết
Dàn trang: Nguyễn Thành Công
Nxb Nhân Ảnh - 11/2023
Sách dày 484 trang, khổ 6" x 9"
Sách có thể mua qua amazon
hay liên lạc tác giả: kyqvu@yahoo.com
Giá bìa: $35 US (bìa mềm), $45 (bìa cứng)

4. Lá Mùa Thu

Tác giả: Ngô Sỹ Hân
Thể loại: Tập truyện
Bìa: Uyên Nguyên Trần Triết
Dàn trang: Đỗ Huỳnh Đăng Ngọc
Nxb Nhân Ảnh - 12/2023
Sách dày 256 trang, khổ 5.5" x 8.5"
Sách có thể mua qua amazon
hay liên lạc tác giả: ngosyhan@gmail.com
Giá bìa: $20 US.

5. Lòng Biển

Tác giả: Ngô Sỹ Hân
Thể loại: Tập truyện
Bìa: Uyên Nguyên Trần Triết
Dàn trang: Đỗ Huỳnh Đăng Ngọc
Nxb Nhân Ảnh - 12/2023
Sách dày 250 trang, khổ 5.5" x 8.5"
Sách có thể mua qua amazon
hay liên lạc tác giả: ngosyhan@gmail.com
Giá bìa: $20 US.

6. Giọt Nước Mắt Của Văn Chương

Tác giả: Kiều Giang
Thể loại: Tập truyện
Bìa: Uyên Nguyên Trần Triết
Dàn trang: Nguyễn Thành Công
Nxb Nhân Ảnh - 11/2023
Sách dày 172 trang, khổ 5.5" x 8.5"
Sách có thể mua qua amazon
hay liên lạc: nguyenhieu021947@gmail.com
Giá bìa: $18 US.

7. Chỉ Là Huyễn Mộng

Tác giả: Ngọc Bảo
Thể loại: Tập truyện
Bìa: Uyên Nguyên Trần Triết
Dàn trang: Đỗ Huỳnh Đăng Ngọc
Nxb Nhân Ảnh - 12/2023
Sách dày 238 trang, khổ 5.5" x 8.5"
Sách có thể mua qua Barnes & Noble
hay liên lạc tác giả: nbaokhong@gmail.com
Giá bìa: $20 US

8. Lịch Sử Việt Nam Thời Tự Chủ - Tập 2

Tác Giả: Hồ Bạch Thảo
Thể loại: Biên khảo, lịch sử
Bìa: Uyên Nguyên Trần Triết
Dàn trang: Đỗ Huỳnh Đăng Ngọc
Nxb Nhân Ảnh - 12/2023
Sách dày 598 trang, khổ 6.14" x 9.21"
Giá bìa: $50 US
Sách có thể mua qua Amazon
hay liên lạc: thao.b.ho@gmail.com

9. Lịch Sử Việt Nam Thời Tự Chủ - Tập 3

Tác Giả: Hồ Bạch Thảo
Thể loại: Biên khảo, lịch sử
Bìa: Uyên Nguyên Trần Triết
Dàn trang: Đỗ Huỳnh Đăng Ngọc
Nxb Nhân Ảnh - 12/2023
Sách dày 658 trang, khổ 6.14" x 9.21"
Giá bìa: $50 US
Sách có thể mua qua Amazon
hay liên lạc: thao.b.ho@gmail.com

10. Lịch Sử Việt Nam Thời Tự Chủ - Tập 4

Tác Giả: Hồ Bạch Thảo
Thể loại: Biên khảo, lịch sử
Bìa: Uyên Nguyên Trần Triết
Dàn trang: Đỗ Huỳnh Đăng Ngọc
Nxb Nhân Ảnh - 12/2023
Sách dày 750 trang. Khổ 6.14" x 9.21"
Giá bìa: $50 US
Sách có thể mua qua Amazon
hay liên lạc: thao.b.ho@gmail.com

11. Lịch Sử Việt Nam Thời Tự Chủ - Tập 5

Tác Giả: Hồ Bạch Thảo
Thể loại: Biên khảo, lịch sử
Bìa: Uyên Nguyên Trần Triết
Dàn trang: Đỗ Huỳnh Đăng Ngọc
Nxb Nhân Ảnh - 12/2023
Sách dày 732 trang, khổ 6.14" x 9.21"
Giá bìa: $50 US
Sách có thể mua qua Amazon
hay liên lạc: thao.b.ho@gmail.com

CHÚC MỪNG NĂM MỚI

GIỚI THIỆU SÁCH
The Goat Milk Baby
(Em Bé Bú Sữa Dê)

Hồi ký của một khoa học gia Uc gốc Việt

Em bé gái lọt lòng mẹ vào lúc thế chiến thứ hai vừa chấm dứt. Khi em bé vừa hai tháng, mẹ em phải cho em bú nước cháo pha đường đen vì bà không còn sữa cho em bú.

May thay, một người bà con cho một con dê cái có sữa. Trong ba tháng sau đó, mỗi sáng, mẹ em vắt sữa cho em uống.

Với lời văn bình dị, tác giả kể lại cuộc đời mình từ bé đến lớn, trong một gia đình thanh bạch nếu không nói là nghèo. Học vấn đã giúp em và gia đình em ra khỏi sự túng thiếu vì bé bú sữa dê ngày xưa đã trở thành dược sĩ với một dược phòng. Rồi trong giông tố tháng tư 1975, tác giả và đứa con gái nhỏ hai tuổi đã rời Việt Nam trên chuyến bay cuối cùng. Đến Úc, gặp lại chồng đang du học tại Sydney và làm lại cuộc đời từ số không.

Tác giả kể lại những khó khăn và cơ duyên nào giúp mình vượt qua khó khăn và sự gặp gỡ một con vi trùng đặc biệt đưa đến một khám phá kỳ thú.

Với quyển hồi ký, tác giả muốn san sẻ kinh nghiệm sống của mình với độc giả và đồng thời thực hành hoài bão của cuộc đời mình là giúp việc học vấn của trẻ em nghèo.

The Goat Milk Baby
Memoir of a Vietnamese-born Australian Scientist
By Jeanette Nguyet Pham
Sách có bán trên amazon.ca:

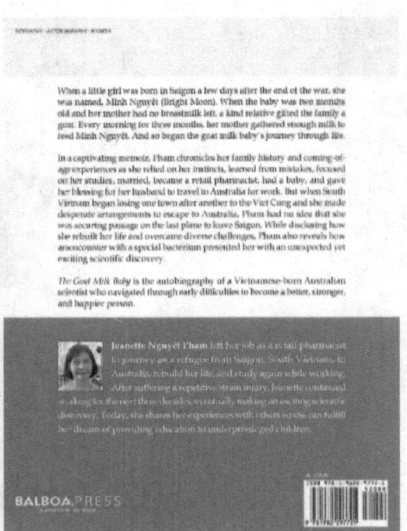

ĐẶT MUA DÀI HẠN
Tạp chí **NGÔN NGỮ**
Phát hành 2 tháng 1 kỳ

Ở Hoa Kỳ:
$120 US/1 năm
$20 US một số
Liên lạc: Lê Hân, han.le3359@gmail.com - tel: (408) 722-5626

Ở Cannada:
$200 CAĐ/1 năm
$25 US một số
Liên lạc: Lê Hân, han.le3359@gmail.com - tel: (408) 722-5626

Ở Pháp & Đức & Úc:
$25 US một số
Liên lạc: Lê Hân, han.le3359@gmail.com - tel: (408) 722-5626

Ở Việt Nam:
250.000 VNĐ một số
Liên lạc: Công Nguyễn, congnguyen.zc@gmail.com
tel: (84) 0908 451 154

www.ingramcontent.com/pod-product-compliance
Lightning Source LLC
LaVergne TN
LVHW031605060526
838201LV00063B/4732